चिंतामुक्त जीवन

आर. डी. मुनोत

मेहता पब्लिशिंग हाऊस

Please contact us at **Mehta Publishing House,** 1941, Madiwale Colony, Sadashiv Peth, Pune 411030.
✆ +91 020-24476924 / 24460313
Email :info@mehtapublishinghouse.com
production@mehtapublishinghouse.com
sales@mehtapublishinghouse.com
Website : www.mehtapublishinghouse.com

- *या पुस्तकातील लेखकाची मते, घटना, वर्णने ही त्या लेखकाची असून त्याच्याशी प्रकाशक सहमत असतीलच असे नाही.*

CHINTAMUKTA JIVAN by R. D. MUNOT

चिंतामुक्त जीवन / व्यक्तिमत्त्व विकसन

© आर. डी. मुनोत
फ्लॅट नं. ४, साईमंगल सोसायटी,
संभाजीनगर, चिंचवड ४११०१९.

प्रकाशक : सुनील अनिल मेहता, मेहता पब्लिशिंग हाऊस,
१९४१ सदाशिव पेठ, माडीवाले कॉलनी, पुणे - ४११०३०.

मुखपृष्ठ : शैलेश मांडरे

प्रथमावृत्ती : नोव्हेंबर, २००२ / जून, २००४ / सप्टेंबर, २००७
पुनर्मुद्रण : जानेवारी, २०१४

ISBN 81-7766-322-4

समर्पण

जन्मानंतर सहाव्याच महिन्यात मातृसुखाला पारखा झालेल्या मला मातेची ममता, पित्याचे प्रेम व गुरुपेक्षाही श्रेष्ठ उपदेश देऊन माझ्या चारित्र्याची व जीवनमूल्यांची जडणघडण करून जोपासना करणाऱ्या बाबांना (वडिलांचे मोठे बंधू) ही कृती अर्पण करताना मला आनंद होत आहे. त्यांच्या डोळ्यांत प्रथम अश्रू दाटलेले पाहिले ते १९५४ साली, ज्या वेळी एस. एस. सी. परीक्षेत मेरिट लिस्टमध्ये आलो व शाळेतर्फे सत्कार झाला त्या वेळी. मला खात्री आहे माझी ही कृती पाहून आजही त्यांचे डोळे स्वर्गात पाणावतील व म्हणतील ''माझ्या रतनाने नाव कमावले.''

ही लहानशी कृती भावभावनांना शब्दस्वरूप देण्यासाठी रूपांतरित केली व आज त्याचे समर्पण स्वर्गीय बाबांच्या चरणी करताना मी स्वत:ला धन्य समजतो.

ऋणनिर्देश

तीन वर्षांपूर्वी उच्च रक्तदाबाचा त्रास होऊन मी अतिदक्षता विभागातून बाहेर आल्यावर आर्ट ऑफ लिव्हिंग या कोर्सचे प्रणेते माझे सद्गुरू श्री श्री रविशंकर महाराज यांच्या प्रेरणेने मी भावभावनांवर लिहिलेले Emotions & your health या पुस्तकाचे मराठीत रूपांतर करण्याचा निर्णय घेतला व सतत तीन वर्षे पुन्हापुन्हा वाचून व लिहून स्क्रिप्ट तयार केले. गुरुजींच्या सुदर्शन क्रियेने मला नवजीवन प्राप्त करून दिले म्हणून मी त्यांचा अनंत ऋणी आहे.

माझे मित्र श्री. के. पांगल यांनी हे पुस्तक वाचायला दिले व सतत प्रोत्साहन देऊन तीन वर्षे माझ्याकडे राहू दिले त्याबद्दल त्यांचे आभार मानणे मी माझे कर्तव्य समजतो.

ही कृती निर्दोष व उत्तम व्हावी म्हणून एडिटिंग करणाऱ्या सौ. शुभदाताई गोगटे यांच्या सूचक सूचनांबद्दल मी आभारी आहे.

या पुस्तकाला सुंदर रूप दिल्याचे श्रेय अर्थात मेहता पब्लिशिंग हाऊसलाच.

प्रुफे तपासताना अनमोल सूचना करून कोठेही दोष राहू नये यासाठी गायत्री सेवक यांच्या सहकार्यबद्दल आभार न मानले तर चुकल्यासारखी टोचणी मनाला लागून राहील.

हे सगळे वाचन व लिखाण सतत तीन वर्षे चालले असता मला सतत प्रेरणा व प्रोत्साहन देणारी पत्नी सौ. सुमन व तिन्ही कन्यका नंदा, शीला व माधुरी यांचेही आभार मानणे मी उचित समजतो.

प्रस्तावना

विचार नि भावना हे मनाचे पोषक खाद्य आहे. शरीराची संपूर्ण वाढ होऊन शक्तिसंवर्धन होण्यासाठी जसे जीवनसत्त्वे, प्रथिने व इतर पौष्टिक पदार्थांचा योग्य समन्वय होणे जरुरीचे असते तसेच आनंदी, शांत व क्रियाशील मनोवृत्ती जोपासण्यासाठी काही विशिष्ट मानसिक पोषक खाद्य लागते.

बऱ्याच लोकांना हे पटत नाही. त्यांच्या मते सुख-समाधान हे नशिबाने किंवा परिस्थितीने दिलेली देणगी आहे. तुमचे भाग्य उदयास येत असेल तर तुम्ही मजेत असता जरा इकडे तिकडे झाले की हताश होता. नशिबाला दोष देऊ लागता. हे बरोबर नाही. आपण मन आनंदी ठेवू शकतो.

सर्वसमावेशक मानसशास्त्राचे म्हणणे आहे की आपल्या भावभावना बदलण्याची आपल्यातच ताकत असते. जीवन सुसह्य करण्यासाठी आशावादी सत्प्रवृत्ती निर्माण करण्याची जबाबदारी आपलीच आहे. नवीन सर्वसमावेशक मानसशास्त्र ही मनोवृत्ती कशी जोपासायची ते शिकविते.

सर्वसमावेशक मानसशास्त्राचे सदुपदेशक सखोल अभ्यास करून अशा निर्णयास पोहोचले आहेत की 'तुमच्या भावभावना व मनोवृत्तींचा तुमच्या आरोग्यावर खूप सखोल परिणाम होतो.' सर्व प्रकारच्या दुखण्यावर या भावतरंगांचा कसा जादूसारखा प्रभाव पडतो हे या पुस्तकात अनेक मानसशास्त्रज्ञांच्या व डॉक्टरांच्या संशोधनाच्या आधारावर उदाहरणे देऊन पटविले आहे. डोकेदुखीपासून कॅन्सरपर्यंत तसेच सर्व प्रकारची दुखणी, वेदना यांवर या भावपटलांचा किती खोलवर परिणाम होतो हे सिद्ध केले आहे.

आपल्या मनोविकारांवर ताबा मिळवून त्यांना योग्य वळण लावून आपण जीवनात आनंद निर्माण करू शकतो. माझ्या मते काही सुविचार, सद्भावना हीच जीवनातील अ, ब, क जीवनसत्त्वे आहेत व त्यामुळेच आपण आपले आयुष्य सुखमय व आनंददायक बनवू शकतो.

वास्तविक पाहता आता मनासाठी "पौष्टिक आहार" मनोवैज्ञानिक सुचवू शकतात की ज्यामुळे तुमचे शारीरिक व मानसिक आरोग्य सुधारते व तुम्ही ताजेतवाने होता. कित्येक वर्षांपूर्वी कॅलिफोर्नियामधील डॉ. डेव्हिड ब्रेस्लो यांनी

''दिवसाला दहा आलिंगने'' असा उपचार सुचविला होता. त्या वेळी हे चमत्कारिक वाटले लोकांना! शेकडो वर्षांपूर्वी सांगितले गेलेले ''क जीवनसत्वाच्या अभावी होणारा स्कर्व्ही म्हणजे रक्तपिती रोग रोज एक ताजे लिंबू खाल्याने बरा होऊ शकतो'' हा उपाय जसा हास्यास्पद वाटला तसेच ''दिवसातून दहा वेळा मिठ्या मारणे'' हाही उपाय हास्यास्पद वाटला.

एकटेपणाची भावना आलिंगनाद्वारे निर्माण होणाऱ्या प्रेमाच्या ऊबेमुळे विरघळून जाते.

पोषक आहार घेतला तर तुम्ही दीर्घायुषी व रोगमुक्त जीवन जगाल. जपानमध्ये हृदयविकाराचे प्रमाण सर्वात कमी का आहे? ते पूर्वीपासून भाज्या, भात व मासे असे साधे अन्न घेत. हे रहस्य आहे. पण तेच जसे हवाईकडे जाऊन पाश्चात्य पद्धतीचे चरबीयुक्त पदार्थ खाऊ लागले तसे हृदयविकार रोग्यांचे प्रमाण वाढले. जे कॅलिफोर्नियामध्ये जाऊन कायमचे स्थिर झाले त्यांचे पाश्चात्य खाद्य सेवनामुळे हृदयविकारांचे प्रमाण अजूनही बळावले. त्यातही काही लोक आपल्या जुन्या जपानी संस्कारांना चिकटून राहिल्याने निरोगी हृदयाचे ठरले. बालपणी त्यांना चांगले संस्कार मिळाले व तरुणपणी त्यांनी ते जोपासले. दोन गटांतील हा फरक अन्नसेवनावर जराही अवलंबून नाही. अमेरिकेत राहिले तरी आपल्या संस्कृतीला विसरले नाहीत. समूह उत्कर्षावर त्यांनी भर दिला. व्यक्तिगत स्पर्धेला महत्त्व दिले नाही. जपानमध्ये जे हृदयरोग्यांचे प्रमाण होते तेवढेच अमेरिकेत राहणाऱ्या व जपानी खानपान सोडलेल्या लोकांचेही होते.

अमेरिकेत जन्मलेल्यांची हीच हकीगत आहे. एकमेकांशी दाट मैत्री असणे, परस्परांची सुखदु:खे, चिंता वाटून घेणे, सुखात सहभागी होणे हीच आनंदी जीवनाची गुरुकिल्ली आहे. सुखी, समाधानी व शांत जीवन जगण्यासाठी जपानी असणे जरूरीचे नाही. चांगल्या आरोग्यासाठी व जीवनातील आनंद लुटण्याचे अनंत उपाय या पुस्तकाद्वारे आपणास मार्गदर्शक ठरतील व ''सर्वे सुखिन: सन्तु सर्वे सन्तु निरामय:'' या उक्तीचा खऱ्या अर्थाने प्रत्यय येईल.

अनुक्रम

विभाग एक

भावनिक कणखरता

१. सुखमय दीर्घायुष्याची गुरुकिल्ली

धडधाकट शरीरयष्टी व कणखर मनोवृत्ती असली म्हणजे पुरे! निधड्या छातीने येणाऱ्या प्रसंगाला तोंड देणे व दृढ निर्धाराने वागणे यांतच पौरुषत्व असते. भावनिक संघर्ष व मानसिक ताण-तणाव ही धकाधकीच्या जीवनात येणाऱ्या दुःखाची मुळे आहेत. दारुण निराशा ते कर्करोग, अल्सर ते हृदयविकार या सर्वांचे उगमस्थान या तणावांतच असते. यातून बाहेर पडण्याचे तीन उपाय शास्त्रज्ञांनी सुचविले आहेत.

१. हाती घेतलेल्या कार्यात शंभर टक्के सहभागी व्हावे.

२. जीवनावर संपूर्ण नियंत्रण ठेवावे.

३. बदलाला आव्हान समजून न घाबरता सामोरे जावे.

याचे एक उदाहरण पाहिले म्हणजे एक वरिष्ठ अधिकारी तीव्र डोकेदुखी व छातीच्या दुखण्याने पीडित असतो, तर त्याच्याच शेजारी बसणारा कार्यकुशल माणूस पूर्ण निरोगीपणे कामाचा डोंगर उपसत असतो.

आजारपण व मानसिक दडपण यांमधला परस्परसंबंध १९५० सालापासून अनेक संशोधकांनी शोधण्याचा प्रयत्न केला. वरचेवर मानसिक तणाव येण्याचे आजारी पडण्याची शक्यता वाढत जाते. या नैराश्यवादी विचारसरणीची सत्यासत्यता पडताळून पाहण्यासाठी दोन दशके प्रयत्न केला गेला.

संशोधन करणाऱ्या शास्त्रज्ञांनी आजारी माणसांना ३ वर्षांचे अनुभव विचारले असता असे आढळून आले की हे रुग्ण इतरांपेक्षा अधिक ताणाखाली होते व आजारी पडले. पुढच्या सहा महिन्यांत ते आणखी खचून गेले.

कोणताही लहानमोठा बदल झाला तर मानसिक संघर्ष निर्माण होतो. त्याची तीव्रता कमी जास्त प्रमाणात असते. उदाहरणार्थ प्रिय पत्नीचा मृत्यू, पत्नीशी घटस्फोट वा वियोग किंवा तुरुंगवासाची शिक्षा यांमुळे तीव्र मनोवेदना होतील. लग्नप्रसंग, निवृत्ती, स्त्रीचे गर्भारपण, मुलगा किंवा मुलगी आपल्या इच्छेविरुद्ध घर सोडून जाणे यांसारख्या घटनांमधून मध्यम प्रतीचा ताण निर्माण होईल. तर घर किंवा

शाळा, कॉलेज बदलणे, वरिष्ठांशी मतभेद होणे, खाणे-पिणे, झोपणे या सवयींत झालेले बदल यांतूनही अल्पशा प्रमाणात ताणतणाव निर्माण होतात. प्रत्येक व्यक्तीला कमी जास्त प्रमाणात या संघर्षांना सामोरे जावे लागते.

सर्वच तणावांमुळे आपण आजारी पडतो असे नाही. आलेल्या प्रसंगातून कुशलतेने कसे बाहेर पडतो यांवर आपले शरीरस्वास्थ्य अवलंबून असते. शरीर व मन खंबीर ठेवा व सुखाने जगावयाचे असेल तर संघर्ष टाळा असा उपदेश करणे सोपे आहे. प्रिय व्यक्तीचा मृत्यू, अपघात असे प्रसंग टाळणे शक्य नाही. त्यातून मानसिक ताण येणारच. जबाबदारी नको, संघर्ष व ताण नको म्हणून लग्नच करायचे नाही. बदल सहन होत नाही म्हणून संतती नको, नवीन नोकरी नको, धाडस करायला नको असा सल्ला कोणालाच आवडणार नाही. आव्हानाशिवाय जीवन कंटाळवाणे होईल. शारीरिक व मानसिक थकवा येईल.

कणखरपणाची भावना

तुम्ही विचाराल ताण-तणावामुळे शरीराचे काय नुकसान होते? तणाव संघर्षास तयार राहण्याची धोक्याची सूचना देतो. त्यामुळे ''लढा किंवा पळा'' ही यंत्रणा कार्यरत होते. मनावर दडपण आले की हृदयाचे ठोके वाढतात. रक्तातील मेदाचे, कोलेस्टेरॉलचे व साखरेचे प्रमाण वाढते. जठरात आम्ल-स्राव वाढतो. प्रतिकारशक्ती घटू लागते. झोप नीट येत नाही. पाठीचे दुखणे सुरू होते. निरनिराळ्या व्याधींना वाट मोकळी होते. अल्सर, हृदयविकार व घोर निराशा अशा व्याधी सतावू लागतात.

काही लोक अशा वेळी उत्तेजित न होता या विषचक्रातून बाहेर पडण्यासाठी प्रयत्नपूर्वक झटतात.

१. स्वत:वर, कामावर, कुटुंबावर आणि जीवनातील मूल्यांवर निष्ठा

२. स्वत:च्या आयुष्यावर स्वत:चं नियंत्रण असल्याची भावना

३. बदलाला एक आव्हान समजून स्वीकारणं

या तीन गोष्टी ताणाला सामोरे जायला मदत करतात. मानसिक कणखरपणाचे हे घटक आहेत.

मनाने कमकुवत व्यक्ती भीतीने निराश व हताश होऊन खचून जातात व विविध व्याधींना बळी पडतात.

एका मोठ्या कंपनीतील उच्च पदस्थांच्या आरोग्यविषयक प्रश्नांचा अभ्यास शास्त्रज्ञांनी केला. सतत आठ वर्षे ७०० च्या वर मध्यम व उच्च पदस्थांच्या कार्यपद्धतीचे निरीक्षण केले. कामाची विभागणी, कौटुंबिक प्रश्न व कंपनीमध्ये चाललेली प्रचंड उलथापालथ याला कोण कसे सामोरे गेले? कोण निरोगी राहिले? कोण आजारी पडले. ही सर्व माहिती गोळा केली.

निष्कर्ष असा निघाला की निरोगी राहिलेले अधिकारी इतरांपेक्षा अधिक तरुण

नव्हते, श्रीमंत नव्हते किंवा अधिक शिकलेले नव्हते. निरोगी अधिकारी परिस्थितीवर नियंत्रण ठेवून आव्हान स्वीकारण्यास तयार राहिले. मानसिक कणखरपणा हीच त्यांची संरक्षक ढाल होती. ज्यांचा अभ्यास केला ते सगळे उच्च पदाधिकारी पुरुषवर्गातले, मध्यमवर्गीय व मध्यमवयीन विवाहित व धार्मिक वृत्तीचे होते.

वकीली व्यवसाय करणाऱ्या दोन गटांचा अभ्यास केला असताही असेच दिसून आले की मनाने खंबीर असलेले वकील तणावाला तोंड देण्यात जास्त यशस्वी होतात.

मनाने खंबीर असणारे निरोगी राहतात. संघर्षाला संयमाने तोंड देणारे आपल्या कुटुंबीजनांकडून व सहकर्मचाऱ्यांकडून पाठिंबा संपादन करतात. जे काम करत राहतात ते टिकतात. जे खचून जातात ते आजारी पडतात. कार्याला वाहून घेणे, आव्हान स्वीकारण्यास तयार राहणे, बदलाचा सहर्ष स्वीकार करणे हाच सुखी होण्याचा उत्तम मार्ग आहे.

मानसिक कणखरपणाची चाचणी

आपण मनाने किती कणखर आहोत हे ठरविण्यासाठी खाली एक झटपट चाचणी दिली आहे. खाली दिलेल्या विधानांशी तुम्ही कितपत सहमत किंवा विरोधी आहात ते लिहा.

विधाने

अ. कामामध्ये पूर्ण लक्ष दिल्याने फरक पडतो .

ब. एखाद्या नातेसंबंधाबाबत नशिबावर हवाला ठेवणे.

क. पुष्कळदा मी जागा होतो तेव्हा दिवसाची सुरुवात करायला अधीर असतो.

ड. स्वत: रिकामे आहोत या भावनेने खूप निराशा व अडचणी निर्माण होतात.

इ. काही आव्हानात्मक कामगिरी आली तर आर्थिक असुरक्षिततेची मी पर्वा करणार नाही.

ई. स्वतः ठरविलेला दिनक्रम बदलण्याची वेळ आली तर मला अस्वस्थता जाणवते.

उ. एक सामान्य नागरिक राजकारणावर प्रभाव पाडू शकतो.

ऊ. योग्य त्या संधीशिवाय माझ्या क्षेत्रात यशस्वी होणं कठीण आहे.

अे. मी जे काही करतो ते का करतो हे मला माहीत असते.

अै. लोकांच्या जास्त संपर्कात येण्याने आपण त्यांचे काही देणे लागतो ही भावना निर्माण होते.

ओ. नवनवीन परिस्थितीला तोंड देणे हा माझ्या आयुष्याचा महत्वाचा भाग आहे.

औ. हातात काही काम नसले तरी मला चालते.

खाली दिल्याप्रमाणे गुणांकन करा.

० - पूर्णपणे विधानास विरोध आहे.

१ - सौम्य विरोध आहे.
२ - सौम्यपणे स्वीकार्य आहे.
३ - पूर्णपणे संमती आहे.

गुणांकन केल्यावर बेरीज करा. १० ते १८ मध्ये स्कोअर आला तर समजावे तुमची भक्कम मनोवृत्ती आहे. ०-९ मध्ये आला तर मध्यम कडकपणा आहे. ० च्या खाली आला तर अगदीच कमी भक्कमपणा आहे.

मनाचा खंबीरपणा आणण्याचे तीन उपाय

१. **मनाचे केंद्रीकरण** - कित्येक वरिष्ठ अधिकाऱ्यांना नेहमीच कपाळावर तणाव जाणवतो, गळा आवळल्याचा भास होतो, पोटात गोळा उठतो, पण सवयीने या गोष्टी जाणवत नाहीत आणि आणखीच बिघडत जातात. याचे कारण मानसिक दडपण. दिवसातून एकदा त्यांनी मन केंद्रित करून आत्मपरीक्षण करावे व सर्व काही ठीक-ठाक आहे ना याची खात्री करून घ्यावी.

२. **तणावपूर्ण परिस्थितीचे पुनरावलोकन -** आपले मानसिक संतुलन बिघडविणारी ताज्यातील ताजी घटना आठवावी. जास्तीत जास्त काय वाईट झाले असते? त्यातून सुटका करून घेण्यासाठी काय करता आले असते? याचा विचार करावा. तणावपूर्ण परिस्थितीत काम करून यशस्वी होणारा एकादा मित्र असेल तर त्याचा सल्ला घ्यावा. त्याने अशा वेळी काय केले असते ते विचारावे म्हणजे तुम्हाला वाटत होते तेवढा कठीण प्रसंग नव्हता हे तुम्हाला पटेल. आणि अधिक महत्त्वाचे म्हणजे प्रसंगाला अधिक चांगल्या प्रकारे तोंड कसे देता येईल. याचा आपण विचार करू शकतो हे तुमच्या लक्षात येईल.

३. **स्वतःचे वागणे सुधारून ही उणीव भरून काढणे** - कधी कधी आजारपण, पत्नीशी घटस्फोट अशा घटना घडतात की ज्या आपण टाळू शकत नाही. ज्या वेळी जीवन नियंत्रणाबाहेर आहे असे वाटते त्या वेळी नवीन आव्हान स्वीकारून आपली पकड मजबूत करावी. नवीन कामात कुशलता संपादन करण्याचा प्रयत्न करावा. पोहायला शिकणे किंवा एखाद्या विद्यार्थ्याला शिकविणे असे काम हाती घ्यावे म्हणजे आत्मविश्वास वाढेल.

आव्हान स्वीकारणे व हट्टाग्रह सोडण्याची ही वृत्ती जोपासणे

जीवनमार्गात येणारे बदल आरोग्यावर परिणाम करू शकतात. पण तसं व्हायला हवं असं नाही. बदलाचा शांतपणे स्वीकार केला पाहिजे. एका ठिकाणचा बाहेर पडण्याचा मार्ग हा दुसऱ्या ठिकाणचे प्रवेशद्वार असतो. स्वीकार्य किंवा अस्वीकार्य बदलाव आयुष्यात नवीन पान उघडतो. नवा अध्याय सुरू होतो. पूर्वानुभवाच्या बळावर आपण अधिक कुशलपणे यातून सुटका करून घेतो. जीवनात चढउतार हे येणारच. त्याप्रमाणे आपण स्वतःला घडविले पाहिजे. बदलण्यास

नकार देणे म्हणजे जीवनप्रवाह थांबविण्यासारखे आहे. बदलण्यातच जीवनाचे सार्थक आहे.

आपले पूर्वग्रह, भूतकाळावरची पकड सोडून देण्याची ही वृत्ती जोपासणे जरुरीचे असते. घटस्फोट, नोकरी सुटणे किंवा एकाद्या चमत्कारिक प्रसंगाने तुम्ही हादरून जाल. त्यानंतर तडजोडीचा कठीण प्रसंग येईल. भूतकाळ विसरून भविष्याची वाटचाल करण्यास सिद्ध झाले पाहिजे. त्यासाठी शिथिलीकरणाची मदत होऊ शकते. शिथिलीकरणाच्या (Relaxtion) च्या वेगवेगळ्या पद्धती उदयास आल्या आहेत.

१. **टप्प्याटप्प्याने शिथिलीकरण (Progressive Relaxation)** - यामध्ये वेगवेगळ्या स्नायू-समूहांना ताण देऊन सैल सोडण्याचे तंत्र वापरले जाते. पायाच्या अंगठ्यापासून पाय, हात, खांदे, मान, चेहरा यांच्या स्नायूंना ताणून धरणे व नंतर सैल सोडणे ही क्रिया केली जाते. सैल सोडल्यावर एकदम हलके वाटते. शिथिलीकरणाची ही क्रिया आपणास पूर्णपणे मुक्त करते. शेवटी शवासन व बालकासन करून Relaxation पूर्ण अनुभवता येते.

२. **ध्यान (Meditation)** - डोळे बंद करून आरामदायी आसनात बसून थोडा वेळ ध्यान करण्यात घालवावा. काही न करणे म्हणजेच ध्यान किंवा (Meditation) विचार आला; येऊ दे! गेला, जाऊ दे! विचाराचा पाठलाग करायचा नाही. आत घेतला जाणारा श्वास व बाहेर पडणारा उच्छ्वास यांवर लक्ष केंद्रित करावयाचे. सहज श्वासोच्छ्वास चालू असतो. सुरुवात नाही, शेवट नाही. सतत संथ क्रिया चालते. प्रत्येक बाहेर पडणाऱ्या श्वासाबरोबर "Let Go" - आग्रहीपणा सोडण्याची ही भावना अनुभवावी. अनावश्यक विचार व त्याबरोबरच ताण बाहेर पडू द्या. श्वास व उच्छ्वास यांमधल्या विश्रामाचा (Pause चा) आनंद उपभोगा. श्वास घेताना नवीन जोम आल्याचा अनुभव येतो.

तणावमुक्तीच्या कोणत्याही मार्गाचा अवलंब करून आपण आनंदी व सुखी जीवन जगण्याची जिद्द ठेवावी.

◆

२. मित्रपरिवार व प्रकृतीची जोपासना

काही लोकांच्या मते आनंदी व सुखी जीवन म्हणजे वरचेवर होणाऱ्या पार्ट्या, गप्पाटप्पा मारत बसायला भरपूर वेळ असणे व भरगच्च दिनचर्या! मित्रपरिवाराच्या बरोबर आनंदमय सहजीवन जगणारे निरोगी असतात. शारीरिक अगर मानसिक व्याधींना ते धैर्याने सामोरे जातात. याचे उदाहरण पेन्सिल्व्हानिया येथील नागरिकांचे दिले जाते. २० व्या शतकाच्या सुरुवातीस इटालियन व अमेरिकन संस्कृतीचे हृदयंगम मीलन झाल्याने सुखी जीवनाचे तंत्र या समाजाने अवगत करून घेतले होते. रोसेटो येथील कमीत कमी हृदयविकाराच्या आकड्यांचा ते अभिमान बाळगीत. हजारात एकादा मृत्यू हृदयविकाराने होई. राष्ट्रीय प्रमाण हजारात ३.५ असे होते. अल्सर व म्हातारपण याला सरासरीपेक्षा चांगली प्रतिकारक्षमता होती. या नागरिकांचे मैत्रीपूर्ण सहजीवन हेच यांमागचे रहस्य होते.

समाज म्हणजे सुरक्षा कवच!

रोसेटोच्या नागरिकांमध्ये मनापासून मदत करण्याची वृत्ती, लक्षणीय आनंदी सहजीवन व जगण्याची कला हे वाखाणण्यासारखे गुण होते. वडीलधाऱ्यांना मान दिला जाई. त्यांना अडगळीत टाकले नव्हते. मार्गदर्शन घेतले जाई. नवीन पिढीचे विशाल क्षेत्र, मोठी ध्येये यांमुळे ही परिस्थिती बदलत गेली. जातीबाह्य लग्ने, जुनी लाकडी घरे विकून टाकणे, जुन्या कुटुंबाशी असलेले स्नेहसंबंध तोडणे यांमुळे शहरांचे प्रेमळ वातावरण गढूळ होऊ लागले. परस्पर भावनात्मक गुंफण असलेला समाज बाह्य ताणतणावांचा परिणाम झेलण्यास समर्थ असलेले नागरिक देऊ शकतो. रोसेटोप्रमाणेच सांस्कृतिक मूल्यांची जोपासना करणारे जपान, इटली, ग्रीस व युगोस्लाविया येथील समाजही कमीत कमी हृदयविकारांनी पछाडलेले होते.

अमेरिकेत स्थायिक झालेल्या जपान्यांनी पाश्चात्य संस्कृतीचे अनुकरण केले. खानपानाच्या जुन्या सवयी सोडल्या. मांसाहार, मद्यपान व धूम्रपान यांच्या आहारी गेले व हृदयरोग्यांचे प्रमाण वाढले. रक्तदाबाचे विकार बळावले.

चर्चमध्ये जाऊन प्रार्थना करणारे अमेरिकन जपानी आरोग्यपूर्ण जीवन जगत होते. जवळजवळ सात हजार कॅलिफोर्नियन रहिवाशांच्या जीवनशैलीचा सतत सात वर्षे अभ्यास करून शास्त्रज्ञांनी चार महत्त्वपूर्ण बाबी शोधून काढल्या. १) लग्नसंस्था २) मित्रमंडळी व नातेवाईक यांचे स्नेहसंबंध ३) चर्चमध्ये नियमित प्रार्थना व ४) नेहमी भेटणारे, सत्संग करणारे समाजघटक व त्यांची मंडळे, सामाजिक प्रेमसंबंध टिकवून जगणारे समूहघटक, एकटे-दुकटे राहणाऱ्यांपेक्षा जास्त आयुष्यमान असलेले निघाले.

विवाहानंतर पती-पत्नीचे जे दृढ संबंध बांधले जातात, जिव्हाळा निर्माण होतो, त्यामुळे व मित्र नि नातेवाईक यांच्या प्रेमामुळे आजारांपासून मोठे संरक्षण मिळते. जास्तीत जास्त समाजजीवनात रममाण झालेल्या लोकांमध्ये अकाली मृत्यूचे प्रमाण कमी आढळते. विधुर, एकलकोंडे जीवन जगणारे यांमध्ये रोगांचे प्रमाण जास्त असते. विधवांना पतीच्या मृत्यूनंतर साधारण वर्षभराने अनेक मानसिक व शारीरिक व्याधींना तोंड द्यावे लागते. एकाकी माणूस विघातक सवयींचा गुलाम बनतो. एकटेपणाला कंटाळून आत्महत्येची किंवा अकस्मात घटना घडून येण्याची वाट पाहतो. सामाजिक संबंध असणाऱ्या व्यक्तींमध्ये इतरांकडून मिळणारा जिव्हाळा व स्नेह बफरसारखे काम करतो. मनातील भावनिक उद्रेकाला मार्ग मिळून तणावावर फुंकर मारली जाते. ज्यांना जिवलग मित्र असतात ते आजारापासून दूर राहतात.

तणाव व मित्रपरिवार

खूप दुःखाचे प्रसंग (पत्नीचा मृत्यू, घटस्फोट, नोकरीतून निलंबित होणे) ही पुढे होणाऱ्या गंभीर आजारांची पूर्वसूचनाच असते. तुमचे सामाजिक जीवन कितपत स्थिर आहे यांवर या आपत्तींचे रौद्र स्वरूप हलके करता येते. मित्रपरिवार व समाजाशी समरसता यांच्या आधारे यातून सुटका करून घेता येते. आपले मनोगत ज्या मित्रांशी चर्चा करून उघड करू शकतो, ते मित्र आपणास या तणावातून मुक्त करू शकतात. जीवनात आशेचा किरण दाखवून जिद्द निर्माण करण्यास मित्र मदत करतात. आपण भावनेच्या भरात जे निर्णय घेऊ ते बरोबरच असतील असे नाही. त्यासाठी जिवलग मित्राचे खरे मत तुमचा निर्णय योग्य की अयोग्य हे ठरवू शकेल.

कोणत्याही कार्यालयात, कारखान्यात उत्पादनवाढीचा दबाव, कार्यकुशलता यांचे ताण असणारच पण समूहजीवनामुळे ते हलके होतात. सहन करण्याची शक्ती येते. चांगले मित्र किंवा सहचारिणी मिळणे ही जीवनप्रवाह संथ व शांतपणे चालण्यासाठीची निसर्गदत्त देणगी आहे. नशिबाचा भाग त्यात नक्कीच असतो.

◆

३. व्यायाम (एरोबिक) द्वारे भावसंस्करण

व्यायामामुळे आपण मनाचा कणखरपणा वाढवू शकतो यात वाद नाही. धावणे, पोहणे, व इतर सर्वांगसुंदर व्यायामप्रकारांनी आपण आपली मनस्थिती मजबूत बनवू शकतो व नैराश्यासारखे मानसिक त्रास कमी करू शकतो. ज्यामुळे श्वासोच्छ्वास व हृदयस्पंदने यांचा दर वाढेल असा शारीरिक व्यायाम केल्याने (आठवड्यातून तीन वेळा फक्त अर्धा तास) खूप फायदा होतो.

मनाचा खंबीरपणा वाढविणाऱ्या या व्यायामातून नऊ प्रकारांनी फायदा होतो.

१. उत्साह व तरतरी येते.
२. ताण व चिंता कमी होते.
३. तणाव झेलण्याची क्षमता वाढते.
४. आक्रमकता, भांडखोरपणा कमी होतो.
५. मन स्वच्छ होते व एकाग्रता वाढते.
६. आत्मविश्वास वाढतो, आशावादी वृत्ती बनते.
७. थकवा जाऊन प्रकृती सुदृढ होते.
८. गाढ झोप लागण्यास मदत होते.
९. उदासीनता कमी होते.

शक्तिसंचयातून भरपूर मोबदला

शरीराची जर आपण इंजिनशी तुलना केली तर जसे Well tuned इंजिन कमी इंधनात जास्त कार्य करते तसे संतुलित मन व शरीर दैनंदिन कामात कमी शक्ती वापरते. पर्यायी कमी थकवा येतो. संतुलित स्नायू प्रत्येक हालचाल सहज करतात. हृदय व त्याला रक्तपुरवठा करणाऱ्या रक्तवाहिन्या सुदृढ असल्या की अँड्रेनल ग्लँड-वर नियंत्रक (Governer) बसवल्यासारखे काम होते. भावनिक संघर्ष, उत्कंठा किंवा भीती यांमुळे हृदयाचे ठोके वाढतात. अँड्रेनलाइन जास्त प्रमाणात पाझरल्याने हे घडते. ही ग्रंथी हृदयाला जलद काम करायला भाग पाडते. त्यामुळे

''लढा किंवा पळा'' ही यंत्रणा कार्यान्वित होते. शरीर निरोगी व सक्षम असले की तणावयुक्त मनस्थितीत हृदयस्पंदने कमी राहतात. म्हणजे तुम्ही शांत राहू शकता व भावनांवर काबू ठेवू शकता. संतुलित हृदय माणसांचा जीव वाचवू शकते.

मानसिक तणावातून त्वरित मुक्तता

व्यायाम केला की प्रत्येक वेळी ताण कमी व्हायला मदत होते. त्यानंतर एकदम हलके झाल्यासारखे वाटते. तरतरी येते. ताकद येते. पंधरा मिनिटांच्या एरोबिक्समुळे आपण पूर्णपणे पूर्वीच्या शांत व मानसिक स्थिर पातळीवर पोहोचू शकतो. कामावरून थकून आल्यावर जेवणाअगोदर व्यायाम केल्यास दिवसभराचा ताण कमी होतो, भूक वाढते.

घामाबरोबर आत्मविश्वास वाढविण्याचे कौशल्य

व्यायामामुळे चिंता कमी होते व आत्मविश्वास वाढतो. एका स्वयंकेंद्रित व अती अंतर्मुख असलेल्या स्त्रीचे उदाहरण द्यावेसे वाटते. ती नेहमी संभाषणात गप्पा मारताना मागे राहात असे. स्वत:विषयी खूपच जागरूक असायची. ती चक्क धावण्याचा ड्रेस घालून नियमित रनिंग करताना पाहून आश्चर्य वाटले. ती नियमित व्यायाम कार्यक्रमात भाग घेऊ लागली व तिच्या व्यक्तिमत्त्वात एकदम बदल दिसू लागला. स्वत:ची प्रतिमा (Self Image) पालटली व दृढ निर्धाराने पाऊल टाकणारी स्त्री बनली. बदलण्याची क्षमता नियमित धावणाऱ्यांच्यामध्ये खूप झपाट्याने वाढते. प्रकृती सुधारते, चेहरा टवटवीत होतो. स्वत:ला स्वीकारण्याची प्रवृत्ती बळावते. प्रत्येक कार्यक्षेत्रात प्राविण्य, धैर्य व क्रियाशील वृत्ती या गुणांचे बीजारोपण होते. निराश झालेली माणसे उत्साही बनतात. व्यक्तिमत्त्व ही बदलणारी बाब आहे. ''मी काहीही करू शकत नाही. पुढे जाऊ शकणार नाही'' असे म्हणणारी माणसे अजून पाच मैल जास्त धावू शकतात. फिटनेस प्रोग्रॅम पूर्ण केल्यावर अद्‌भुत शक्ती संचारल्याचा भास होतो.

मेंदूची कार्यशक्ती वाढते

व्यायामाने स्मरणशक्ती वाढते. कृतिशीलता व समस्या सोडविण्याची क्षमता वाढते. धावताना हृदय वेगाने काम करते. २० टक्के रक्तपुरवठा मेंदूला होतो. ऑक्सिजनचा पुरवठा वाढतो व मेंदूची क्षमता वाढते. साठीला पोहोचलेल्या ३१ जणांचा एक गट चालण्याचा नियमित व्यायाम करू लागला. कोणाला हृदयविकार, कोणाला मधुमेह, कोणाचे रक्त गोठणे तर कोणाला आतड्याचे विकार होते. २६ दिवसांच्या नियमित व्यायामानंतर त्यांच्या चाचण्या घेण्यात आल्या. आत्मसंयमन, सहनशीलता, बुद्धिकौशल्य या सर्व गुणांत ते वरचढ ठरले. बोलण्यात एकसूत्रता, स्वच्छ निर्मळ विचारसरणी, बौद्धिक क्षमता व समज यांत खूपच सुधारणा झालेली दिसली.

स्मरणशक्तीत होणारी वाढ

दुसऱ्या एका चाचणीत व्यायाम व मेंदूचे कार्य यांचा संबंध शोधण्यात आला. चाळीशी ओलांडलेल्या एका गटाने दहा आठवड्यांचा फिरणे व हळू धावणे (Jogging) या व्यायामात भाग घेतला. दुसरा गट व्यायाम न करणाऱ्यांचा होता. दोन्ही गटांच्या टेस्टस् घेण्यात आल्या. एक होती 'आपण किती लवकर गोष्टी आठवू शकतो?' अमुक वयानंतर विसरभोळेपणाची तक्रार करतात, तेही व्यायामानंतर परत ताजेतवाने दिसून आले. प्रतिक्रियासमय व अल्पकाल स्मरण या टेस्टस्मध्ये व्यायाम करणाऱ्या गटाने प्रगती दाखवली. हा बदल ऑक्सिजनची मात्रा मेंदूकडे वाढल्याने झाला असावा असं निश्चित सांगता येत नाही. धावणाऱ्यांची किंवा लयबद्ध व्यायाम करणाऱ्यांची बुद्धी प्रखर बनते. लयबद्ध व्यायाम मनाला शांत, स्वच्छंद समाधी अवस्थेत घेऊन जाण्यास मदत करतो.

एकंदरीत बरं वाटतंय ही जाणीव

लोक धावण्याचा व्यायाम का करतात? त्यातून मिळणाऱ्या आनंदासाठी. व्यायाम बंद झाला तर माघार घेतल्यासारखे वाटते. अस्वस्थता, निद्रादोष व सतत थकवा वाटणे हे त्रास सुरू होतात. व्यायामामुळे मेंदूत होणारी रासायनिक क्रिया झपाट्याने बदलते. पिट्युटरी ग्रंथीमधून एन्डॉर्फिनचा स्राव वाढतो. हा मॉर्फिनसारखा वेदनाहारक द्रव असतो. पण त्याची तीव्रता २००पट असते. त्यामुळेच व्यायाम सुरू होताच सांध्यांचा कडकपणा व स्नायूंचे दुखणे एकदम नाहीसे होते. यामुळेच मॅरॅथॉन शर्यतीत किंवा नृत्यकार्यक्रमात गंभीर जखमा होऊनही अद्वितीय यश संपादन केल्याची उदाहरणे आहेत.

नैराश्यावर इलाज - व्यायाम

शरीरस्वास्थ्य हे तुम्ही काय विचार करता व तुम्हाला कसे वाटते यांवर पुष्कळसे अवलंबून असते. नकारात्मक विचार व नैराश्याची भावना ही डिप्रेशनची मुख्य कारणे असतात. एन्डॉर्फिन्सच्या वाढत्या प्रमाणामुळे चित्तवृत्ती बदलतात. पण व्यायामामुळे नॉरपिनेफ्राइन हार्मोन्सचा स्राव होतो व निराशेची भावना कमी होते. आठवड्यातून पाच दिवस जॉगिंग केले तरी डिप्रेशनचे प्रमाण खूप कमी होते. व्यायामाचा अभाव, शारीरिक हालचाल कमी होणे यांतूनही नैराश्याचा उदय होतो.

मनाचा ठाव घेत धावणे

धावण्यामध्ये फक्त शरीरच काम करते असे नाही. पाय पळण्याची क्रिया करतात. हात उंचावून आपण स्टार्ट घेतो. धावण्यासाठी स्फूर्ती देणारे मन असते. थंड हवा असते. कुत्री भुंकत असतात. तरीही एकाग्र होऊन आपण पळत असतो.

धावण्यासाठी योग्य वेळ

जेव्हा आपण ताजेतवाने असतो ती पहाटेची वेळ योग्य होय. स्वच्छ व शुद्ध

हवेमुळे आपण ताजेतवाने होतो. निसर्गाशी मन एकरूप करून व्यायाम करावा. निसर्गसुंदर रस्त्यावर किंवा बागेत धावण्याचा व्यायाम करावा. गवताळ मैदानावर किंवा जंगलात धावणे जास्त चांगले. धावण्याच्या व्यायामात स्पर्धा असू नये. स्वत:ला हीन-दीन समजून बुजऱ्या वृत्तीने वागणाऱ्यांना हा व्यायाम बिनखर्ची व फायदेकारक आहे. वाटल्यास मित्रासमवेत हा व्यायाम करावा. शरीर व मन दोन्हींची तयारी करावी. चांगल्यापैकी बुटांची जोडी खेरदी करावी. सुरुवातीस हळू धावावे. पळताना आपण संभाषण करू शकू एवढी गती असावी. कोठे काही दुखावा सुरू झाला व विश्रांतीनंतरही दुखणे थांबले नाही तर डॉक्टरांना भेटावे.

दुखावा असो किंवा नसो, मधून मधून विश्रांती घेणे आवश्यक असते. दोन दिवसांनंतर तिसऱ्या दिवशी विश्राम घ्यावा. धावताना श्वासोच्छ्वासाचाही विचार करावयाचा असतो. आकाशाकडे, सूर्याकडे आणि हवेवरही मन केंद्रित करावे.

धावण्यानंतर विश्राम घेणे

धावण्यास जशी सुरुवात करता तसेच थांबताना पण हळूहळू गती कमी करावी. थोडे चालावे. व्यायामामुळे शरीरातील स्नायूंमध्ये असलेले रक्त हातापायांत ओढले जाते व मेंदू व हृदयाकडून खाली येते. आपण एकदम थांबलो तर चक्कर येण्याची शक्यता असते.

धावण्यात स्पर्धा नको

यात चढाओढ नसावी. फक्त मजेसाठी धावायचे! कुठलीही चिंता नाही. धोका नाही. किंवा हरण्याची काळजी नाही. जे स्वत:ला कमी समजतात किंवा निराश असतात त्यांना खरा आनंद मिळतो. एकमेकांना प्रोत्साहन देण्यासाठी एकट्यापेक्षा सोबतीने जाणे बरे! समवयस्कांचा ग्रुप बनविला तर उत्तम. रनिंग सुरू करण्यापूर्वी शारीरिक warm up बरोबरच मानसिक तयारीपण हवी. पूर्वतयारी म्हणून जमिनीवर शांत झोपावे, डोळे बंद करावेत. आणि खोलवर काही श्वास घ्यावेत. मन शांत करावे. मनाने शरीराच्या प्रत्येक भागाची जाणीव घ्यावी. डोके, खांदे यांपासून पायाच्या अंगठ्यापर्यंत सगळ्या अवयवांशी संवाद साधावा. संथपणे होऊ द्या. जेव्हा तुम्हाला पूर्ण शांत वाटेल तेव्हा तुम्ही पुढची तयारी करा.

कोणताही व्यायाम करताना मन व शरीर पूर्ण तणावरहित असावे. काही

कल्पनाचित्रे मनासमोर ठेवावीत. उदाहरणार्थ असे समजा की पाण्याचा झोत तुमच्या पाठीवर जोरात आदळतोय नि तुमचे खांदे चांगले धुऊन निघताहेत. प्रत्येक पाऊल जमिनीच्या मऊ गादीवर पडतेय. जेव्हा तुम्ही टेकडीवर चढत असाल त्या वेळी बळकट हात तुम्हाला ढकलतोय व अद्‌भुत शक्ती तुम्हाला चढायला मदत करतेय. डोळे अर्धवट बंद ठेवून धावा. जमिनीकडे पाहण्यासाठी मान खाली वाकवू नका. शरीराचे संतुलन बिघडेल. पायांना आपले आपण मार्गक्रमण करू दे. धावण्यातून आनंद वाटत नसेल तर निराश होऊ नका. पोहणे, नृत्य करणे, सायकल चालवणे, चालणे असे इतर पुष्कळ व्यायाम आहेत.

◆

विभाग दोन

आशावादी दृष्टिकोन

४. तुम्ही होकारात्मक वृत्तीचे आहात काय?

तुम्ही तुमच्या कंपनीत अत्यंत उपयुक्त सूचन करता व त्याबद्दल तुमचे कौतुक केले गेले तर तुम्हाला तुम्ही स्तुतीस पात्र आहात व असेच सतत प्रयत्न करीत राहिलात तर पदोन्नती मिळेल असे वाटते का? की तुमचे सूचन योगायोगाने उपयुक्त ठरले? पुन्हा असे होईलच याची खात्री देता येत नाही; एवढे कौतुकास्पद असे मी काही केलेले नाही; असे तुम्हाला वाटते काय?

समजा तुम्ही उभे आहात तेथून काही इंचांच्या अंतरावर एक झाडाची फांदी तुटून पडली तर 'सुदैवाने वाचलो' अशी भावना निर्माण होते की जवळच घडलेल्या प्रसंगाने तुम्ही घाबरून जाता?

तुम्ही दवाखान्यात असलेल्या आजारी मित्राला भेटायला गेला असता त्याच्या कॉटजवळ असलेल्या हृदयस्पंदने मोजण्याचे यंत्र, ऑक्सिजन वायू देणारे नाकावरील प्लॅस्टिक उपकरण इत्यादी वस्तू पाहून मित्राला सगळ्या प्रकारची वैद्यकीय मदत वेळेवर मिळतेय यात समाधान मानाल की मित्राच्या खालावत जाणाऱ्या आरोग्याची कीव वाटेल?

वरील तीनही उदाहरणांतून पहिल्यांदा आलेली उत्तरे आशादायी मनोवृत्तीची आहेत. वैकल्पिक विचार हे निराशावादी वृत्तीचे द्योतक आहेत. परिस्थिती तुमच्या मनावर तुम्ही ती कशा स्वरूपात घेता, तसा परिणाम करते. तुम्ही कसा विचार करता यांवर तुमची शारीरिक व भावनिक स्वस्थता अवलंबून असते. जी माणसे नेहमी अंधारी बाजू पाहतात ती स्वत:विषयी न्यूनगंड निर्माण करणारी व निराशेत बुडणारी ठरतात. व शरीरामध्ये सततचा ताण-तणाव निर्माण करतात.

नकारात्मक वृत्तीने विचार करत राहिलो तर स्वत:ला कमी लेखून कायम धीर खचल्यासारखे उदास होऊन जातो आपण मनावर दडपण आले की तोंड देणे किंवा पाठ फिरविणे यांपैकी माघार घेण्याची वृत्ती बळावते. अँड्रेनलाइन ग्रंथीतून स्राव सुरू होतो, नाडीचे ठोके वाढतात. व थकवा जाणवू लागतो. अशी माणसे नेहमी

डोकेदुखी, पोटाचे विकार व उच्च रक्तदाब यांमुळे त्रस्त असतात.

निराशावादी वृत्ती जन्मत:च नसते - ती कशी घालवावी?

आशावादी किंवा निराशावादी वृत्ती जन्मत:च असते असे नाही. अनेक कारणांनी हा स्वभाव घडत जातो. निरनिराळ्या घटनांचा मनातल्या मनात अन्वयार्थ लावून ही वृत्ती घडत जाते. स्वत:ची जाणीव करून घेऊन संभाषण साधून यांवर मात करता येते. खूप हताश व उदास माणूसही होकारात्मक विचार करू शकतो. (cognitive therapy) या तंत्राचा उपयोग करून आपण अंतर्मनात डोकावू शकतो. खोल गेलेला आवाज, सतत कुरकुरण्याची सवय, आव्हानात्मक प्रसंग आला की नेमकी चुकीची कृती करणे असा स्वभाव असणाऱ्यांना या तंत्राने खूप फायदा होतो. प्रथम आपण कोठे कमी पडतोय हे शोधायचे व पद्धतशीर प्रयत्न करून यांवर मात करायची. मनाला उभारी येते यांमुळे.

नेहमी आढळणाऱ्या काही विकृती

१) अतिशयोक्ती - कधी कधी तुम्हाला वाटते, "मी माझ्या घरात काहीही काम करू शकत नाही. माझे जीवन अस्ताव्यस्त झाले आहे." आपल्या अडचणींचा बाऊ करून स्वत:ची गणना असमर्थ माणसांत करता. विचार न करता चुकीचे निष्कर्ष काढता.

२) नेहमी नकारात्मक विचार करणे - आपले काय चुकले हे आठवून स्वत:ला दोष देत राहतो आपण. चांगल्या गोष्टीलाही वाईट समजू लागतो.

३) स्वकेंद्रितता - नेहमी स्वत:विषयी विचार करण्याची सवय असते काहीजणांना. पार्टीला जरी गेले तरी "सगळ्यांचे माझ्याकडेच लक्ष होते कारण मी शरीराने सुटत चालल्लो आहे." अशा प्रकारचे विचार करून नाराज होण्याची सवय असते.

४) हो किंवा नाही यांविषयी सचिंत राहणे - "मी कमिटीवर निवडून येईन का व अध्यक्षस्थान मिळेल का? नाही तर सपशेल पराभवच म्हणायचा!" असले विचार करणे.

५) सतत कुरकुरणे - "मी कोणालाही आवडत नाही. माझे सगळे मित्र दूर होऊ लागलेत. विचार न करता एकदम निराशावादी निर्णय घेण्याची सवय असते काहींना.

नकारात्मक विचार बहुतेक वेळा चुकीचे ठरतात. कार्यकारण भावाचा विचार करून ही वृत्ती बनलेली नसते. कंटाळवाणे वाटतात हे निराशामय विचार. यांतून बाहेर पडण्याच्या मार्गाचा विचार करू या.

पहिली पायरी - आपल्या मनातले विचार आणि भावना पुष्कळदा अस्पष्ट असतात. आपल्या जाणिवेच्या पातळीखाली लपलेले असतात आणि असे नकारात्मक

विचार अधिक नुकसानदायक असतात. आणि म्हणून आपले विचार आणि भावना स्पष्ट करून घेणे ही पहिली पायरी ठरते. हे वाटते तेवढे सोपे नाही. त्यासाठी आपली चित्तवृत्ती बदलण्यापूर्वी किंवा थकवा, डोकेदुखी, यांसारखे शारीरिक बदल जाणवण्यापूर्वी आपल्या मनात काय भावना होती, विचार होता, हे आठवावे. त्याची नोंद घ्यावी.

नकारात्मक विचारांची जाणीव करून घेण्याचा आणखी एक मार्ग म्हणजे अशा विचारांची मोजणी करावी. विचार कोणते आणि भावना कोणत्या हे नीट स्पष्ट करून घ्यावे. एखाद्या माणसाची मैत्रीण त्याला भेटायला येणार असली आणि तिला उशीर होऊ लागला तर, ''ती बहुतेक येणार नाही, कारण तिला माहीत आहे की माझ्यात विशेष असं काहीच नाही.'' असा विचार त्याच्या मनात येऊ शकेल. पण हा विचार नीट तपासला तर लक्षात येईल की, मैत्रीण वेळेवर आली नाही हे सत्य आहे. स्वत:मध्ये काही विशेष नाही हा विचार आहे आणि तिच्या न येण्यामुळे त्याला जे वाईट वाटतं आहे ती भावना आहे. विचार आणि भावना नीट स्पष्ट झाल्या की सत्य परिस्थितीच्या निकषावर तपासून पाहाव्या. असे केले की पुष्कळ नकारात्मक विचार, भावना नाहीशा होतात.

दुसरी पायरी - नकारात्मक प्रश्नांचे उत्तर शोधावे. कोणत्या विचारांनी आपण दु:खी, कष्टी होतो ते जाणून घ्यावे. स्वत:ला प्रश्न विचारा, ''मी खरोखरच एवढा कुचकामी आहे काय?''

एक कोरा कागद घेऊन त्याचे दोन भाग पाडावेत. परत परत येणाऱ्या नकारात्मक उत्तरासमोर होकारात्मक उत्तर लिहून काढावे. खालील उदाहरण पाहा.

एक एकटी पडलेली स्त्री विचार करते. ''माझ्याकडे कोणाचेही लक्ष नाही. कारण मीच वाईट आहे.'' हे डाव्या बाजूला लिहिले जाईल. तर उजव्या बाजूला लिहिले जाईल - ''मेरी मला भेटली नाही कारण ती दवाखान्यात आहे. जया बाहेरगावी गेली आहे. हेमलता बाहेरगावी गेल्याचा फोन आला होता पण मी सपशेल विसरले.'' झाले, प्रश्नांची उत्तरे मिळाली. माझ्याकडे कोणी येत नाही याचे कारण स्पष्ट झाले. एका बाईने एक पेटी बनवली होती तिचे नाव ''बुधवार पेटी''. दररोज सतावणाऱ्या प्रश्नांची ती कागदावर नोंद करी व पेटीत टाकी व वरचेवर त्यांवर विचार करी. दर बुधवारी पेटीतील प्रश्न काढून त्यांची उत्तरे लिहून काढी. वास्तविक जवळजवळ सगळे प्रश्न आपोआप सुटले गेल्यामुळे फाडून फेकून द्यावे लागत. काही प्रश्न उरत. त्यांवर ती शांतपणे तोडगा काढीत असे.

तिसरी पायरी - कृती करणे. नकारात्मक प्रश्नांची उत्तरे शोधून गप्प बसून चालणार नाही. निराशेच्या गर्तेत रुतलेले मन सावध करावयाचे असेल तर कार्य-पद्धतीचा तक्ता तयार करायला हवा. प्रत्येक दिवशी पार पाडण्याच्या कामाचे

वेळापत्रक तयार करायचे व त्याप्रमाणे कामे होतात किंवा नाही ते कटाक्षाने नोंदून ठेवायचे. काम झाल्यावर होणारा आनंदही नमूद करून ठेवायचा. संथ, निष्क्रिय जीवनाला गती मिळेल. आपण दिवसभरात काय केले? अगदीच काही आपण समजत होतो तेवढे निरुपयोगी, निकामी आपण नाही आहोत! कशातून समाधान मिळते ते आपण ओळखू शकतो. हे तिन्ही टप्पे व्यवस्थितपणे पार पाडल्यावर चिंता आणि नैराश्य किंवा उदासीनता पळून जाईल का? या दुखण्यातून आपण बरे होऊ का? पूर्ण जरी नाही झाले तरी अंशत: बदल घडेल. उदासीनता व चिंता नक्कीच कमी हाईल. पूर्णपणे बरी होणार नाही. म्हणून परत डिप्रेशन चक्र सुरू झाले तर त्यांवर इलाज म्हणून परत Booster course करायला लागेल. काही लोकांना वर्षानंतर पुन्हा डिप्रेशन येते. परत तज्ज्ञांचा सल्ला घ्यावा. मानसिक त्रासावर मात करण्याचे प्रचंड सामर्थ्य मानवी मनात आहे. लैंगिक सुखातील असमाधान व मानसिक ताण-तणाव यांवर उपचार सांगणारे पुष्कळ कॉम्प्यूटर प्रोग्रॅमही उपलब्ध आहेत. आपण नैराश्याच्या विषचक्रातून बाहेर पडायचेच असा निर्धार करून प्रयत्न केला तरच ते शक्य आहे.

होकारात्मक प्रवृत्ती जोपासून जोमाने कामास लागा. जेव्हा आपल्या वाईट गोष्टी दिसतील त्या वेळी आपल्यात असलेल्या चांगल्या गुणांची नोंद करा. त्यांची दखल घ्या. तुमच्यात बदल होत असल्याचे नक्कीच दिसेल. त्यासाठी परिणामकारक निश्चयांचा उपयोग करा.

परिणामकारक निश्चय Ettective affirmations

डॉ. जेफ आणि स्कॉट यांनी केलेल्या व्याख्येप्रमाणे "आपल्या नकारात्मक श्रद्धा व अपेक्षा बदलून स्वत:विषयी वैयक्तिक होकारात्मक विधान करून आपल्याला नवीन दिशेला मार्गक्रमण करण्यास प्रवृत्त करणे. म्हणजे परिणामकारक निश्चय!" जे लोक आत्मसंवाद साधून काळजीपूर्वक आपली मते बदलतात त्यांच्या वागण्यात तत्काळ सुधारणा दिसून येते. त्यांची शक्ती वाढते व चांगले परिणाम दिसू लागतात. आपण अशा जगात वावरत असतो की आपल्या चुकांसाठी आपण दुसऱ्यांना दोष देत असतो. आपल्या शक्ती आणि योग्यतेविषयीच्या उणिवांवर आपण पांघरूण घालण्याचा प्रयत्न करतो. आपल्या पालकांकडून, शिक्षकांकडून किंवा आपल्या साहेबांकडून आपण कार्यक्षम व हवे तितके चांगले नाही आहोत यांविषयी अनपेक्षित (शेरे) नेहमी आपणाला मिळतात. त्याला प्रत्युत्तर द्यायला आपण असमर्थ व शक्तिहीन ठरतो. निश्चय करणे हा मनाशी पुनर्विचारणा करून चांगले परिणाम आणण्याचा मार्ग आहे. वरचेवर त्याचा अवलंब केला तर त्याचे चांगले रिझल्टस् दिसू लागतात.

स्वत:विषयीचे नकारात्मक विचार काढून टाकण्यासाठी स्वत:ची होकारात्मक

वाक्ये तयार करा. उदा. ''मी सामर्थ्यवान आहे. माझ्या कामात मला पूर्ण आनंद मिळतो. मी प्रेमळ मनाचा आहे. मी निरोगी व सशक्त आहे'' ही वाक्ये मनाशी घोळवत दिवसातले काही क्षण घालवत जा. व या निश्चयांना जीवनात प्रत्यक्षात उतरविण्याचे प्रयत्न करा. तुमच्यामध्ये बदल होत चालल्याचा प्रत्यय येऊ लागेल.

परिणामकारक निश्चयाचे आठ नियम

१) मनाची ग्रहणशील व आशावादी प्रवृत्ती तयार करा. सर्व मानसिक तणाव झुगारून पूर्ण शिथिल (Relaxed) व्हा. शरीर व मन नवीन गोष्टी ग्रहण करण्यास तयार ठेवा.

२) तुमचा होकार स्पष्ट, थोडक्या नि निश्चयी शब्दांत सांगा. गुंतागुंतीच्या आशा-आकांक्षा साध्या, सरळ भाषेत सांगा.

३) तुमच्या निश्चयांची भाषा वर्तमानकाळातही हवी. निश्चय मनाशी बोलून दाखवताच तो तुमच्यासाठी मानसिक वास्तव असेल.

४) तुम्ही काय करू इच्छिता ते निश्चयात्मक भाषेत सांगा. ''थांबा'' ''नको'' ''असे करू नका'' असे नकारात्क शब्द वापरू नका.

५) तुम्ही तुमचा मनोदय सांगाल त्या वेळेस शंकास्पद शब्द किंवा निराशात्मक शब्दांचा वापर करू नका.

६) आपला निश्चय ठामपणाने, विशाल मनाने व पूर्ण निश्चयात्मक स्वरांत सांगा.

७) तुमचे निश्चय कागदावर लिहून दिवसभरात पुन्हा पुन्हा दिसतील अशा रीतीने समोर ठेवा. परत परत आठवण करा.

८) आपल्या निश्चयांची सतत आठवण ठेवा व त्याप्रमाणे कृती करण्याचा प्रयत्न करा.

आपण अशा जगात राहतोय की आपली वैगुण्ये शोधून त्याविषयी सगळीकडे चर्चा सुरू होते. आपण असमर्थ आहात असे आपल्या शिक्षक, पालक किंवा मालकांकडून वरचेवर निरोप येऊ लागले तर आत्मपरीक्षण करा व निश्चयपूर्वक सुधारणा करण्याचा प्रयत्न करा.

दिवसातून काही क्षण वरचेवर आपल्या निश्चयाची आठवण करून ते पूर्णपणे अमलात आणण्याचा प्रयत्न करा व स्वत:मध्ये बदल घडवून आणा.

◆

५. प्रेम करा व प्रिय व्हा!

प्रेमात पडणे ही सहज घडणारी गोष्ट आहे. ज्या वेळी तुम्ही कोणावर प्रेम करू लागता त्या वेळी तुमचे जागृत मन व्यवहारी जगापासून दूर असते. जेव्हा आपण म्हणतो, ''मी अमुक व्यक्तीवर प्रेम करतो पण का करतो ते माहीत नाही.'' सुप्त मनात काहीतरी भावना असतात. ही भावना हरविण्यास आपण तयार नसतो.

प्रेम म्हणजे दुसऱ्या व्यक्तीचा आहे त्या स्थितीत संपूर्ण स्वीकार! प्रेम म्हणजे ''स्वीकार''! त्या बदल्यात अपेक्षा करणे म्हणजे अस्वीकार. नि:स्वार्थपणे प्रेम करा. कसलीही अपेक्षा ठेवू नका. अपेक्षा ठेवून प्रेम करणे म्हणजे प्रेमाचा झरा अडविण्यासारखे आहे.

आपल्या भावना दुसऱ्या व्यक्तीसमोर उघड करा. भावनांना शब्दस्वरूप देणे खूप जरूर असते. तुम्हाला भीती असते की तुमचे प्रेम स्वीकारले जाईल की नाही? परस्परांनी संभाषण करून मनोगत व्यक्त करणे जरुरीचे असते. अविश्वासाने मोकळेपणी आपले विचार प्रगट केले नाहीत तर नाती तुटतात. अविश्वास अतिशय विघातक असतो. प्रथम स्वत:वर प्रेम करा व मग दुसऱ्याकडून प्रेमाची अपेक्षा करा. आपण स्वत:वर प्रेम करू लागतो म्हणजे प्रेम करण्यास समर्थ बनतो. योग्य बनतो. दुसऱ्यावर प्रेम करू शकतो. लहानसहान फेरफार आपले व्यक्तिमत्त्व आकर्षक बनवू शकतात.

नकारात्मक प्रवृत्ती झटकून टाका

निराशवादी वृत्ती झटकून टाकली पाहिजे. राग, भीती, या सगळ्या भावना आपले स्वत:वर प्रेम नसले म्हणजे उत्पन्न होतात. स्वत:मधील चैतन्यमूर्ती जागृत करा व इतरांनाही प्रेमाने जवळ करा. प्रेम ही अजब शक्ती आहे व ती योग्य मार्गाला लावल्यास माणूस अंतर्बाह्य बदलू शकतो.

नैसर्गिक जीवनाचे अंग

प्रेम करणे हा आपल्या सर्जनशील शक्तीचा सदुपयोग आहे. साधे अन्न, प्रार्थना

व चिंतन याच्याबरोबरच एखाद्याकडे १००टक्के लक्ष देणे हाही या शक्तीची अभिव्यक्ती करण्याचा मार्ग आहे. ध्यान किंवा मन:शांतीचे इतर उपाय संगीत ऐकणे, निसर्गसान्निध्यात भटकणे इत्यादी मनावरचे दडपण दूर करण्यास मदत करतील. आपली सर्जनशील मनोवृत्ती मनावरचे दडपण दूर करून दुसऱ्याकडे लक्ष द्यायला, दुसऱ्यावर प्रेम करायला प्रवृत्त करते. प्रेमात खेळकरपणा असतो. ते उत्स्फूर्त, पूर्णांशाने व्यापक, कोणतेही दडपण नसलले, नैसर्गिक व लवचिक भावनेने भरलेले असते. जे लोक दुसऱ्यावर प्रेम करू शकत नाहीत त्यांच्या शरीरात प्रेमळपणाचा अभाव जाणवतो. रुक्ष वाटतात अशी माणसे! भावनांपासून दूर राहणे, बचावखोर वृत्ती यांचे परिवर्तन शारीरिक तणाव, उथळ श्वासोच्छ्वास, नैसर्गिक लैंगिक सुखाच्या भावनेचा अभाव आणि दबलेला आवाज यांमध्ये होते. जी माणसे भावना दडपतात ती स्वत:ला निरुपयोगी, कुचकामी व नि:सत्त्व समजतात. ती जीवनाकडे पाठ फिरवण्याचा प्रयत्न करतात. यातून आजारांची उत्पत्ती होते. कायम रागाने धुमसणारा माणूस शेवटी कॅन्सरसारख्या रोगाला बळी पडतो. जी माणसे प्रेमळ असतात, स्वत:वर प्रेम करतात, ती नेहमी उत्साहाने ओसंडत असतात, आनंदी असतात. प्रेमभावना व आरोग्य हे हातात हात धरून चालत असतात.

जे भावना दडपून ठेवतात ते निष्प्रभ व दुर्बल बनतात. माघार घेण्याची प्रवृत्ती बनते त्यांची व याची परिणती कॅन्सरसारख्या रोगात होते.

◆

६. देत राहा!

नि:स्वार्थीपणा

नि:स्वार्थीपणामुळे माणूस आनंदी व निरोगी बनतो. कोणालाही मदतीचा हात पुढे करणे यात समाधान असते. दुसऱ्यांना आनंद व आरोग्य प्रदान करण्यासारखे पुण्य नाही. दुसऱ्यांचे भले करण्याचे परमेश्वर भले करतोच. घेण्यापेक्षा देण्यात जास्त आनंद असतो. देतो तो देव व राखतो तो राक्षस. उदार मनाची माणसे आनंदी व दीर्घायुषी असतात. स्वार्थी माणूसच आजारी पडतो. उदारपणा ही निसर्गदत्त देणगी आहे. आपली प्रकृती उत्तम राहावी म्हणूनच ही व्यवस्था असावी. जसे पेराल तसे उगवेल या नियमाने उदारपणाचे फायदे नक्कीच मिळतात.

खारी जशा हिवाळ्यासाठी अन्न साठवून ठेवतात तसे आपण सद्‌भावनांचा साठा करून ठेवला तर संकटाच्या वादळातून आपण आपली सुटका करून घेऊ शकतो. नि:स्वार्थीपणाच्या जोरावर तणावपूर्ण स्थितीतून माणूस सहज सुटका करून घेऊ शकतो. आजारपण आणि आरोग्य यांतील तफावत हेच माणसाच्या मनावरील संयमाचे मोजमाप असते. ताणतणावावर अंकुश असणे हे शरीरातील प्रतिकारशक्तीचे मोजमाप असते. जेव्हा तुम्ही कोणाला मदत करता तेव्हा तुमची अस्मिता वाढते. तुम्ही कोणीतरी आहात ही भावना जागृत होते. तुम्ही कोणाच्या तरी उपयोगी आहात याचा आनंद होतो. यापेक्षा जास्त समाधानाची गोष्ट कोणती आहे? त्यामुळे तुमची प्रकृती नक्कीच सुधारणार.

स्वत:विषयी खूप आदर असणे ही दुसऱ्याची काळजी वाहण्यासाठी आवश्यक बाब आहे. दुसऱ्याची काळजी घेण्यासाठी हा मजबूत पाया आहे. जेव्हा आपण 'मी' 'मी' म्हणतो व जोपर्यंत या 'मी' ला कोणाच्या डोळ्यांत पाहात नाही तोपर्यंत अर्थ नाही. जे दुसऱ्यांना मदत करतात त्यांच्या डोळ्यांत उपकारांची व प्रेमाची वेगळीच चमक असते. यापेक्षा स्वत:चा मोठेपणा दुसरा कोणता असेल?

आपणाला आनंदी, निरोगी व दीर्घायुष्य हवे असेल तर आपण नि:स्वार्थीपणाने

मदत करीत राहिले पाहिजे. परतफेडीची अपेक्षा करता कामा नये. समोरच्या माणसाने आभार मानले नाहीत व आपण नाराज झालात तर नि:स्वार्थी कसले?

एका निवृत्त ज्येष्ठ नागरिक संघाच्या प्रमुखांनी असे म्हटले आहे. स्वत:हून सेवा करणारी ही मंडळी लाख मोलाचे काम करताहेत. जे आपल्या कुटुंबापासून एकटे पडतात, मित्रांचा स्नेह मिळत नाही, जीवनाचा हेतू गमावून बसतात अशा वयोवृद्धांची सेवा करायला मिळण्यात अलौकिक आनंद असतो. जे ज्येष्ठ नागरिक अशा सेवेत रममाण होतात ते खूप आनंदी असतात. त्यांच्या तक्रारी कमी असतात व त्यांना वैद्यकीय मदतीची जरूर पडत नाही.

तुम्ही चिरतरुण भासता. सुदृढ प्रकृती राहते. दुसऱ्यांची काळजी घेण्यासाठी तुम्ही जगता. आपले समाजातील अस्तित्व हे आपल्या सुखावर अवलंबून असते असे नाही तर दुसऱ्यांना आपण किती सुखी करू शकतो यांवर शोभून दिसते.

नि:स्वार्थपणे सेवा करत राहा. कोणत्याही प्रकारची परतफेडीची अपेक्षा करू नका. कर्मण्येऽवाधिकारसते । मा फलेषु कदाचन या तत्त्वाप्रमाणे निष्काम सेवा करत राहा.

◆

७. रोमांचकतेचा रोज अनुभव घ्या

आपण निर्जन समुद्रकिनाऱ्यावर फिरतोय अशी कल्पना करा. बरोबर एक मित्र आहे. संध्याकाळचे सुंदर दृश्य आहे. समुद्रावर संध्यासमयीचा सुंदर धुक्याचा थर पसरला आहे. सागरपक्षी थव्याने उडताहेत. निसर्गसौंदर्याने तुम्ही भारावून गेला आहात. त्वचेवर रोमांच उभे राहतात. संबंध शरीरातून एक लहर पसरतेय. या भावनेचा आविष्कार अनुभवण्यासाठी क्षणभर तुम्ही थांबता. पण तुमचा मित्र समुद्राच्या लाटा व अंधार यांच्या भीतीने तुम्हाला लवकर परतण्याचा इशारा करतोय.

दुसऱ्या दिवशी त्याच मित्राबरोबर तुम्ही शहरातील एका रस्त्यावर भटकत आहात. वाऱ्याची झुळुक येऊन पानांची सळसळ ऐकायला येतेय. जवळच मुलांचा घोळका फेर धरून नाचतोय. पानांची हालचाल ऐकायला येतेय. मुलांचे खळखळणारे हसू ऐकून जगण्यासाठी मौज अनुभवायला मिळतेय. तुम्ही उसासा सोडता व मित्राला सांगता, "बाबारे, जग हे इतके सुंदर आहे की हळूहळू चालून त्याचा आनंद लुटायचे सोडून तू घरी पळण्याची का घाई करतोस?

पण तुमच्या मित्राला असते घाई! तो कुरकुरत तुम्ही 'फालतु', 'अतिउत्साही' आहात असा शेरा मारतो. तुम्ही नाही सुधारणार! अशी टिपण्णी करतो. याचा तुम्हाला अभिमान वाटला पाहिजे. तुमच्या अती रोमांचितपणाला आभार! संध्यासमयीच्या फिरण्यातून तुम्हाला नुसता आनंदच मिळत नाही पण निरोगी व आनंदमय जीवनाची वाटचाल करण्याचा मार्गही मिळतो. रोमान्स आपल्यासाठी चांगला का? जीवनात त्यापासून जास्तीत जास्त काय फायदा घेऊ शकतो? रोमान्स म्हणजे जीवनातील आनंदाशी बांधिलकी.

जीवनातील ताजेपणा - कित्येक लोक यंत्रमय जीवन कंठीत असतात. तजेला हरवलेला असतो. उत्साह, उत्कंठा मावळलेली असते. एकूण मजा मारली जाते हे काही बरोबर नाही. स्वच्छंदी असणे म्हणजे जीवनात सौंदर्य शोधणे होय! रोमांचक पुस्तके लिहिणाऱ्या लेखकांना तुम्ही विचारा म्हणजे (Romantic) चा

अर्थ ते समजावून सांगतील. साध्या साध्या गोष्टीतून मजेदार रंगाचे कारंजे फुलविणारा क्षण म्हणजे रोमांचकता निर्माण करणारा लोलक! लहान मुलाच्या निरागस दृष्टीने आयुष्यातील आश्चर्य पाहणे म्हणजे रोमांचकता.

रोमांचकता व भावनात्मकता यांतील फरक - भावनात्मकतेमुळे तुम्ही गोंधळून जाता. निराश होता. पण रोमांचकता अगदी पारदर्शक असते. त्यातून मन शांत होते. उत्साहित होते. आजूबाजूच्या वस्तूंची जाणीव होते. ज्या वेळी गाण्यातील मधुरता तुम्ही अनुभवता त्या वेळी गाण्याच्या बोलांकडे तुमचे लक्ष नसते. थोडक्यात सांगायचे म्हणजे रोमांचकता हे पोषक तत्त्व आहे. रोमॅन्टिक माणूस म्हणजे "मी महान आहे. माझे जीवन अनमोल आहे. माझ्या आवडी व नीतिमूल्ये महत्त्वाची आहेत" अशी भूमिका असणारी व्यक्ती.

भावना दाबून टाकणे म्हणजे रोमांचकता घालवणे - काही मागण्या, अपेक्षा स्वीकारल्या जाणार नाहीत हे मुलाला समजले की ते मूल इच्छा दाबून टाकते, त्यांकडे दुर्लक्ष करते. भावनांवर दडपण आणणे म्हणजे रोमांचकता हरवणे. काही माणसे देखील अशीच स्वत:ला हरवून बसतात. रोमांचकता जीवनाला

आवश्यक आहे. तुमच्या चित्तवृत्ती फुलून निघतात त्यामुळे. तुम्ही भावुक बनलात म्हणजे तुमच्या नसानसांतून आनंद फुलतो. पक्ष्यांचे मंजुळ गाणे ऐकल्याचा भास होतो. तुम्हाला बरे वाटू लागते. दिवास्वप्न पाहणे हेही रोमांचकतेचे आवश्यक लक्षण आहे.

भावनात्मक सांत्वन करण्याचे काम रोमांचकता करते. जशी विनोदबुद्धी आवश्यक

आहे तशीच रोमांचकताही काम करते.

जीवनात रोमांचकता आणा - जीवन झपाट्याने पुढे जात आहे. जीवनाचा आनंद लुटा. जागरूकता ही रोमांचकतेची जननी आहे. आयुष्यात सतर्क राहणे, मजा लुटणे, विचारी व उत्तेजित असणे या मनाच्या विविध अवस्था आहेत. खूप रोमॅन्टिक व्हायचे असेल तर प्रत्येक सकाळ ही नवेपणाची चाहूल घेऊन येते व अनपेक्षित नजराणा देऊन जाते असे समजा.

सगळीकडे लक्ष असू द्या. मित्राबरोबर जंगलात फिरायला गेलात तर पक्ष्यांचे आवाज, गाणी ऐका. त्या वातावरणाशी समरस होऊन जा. एक अद्‌भुत आनंद अनुभवायला मिळेल.

कोणीही हे करू शकतो. निसर्गसान्निध्यात जा. शेत असो, जंगल असो, बाग असो, जिथे निसर्गाची रमणीयता दिसेल तेथे बसा व आपण त्यांपैकी एक आहोत याचा अनुभव घ्या.

शहरातील रमणीय सकाळ किंवा संध्याकाळ पाहून किंवा रात्रीचे निरभ्र आकाश पाहून तुम्ही आनंद मिळवाल. ताऱ्यांकडे पाहिले की आपल्या अज्ञानाची अनुभूती होते. स्वत:ची काळजी घ्या. चौकस व्हा. तुम्ही रोमॅन्टिक बनाल. रोमांचकता ही आरोग्यदायी असते.

◆

८. अतिगंभीर होण्याची गरज नाही!

स्वत:कडे पाहून हसायला शिका

तुम्ही कोणीही असाल, काहीही करत असाल तरी अपयशाने खचून जाता कामा नये. आपल्या चुकांकडे पाहून हसले पाहिजे. मन मोकळे करून हसा व तुमचा हसरा चेहरा लोकांना पाहू द्या. आपली पाहण्याची वृत्ती बदलली म्हणजे खूप काही मिळविल्यासारखे आहे. तुम्ही स्वत:कडे पाहून हसू शकलात तर निराशेतही तुम्ही आनंदी राहाल. लवकर बाहेर पडाल. व्यक्तिमत्त्व उंचावेल व तुम्ही अधिक लोकप्रिय व्हाल.

सर्वच गोष्टी एवढ्या गंभीरपणे घेतल्या तर आपण आयुष्यात गडगडत जाऊ. विनोदी वृत्तीचा उपयोग खरोखर कोणती घटना जास्त भीतीदायक आहे हे ओळखण्यासाठी करावा. रोजच्या घटना तुम्ही सहजपणे घ्यायला शिका. गंभीरता खरोखर गंभीर प्रसंग येईल त्यासाठी राखून ठेवायला हरकत नाही. विनोद हेच या अपूर्णत्वाने भरलेल्या जगात उपयुक्त साधन आहे. आपणही अपूर्णच आहोत. मानसोपचारामध्ये विनोद हे शस्त्र आहे. आयुष्यातील ताण-तणावांतून सुटका करून घेण्यासाठी विनोदाचा उपयोग होतो.

एका प्राध्यापक साहेबांनी आपल्या रूममध्ये आरसा लावला होता. ते वर्गावर तास घ्यायला जाण्यापूर्वी त्यात पाहून भांग पाडीत असत. आरशाखाली लिहिलेले होते, ''या माणसाकडे फार गंभीरपणे पाहू नये.''

ते म्हणत, ''मी सर्वसामान्य, अहंकारी व चमत्कारिक माणूस आहे. मला सर्व गोष्टी खूप गंभीरपणे घ्यायची सवय आहे. पण कधी कधी मला वाटते, माझी शिकविण्याची पद्धत व राजकारणातील माझे वाढते वर्चस्व हेच जगातील सर्वात महत्त्वाचे कार्य आहे असे नाही.''

स्वत:च्या पात्रतेची जाणीव

स्वत:लाच हसत राहिलो म्हणजे आपण अधिक स्पष्टवक्ते बनतो व स्वत:ला संपूर्ण स्वीकारण्यास तयार होतो. विनोदी वृत्तीचा दुसरा एक फायदा असा होतो की अनेक दडपून ठेवलेले विचार आपण मोकळेपणाने बोलू शकतो. अतिगंभीर होण्याने

तुमच्या मनावर खूप दडपण येईल व नंतर त्रयस्थपणे त्या समस्यांकडे पाहिले तर ''यात काहीच चिंता करण्यासारखे नव्हते'' असे दिसून येईल.

मानसोपचार तज्ज्ञ फ्रँक प्रेरॉस्ट यांच्या म्हणण्याप्रमाणे त्यांच्याकडे येणाऱ्या रुग्णांमध्ये विनोद तीन टप्प्यांनी व्यक्त होतो. पहिली पायरी अपरिपक्व स्थितीची. रुग्ण आपले गुणावगुण रडून किंवा हसून व्यक्त करतात. दुसऱ्या टप्प्यात ते दुसऱ्याकडे पाहात रागाने, तुच्छतेने हसतात. तिसऱ्या टप्प्यात ते आपल्याच अवगुणांवर मनसोक्त हसतात. संपूर्ण आत्मविश्वासाने व न घाबरता संकटाला तोंड देतात. संकटाकडे विनोदी वृत्तीने बघतात. दुसऱ्यांना दोष न देता हसत हसत जबाबदारी स्वीकारतात. ही पात्रता आली म्हणजे त्यांची वृत्ती बदलते. काही प्राप्त करून घ्यायचे असेल तर कष्ट करायला हवेत हे ते स्वीकारतात. ही पात्रता आली म्हणजे त्यांची वृत्ति बदलते. परिणामकारक जीवन जगतात. आपल्या उणीवा समजून वागतात. तेच खरे सुखी होतात.

नैसर्गिक उच्च उपचार

स्वत:ला गुन्हेगार समजणे म्हणजे स्वत:विषयी गंभीरपणे विचार करणे. 'मी आदर्शवत वागले पाहिजे.' आदर्श बनण्याचा प्रयत्न सुरू झाला म्हणजे विनोदी वृत्ती नाहीशी होते. 'Let go' जाऊ द्या झालं ही वृत्ती ठेवून जगावर प्रेम करा. स्वत: गंभीर व्हा पण अहं बाळगू नका. समर्थ होणे, दुसऱ्यावर माया करणे यांत गैर काही नाही.

विनोदाला पैसा खर्च करावा लागत नाही. आपल्या भावना दाबून ठेवण्यात आपण आपली शक्ती खर्च करतो. आपण गंभीर व्हायला तर पाहिजे पण त्याबरोबर विनोदी वृत्तीही जोपासली पाहिजे. द्विधारी दृष्टी बाळगली पाहिजे.

यांवर काही तज्ज्ञांचा सल्ला असा आहे.

१) एखादी विनोदी म्हण लक्षात ठेवा. आणि जेव्हा जेव्हा तुम्ही निराश/हताश व्हाल तेव्हा ती म्हण स्वत:शी म्हणत जा. उदाहरणार्थ : जर जीवनात मला लिंबेच मिळाली तर त्यांचे सरबत बनवून मी खुश राहीन व थकावट दूर करीन.

२) काही कारणाने तणाव निर्माण होऊ लागल्यास अशा वेळी काहीतरी बारीकशी हालचाल करण्याची सवय लावून घ्यावी. उदा.- दाढीवर अंगठा ठेवून बोटांची हालचाल करीत राहणे. त्यामुळे तणाव कमी होतो.

३) आपल्या कामांत विनोद निर्माण करा. जसे गवंडीकाम करणारा किंवा फ्लशचे काम करणारा आपल्या गाडीवर बोर्ड लावतो - 'फ्लशमुळे सर्व घर हादरते.'

एखादा माणूस नियमित उशीरा येत असेल तर त्याला म्हणावे, 'आमचे सुदैव म्हणायचे की तू रुग्णवाहिकेची व्यवस्था करणारा नाहीस.' यात विनोदही आला व उशीरा येणाऱ्याला टोमणाही मारता आला.

नेहमी मित्रांच्या घोळक्यात राहा. मित्र असे असावेत की ते तुमच्या चुकांसाठी तोंडावर हसून विनोद करतील.

◆

विभाग तीन

नकारात्मक भावनांचा निचरा

१. रडणे व कण्हणे नैसर्गिक सुरक्षा झडपा

हवे तेव्हा रडू येणे अवघड असते. मानसिक त्रासाचे असते. जेव्हा दुःख एकवटून येते तेव्हा अश्रुधारा वाहू लागतात. दुःखद भावनांचा ताण कमी करण्यासाठी कण्हणे किंवा रडणे हे संरक्षक झडपांसारखे (Safety valves) काम करते. भावनिक दुःखामुळे शरीरात विषारी द्रावांचे स्रवण होते व रडण्यामुळे अश्रूंवाटे ते बाहेर पडतात.

याच कारणाने दुःखप्रसंगी मनसोक्त रडण्याने हलके वाटते. एखादी पत्नी पतिनिधनानंतर दुःखातिशयाने रडली नाही तर तिला मुद्दाम रडविण्याची प्रथा आपल्या समाजात आहे. शास्त्रज्ञांनी दुःखावेगाने वाहणारे अश्रू व इतर कारणांनी (कांदा चिरणे, अश्रुधूर, खरचटणे) वाहणारे अश्रू वेगळ्या प्रकारचे असतात हे सिद्ध केले आहे. दोन्ही प्रकारच्या अश्रूंचे रासायनिक सूत्र (composition) वेगवेगळे असते हे पृथक्करणानंतर आढळून आले आहे.

दुःखाच्या वेळच्या अश्रूंमध्ये Endorfin नावाचे वेदनाशामक (Pain reliver), वेगवेगळे हार्मोन्स व अँड्रेनलाइन नावाचे द्रव्य असते. इतर वेगळ्या अश्रूंमध्ये या घटकांचे प्रमाण अत्यल्प असते.

तणाव नाहीसा होतो

कित्येक मानसशास्त्रज्ञ रडणे हे फायदेकारक आहे असे मानतात. रडण्याने भावनिक ताण कमी होतो. तणावामुळे बिघडलेले संतुलन परत राखण्यास मदत होते. रडणे ही मदतीची हाक असते. विचारांचे आदानप्रदान करण्याचे माध्यम म्हणजे रडणे. नजीकच्या नातेवाईकाला ती मदतीचा हात देण्याची विनंती असते.

रडू दाबून ठेवणे म्हणजे इतर सर्व भावनांना दडपून टाकणे. याचा परिणाम आयुष्यमान घटण्यात होतो.

अश्रूंना मनमोकळेपणाने वाट करून द्या

स्त्री तथा पुरुषांना रडणे अत्यावश्यक आहे. आपले दुःखाचे कारण दुसऱ्यांना

सांगावे. ज्याला रडू येत नसेल त्याने काय करावे? रडण्याची जरूर काय आहे याची जाणीव आपणास असावी. कोणत्या दु:खामुळे तुम्ही रडताय ते सांगा. रडण्याचे तंत्र शास्त्रज्ञांनी शोधून काढले आहे ते असे.

शांत बसा. हात छातीच्या वरच्या भागावर ठेवा व दीर्घ श्वास घ्या. जोरजोरात श्वास घेऊन आवाज करा. आवाजात होणारा बदल जाणवेल व लहान मुलासारखा रडण्याचा आवाज कराल. लक्ष देऊन ऐका. त्यातील दु:ख अनुभवा. हुंदके देऊन रडताना येणारा अनुभव घ्या. ही क्रिया चालू ठेवा. मंदिरात किंवा प्रार्थनागृहात गेलात व डोके दुखू लागले तर बाहेर येऊन रडण्याचा व्यायाम करा. तुमचा सर्व ताण दूर होईल व ''किती किती हलके वाटतेय'' हा अनुभव येईल. समाधानाचा सुस्कारा सुटेल.

कण्हण्यातून दु:ख दूर करा

गुंगीचे औषध देऊन शस्त्रक्रिया केल्यावर ज्या वेळी त्याचा अंमल कमी होतो तेव्हा रुग्ण आपोआप कण्हू लागतो. तसेच खूप वेदना होत असतील तर कण्हण्यातून मदत मागतो. पण डॉक्टर आणि नर्सेस याला विरोध करतात कारण त्यामुळे इतरांना त्रास होतो. कण्हण्यासाठी खोल श्वास घ्यावा लागतो व जास्तीत जास्त ऑक्सिजन शरीराच्या सर्व भागांना पुरविला जातो. शरीरात जोरदार कंपने निर्माण होतात. त्यामुळे अंतर्गत मसाज होतो. जितके जास्त जोरात हे चालू ठेवावे, तेवढे बरे वाढते. आरोग्याला कण्हणे हितावह असते. उसासा (sigh) यापेक्षा कण्हणे हे खोलवर परिणाम करते. उसासामध्ये सुटकेची भावना असते. (I am glad that is over) मन व शरीर दोन्ही कृतज्ञतेची भावना व्यक्त करतात. वाढत्या दबावाबरोबर सुरक्षा झडपेसारखे काम करते.

एका हॉस्पिटलमध्ये डॉक्टरांनी रुग्ण आणि नर्सेस यांच्यासमवेत कण्हण्याचे प्रात्यक्षिक करून घ्यायचे ठरविले. त्यांना आपापल्या जागेवर बसून समजावून सांगितले पण सुरुवात करण्याऐवजी मूर्खासारखे हसण्याचे आवाज येऊ लागले. किंचित तणाव दिसू लागला चेहऱ्यावर. काही वेळानंतर कण्हण्याचा आवाज येऊ लागला. पार्श्वसंगीताच्या तालावर कण्हणे सुरू झाले.

पंधरा मिनिटांच्या खोल कण्हण्यानंतर डॉक्टरांनी सर्वांना ''कसे वाटतेय?'' असे विचारले. त्यांवर प्रत्युत्तर मिळाले. ''आठवड्यात पहिल्यांदा मला हलके वाटू लागलेय!'' ''सर्व ताण-तणाव दूर झाले.'' ''माझे सर्व शरीर अंतर्बाह्य हलके वाटू लागले आहे.'' अशा प्रकारचे अभिप्राय मिळाले. केव्हाही भावनिक ताण निर्माण झाला की जमिनीवर झोपून कण्हायला सुरुवात करा. झोपायला जागा नसेल तर बसल्या बसल्या किंवा उभे राहून दहा मिनिटे कण्हण्याचा प्रयोग करा. कण्हण्यामुळे शरीरात स्पंदने निर्माण होतात. पोटात छातीमध्ये व घशात कंपने होऊन हलके

हलके वाटू लागते.

त्यानंतर येते कुरकुरण्याची, किंचित विव्हळण्याची अवस्था म्हणजेच (Moaning) दु:खाचा कढ कण्हण्यातून काढून टाकल्यानंतर संथ शोकावस्था सुरू होते. स्वत:ला बरे वाटण्यासाठी याचा उपयोग होतो. परीक्षा चालू असताना सर्व विद्यार्थी एकत्र जमून कुरकुरणे, ओरडणे यांतून आपला तणाव व्यक्त करीत असतात.

कामावरून घरी येताना कण्हण्याचा सराव करा

एकादा पर्यवेक्षक किंवा विभागप्रमुख कामावर असताना खूपच हताशा अनुभवतो. जेव्हा घरी येतो तेव्हा मुले, पत्नी व इतरांवर याचा राग काढतो. यांवर डॉक्टरांनी कण्हण्याचा उपाय सुचविला आहे. गाडीच्या काचा बंद करून हा प्रयोग केला म्हणजे दुसऱ्यांना ऐकायला जाणार नाही. असे करून घरी आल्यावर घराचे फाटक उघडताना खूप हलके वाटते. घरातील सदस्यांवर राग काढण्याचा प्रकार थांबेल.

व्यवस्थापकीय अधिकारी, मॅनेजर, नर्सेस, शिक्षक किंवा पालक हे संघर्ष, झगडा, निराशा यांतून जात असतात. जेव्हा मनावरचे दडपण वाढत जाते तेव्हा त्याचा उद्रेक केव्हा ना केव्हा तरी होतो. यांवर कण्हणे उपयोग पडेल.

कण्हण्यामध्ये एक काळजी घ्यावी लागते ती म्हणजे आवाजामुळे दुसऱ्यांना त्रास होता कामा नये. त्यांना आधीच पूर्वसूचना देऊन ठेवावी की आवाज ऐकू आला तरी कोणीही मदतीची घाई करू नये.

◆

१०. राग शांत करण्याचा आरोग्यदायक मार्ग

राग आला म्हणजे माणूस दात खातो व रागाला वाट करून देतो. राग दाबून ठेवणे वाईट! प्रकृतीला हानिकारक असते. राग प्रदर्शित करण्याने वाढतो. राग आला असताही शांत राहणारे पण उघडपणे व्यक्त न करणारे, तोंडाने किंवा शारीरिक संघर्ष न होऊ देता शांत राहणाऱ्यांना भांडणाऱ्यांपेक्षा रक्तदाबाचा कमी त्रास होतो. भांडण शांतपणाने मिटविता येते.

व्यक्त करण्याने रागाचा पारा वाढतो

रागाच्या भावनेबरोबर इपिनेफ्राइन व नॉरेपिनेफ्राइन द्रवांचे स्राव सुरू होतात. ताणतणावाचे वेळीही हेच द्राव पाझरतात. या हार्मोन्समुळे नाडीचे ठोके वाढतात. रक्तदाब वाढतो. रक्तातील साखरेचे प्रमाण वाढते. पचनक्रियेला अडथळा निर्माण होतो. दाबून ठेवलेला राग कोठेतरी उफाळून बाहेर येतो. जास्त नुकसानकारक असतो. आतड्याचे विकार, श्वासोच्छ्वासाचा विकार, रक्तप्रवाहात अडथळे आणि त्वचेचे विकार यांना तोंड द्यावे लागते. यातून कॅन्सरचाही उद्भव संभवतो.

निरोगी स्त्रिया रागावतात पण लगेच विसरून जातात असे दिसून आले आहे. त्या आपले लक्ष व शक्ती दुसऱ्या कामाकडे वळतात. ज्या स्त्रिया राग सहन करू शकत नाहीत त्या मनातल्या मनात झुरतात. पुरुषांच्या मानाने स्त्रियांमध्ये यांमुळे एक प्रकारची निराशा दिसून येते. राग ही नैसर्गिक भावना आहे व ती स्वीकारली पाहिजे. राग व्यक्त करणे ही प्रकृती निकोप ठेवण्यासाठी आवश्यक बाब आहे. तो अशा प्रकारे व्यक्त करावयाचा, जेणेकरून आपल्या आरोग्यावर परिणाम होणार नाही व समाजात स्वीकारला जाईल. आई-वडिलांनी मुलांच्या रागावण्याकडे मोकळ्या मनाने व समंजसपणे लक्ष द्यावे.

आपण आयुष्यात सर्व गोष्टी किती सहजपणे घेतो हा प्रश्न आहे. कार्यकारणभावाचा विचार केला तर कितीही भयंकर राग आला असला तरी सौम्य होतो. राग येण्याचे कारण आपली तक्रार दुसऱ्यासमोर मांडणे हेच असते. आरोग्यास अनुकूल अशा

राग प्रदर्शनाच्या काही वाटा आपण पाहू या.

१) राग आलाय हे ओळखणे - हे खूप सोपे वाटेल. पण बरेच वेळा हेच अवघड असते. आपल्याला राग आलाय हे आपण कबूल करत नाही कारण आपल्याला त्याची भीती वाटते किंवा राग आला म्हणून आपले मन आपल्याला खात असते.

२) नक्की कशामुळे आपण रागावलोय ते शोधा - आपण ज्या गोष्टीसाठी चिडलोय ते योग्य आहे का? लहानसहान गोष्टीमुळे आपण अस्वस्थ झालेलो असलो तर ते विसरून जा. शांतपणे विचार करून यातून मार्ग काढा.

३) तुम्हाला चिडायला लावणाऱ्याला एक संधी द्या - ''माझ्याशी असे वागायला तो स्वत:ला काय समजतोय?'' अशा प्रकारे राग व्यक्त करण्यापेक्षा आज या माणसाचा खराब दिवस उजाडलेला दिसतोय असे समजून त्याच्या वागण्याचे समर्थन करा व त्याचे वागणे समजून घ्या.

४) एक ते दहा अंक मोजा - मन शांत करण्याचा उपाय शोधा. एकदम भडकून जाऊन उपयोगी नाही. प्रथम शांत व्हा मग योग्य प्रकारे झगड्याचा अभ्यास करा.

५) दुसऱ्या माणसावर हल्ला न करता तुमची तक्रार सांगा - यासाठी युक्तीने व सुमधुर बोलण्याने तुम्ही खरे काय ते सांगा. ''तुमचे वागणे चुकीचे आहे'' असे म्हणण्यापेक्षा ''माझे मन दुखावले आहे. माझी अडचण तुम्ही का समजत नाही?'' असे म्हणून समजावून सांगा.

६) ऐकून घ्या - दुसऱ्याचे म्हणणे ऐकून घेणे हे खरोखर कठीण काम असते. पण जरूर प्रयत्न करा. नीट ऐकून घ्या व समजण्याचा प्रयत्न करा. संघर्ष कमी करण्याची ही गुरुकिल्ली आहे. झगडा मिटला की आपोआप रागाचा पारा खाली उतरेल.

७) क्षमा करणे - जेव्हा तुम्ही एकाद्याला क्षमा करता अगदी स्वत:ला सुद्धा, तेव्हा तुमच्या व समोरच्या व्यक्तीच्या शारीरिक व मानसिक अवस्थेत खूप बदल होतो. तुम्हाला सुटका झाल्याचा आनंद मिळतो व एकदम हलके वाटते. तुम्ही सुटकेचा श्वास सोडता. तुमचे अंत:करण मृदु होते. रक्तदाब कमी होतो व हृदयस्पंदने वाढलेली असतात, ती नॉर्मल होतात. एकादे वेळेस डोळ्यात पाणी पण येते. सर्वात महत्त्वाचे म्हणजे क्षमेतून तुम्ही नाते जुळवून आणण्यासाठी आवश्यक ते प्रेम संपादन करता.

◆

११. नुकसानीतही वाटचाल करून यातनांवर फुंकर घालणे

शोक किंवा वियोगाचं दु:ख ही अतिशय तीव्र अशी मानसिक वेदना असते. कधी कधी ती अचानक वाट्याला येते आणि पुढे महिनोन् महिने, वर्षानुवर्षं सोसावी लागते. ती आपल्या प्रतिकारशक्तीवर परिणाम करते. त्यामुळे अनेक शारीरिक दुखण्यांचा (कॅन्सर व संधिवातासकट) प्रतिकार करण्याची क्षमता कमी होते.

पण शोक म्हणजे वियोगदु:खाची तीव्रता कमी करण्याचा मार्ग आहे. शोकाची भावना स्वाभाविक तर आहेच, ती उपकारकही आहे. मात्र नुकसानीला आपण कसे तोंड देतो यांवर बरेचसे अवलंबून असते. दु:ख नव्हे पण भीती आपणास सतावत असते. मृत्यूचे भय आपणाला दु:खप्रदर्शन करायला भाग पाडते. नातलग आपणाला "खंबीर व्हा, धीर धरा, चांगलेच होईल, दु:ख करू नका" असा उपदेश देतील. धर्मगुरू मृत्यूनंतरच्या मोक्षप्रद नेणाऱ्या जीवनाचे चित्र उभे करतील व रडण्याचे काही कारण नाही असे आपणास उपदेश करतील. डॉक्टर वेदनाशामके किंवा दु:ख विसरण्यासाठी गुंगी आणणारी औषधे देतील पण हा दुखण्यावरचा इलाज नव्हे.

भावनांना ओळखून बरे होण्याचा प्रयत्न

काय व कसे घडले हे वारंवार सांगण्याने आपले त्या विषयीचे विचार आणि भावना स्पष्ट होतात आणि वियोग स्वीकारायला मन तयार होते दु:ख, अपराधी भावना, राग, हताशा, एकटेपणा, भीती, चिंता आणि शरम या नैसर्गिक भावना आहेत. त्या आपण मोकळेपणे व्यक्त करणे जरूर असते. "आपण कोणावर ओझे आहोत, आपले कोणी ऐकत नाही" ही भावना दूर करायला हवी.

रडण्याने विषारी द्रव्ये बाहेर निघून जातात व भावनात्मक आघात हलका होतो व आपणास बरे वाटते. या सांत्वनाच्या क्रियेला जितका जास्त वेळ मिळेल तेवढे बरे असते कारण प्रत्येकाला कमी-जास्त प्रमाणात वेळ लागतो. दु:खप्रसंगी स्वयंपाक,

इतर कामे व सांत्वन ही कामे घाईने करणे जमत नाही म्हणून शोक करणाऱ्या कुटुंबास जेवू- खाऊ घालण्याची जबाबदारी शेजारी-पाजारी व नातेवाईक हे उचलतात.

शोक कमी करणारे मुख्य घटक

१) नैसर्गिक सामाजिक गुंफण - पुरुषांपेक्षा स्त्रिया सहज दु:ख व्यक्त करू शकतात व लवकर स्वत:ला सावरतातही. मित्र व नातेवाईक यांचा ज्यांना पाठिंबा असतो ते लवकर शोक आवरू शकतात. स्त्रियांचे जवळीकीचे संबंध व नाती यांमुळे त्या मोकळ्या मनाने आपले प्रश्न बोलून दाखवतात व लवकर शोकमुक्त होतात.

२) संतुलित आहार - जे लोक आपल्या खाण्यापिण्याच्या सवयी टिकवून ठेवतात, पौष्टिक आहार घेतात त्यांचे आरोग्य चांगले राहते. शोककालात मोठ्या प्रमाणात वजन घटणे किंवा वाढणे बरोबर नाही.

३) जरूर तेवढे द्रवपदार्थ घेणे - बऱ्याच वेळा शोकसमयामध्ये तहान विसरून जातो माणूस. बऱ्याच वेळा मद्य किंवा उत्तेजक पेय घेतले जाते. पण त्यामुळे शरीरातील पाण्याचे प्रमाण घटते व समतोल बिघडतो.

४) नियमित व्यायाम - शरीराला ताण देणारे व्यायाम घेणारे लोक दु:ख सहन करण्यात व्यायाम न करणाऱ्यांपेक्षा जास्त कणखर असतात.

५) विश्रांती व शांती शक्तिदायक असतात - जरूर वाटेल तेव्हा विश्रांती घेतल्याने व नेहमीच्या झोपण्याच्या सवयीप्रमाणे झोप घेण्याने बरे वाटू लागते. दु:खापासून आपण पळून जाऊ शकत नाही. पण विश्रांती व शांती यांमुळे आपली ताकद पुन्हा येते.

निरोगी मनाची ठेवण

या पाच गोष्टींइतकीच आपली मनोवृत्ती महत्त्वाची असते. जीवनात पुन्हा पूर्ववत समरस होणे जरूर असते. मोठे नुकसान होण्यापूर्वी परिस्थितीशी जुळते घेण्याची मनोवृत्ती घडवायला हवी.

दैनंदिन घडामोडींतून आपण येणाऱ्या आपत्तींना सहज सामोरे जाण्याची सवय लावून घेतली तर मोठा आघातही आपण सहज सहन करू शकू.

आपणांपैकी प्रत्येकाला मृत्यू अटळ आहे. पण बऱ्याच लोकांना मृत्यूची भीती वाटते. लैंगिक सुख आणि मृत्यू या दोन विषयांवर चर्चा करायला लोक सहज तयार नसतात. जीवनात जन्माला म्हणजेच प्रवेशाला जेवढे महत्त्व आहे तेवढेच गमनाला म्हणजे मृत्यूला महत्त्व आहे. प्रत्येक क्षणी आपण मृत्यूच्या जवळ जात असतो. हळूहळू आपली शारीरिक क्षमता कमी होत जाते. त्वचेवर सुरकुत्या पडू लागतात. सांधे ठिसूळ होऊ लागतात.

छोट्या छोट्या हानीतून मोठी शिकवण

जसे जसे आपले वय वाढत जाते तसे तसे आपण मृत्यूच्या जवळ जवळ

जातो. एक प्रकारे ही आपली मृत्यूची तयारी असते. या तयारीसाठीच जणू आपल्या जीवनात हानीचे, नुकसानीचे प्रसंग घडत असतात. कधी एखादी वस्तू हरवते, कधी एखादा जवळचा संबंध तुटतो, कधी आर्थिक फटका बसतो तर कधी आणखी काही. आपल्या मनासारख्या सर्व गोष्टी होतातच असे नाही. नकार, राग, निराशा यांपैकी कोणत्या ना कोणत्या कारणांसाठी आपली प्रगती खुंटते, मरणाचा किंचित अनुभव असतो हा. आपण आलेल्या संधीचा जास्तीत जास्त उपयोग करून घेतला पाहिजे. जुन्या सवयी सोडून जरूर ते बदल अमलात आणावेत. प्रत्येक नुकसान किंवा संकट काहीतरी नवीन करण्याची संधी आहे असे समजावे.

आर्थिक अडचणी लगेच नुकसान न करता येणाऱ्या संकटाची चाहूल देतात. पुंजी संपू लागली म्हणजे आपण खर्चात कपात करतो. अनावश्यक खरेदी थांबवतो. अंतर्मुख होऊन जगाकडे कानाडोळा करतो. प्रत्येक संकट काही ना काहीतरी देणगी देऊन जाते. शरीरातील प्रत्येक बदल हे आपले एक प्रकारचे नुकसानच असते. आपण पूर्वीसारखे भरभर चालू शकत नाही. लैंगिक सुखातील उत्कटता पूर्वीसारखी राहात नाही हे पटले म्हणजे आपण नवीन पर्याय शोधू लागतो. कमी झालेल्या लैंगिक आसक्तीतून साथीदाराशी शरीरसंबंधाशिवायचे जवळीकीचे मार्ग चोखाळतो.

मृत्यूतून मिळालेला संदेश

एका लेखकाचा अनुभव अभ्यासण्यासारखा आहे. काही वर्षांपूर्वी त्याच्या प्रिय पत्नीच्या मृत्यूमुळे त्याला जीवनातील अग्रीमता ठरविण्याची संधी मिळाली. मुलीबरोबर घालवायची सुट्टी त्याने तिच्याबरोबर घालविली. पत्नीच्या मृत्यूने आघात झाला पण त्याचे जीवन पूर्णत्व व जास्त व्यस्ततेकडे वळाले.

जीवनात अनेक अनुभव येतात. अनुभवाने माणूस शहाणा होतो. आपली पूर्वीची छबी हरवली म्हणून वाईट वाटून घेत नाही. चांगल्या गोष्टी मनात ठेवून कृती करीत राहतो. वाईटाची स्मृती विसरून जातो.

दोन मुनींची गोष्ट ऐकण्यासारखी आहे. दोघे साधू एका गावाहून दुसऱ्या गावी जात असतात. रस्त्यात एक नदी लागते. पावसाळ्यामुळे नदी दुथडी भरून वाहात असते. काठावर एक सुंदर तरुणी चिंताक्रांत अवस्थेत बसलेली असते. दोघांपैकी एक साधू तिला खांद्यावर बसवून नदी पार करवतो व खाली उतरवून चालू लागतो. मैलभर गेल्यावर दुसरा साधू म्हणतो, ''आपणाला स्त्री स्पर्श वर्ज्य असताना तुम्ही त्या स्त्रीच्या रूपावर भाळून तिला खांद्यावर बसवून नदी ओलांडायला मदत केली हे बरोबर आहे काय?'' दुसरा साधू म्हणाला, ''मी तर तिला केव्हाच विसरून गेलोय पण तू का तिची आठवण अजून चघळत बसलायेस?'' आपणही अशा सुख-दुःखाच्या गोष्टी सतत मनात घोळवत असतो व निर्भेळ आनंदाला पारखे होतो.

◆

१२. भीतीवर विजय मिळविणे

साधी भीती (fear) व विनाकारण भेदरणे (fobia) या दोन अलग संकल्पना आहेत. भीती अनावर आणि प्रमाणाबाहेर असली आणि एकाच गोष्टीमुळे अशी अनावर भीती वाटत असली तर तिला फोबिया म्हणतात. मनात शंका ठेवून वागू नये. एक ऑपेरा नर्तकी होती. स्टेजवर येण्यापूर्वी तिच्या पोटात दुखू लागले. पण तिने तक्रार केली नाही. कारण भीतीमुळे आवाज भावपूर्ण होतो असे तिला वाटतं असे.

काहींना पाण्याची भीती वाटते. उंचीवर गेले की खाली पाहायला भीती वाटते. मुलांना भुताखेतांची भीती वाटते. कोणाला दुसऱ्याशी भांडण्याची भीती वाटते. मृत्यूची भीती नव्वद टक्के लोकांना असते.

फोबियामध्ये खूपच दु:खदायक अवस्था होते. एकदा सुरू झाला की हृदयाचे ठोके वाढतात, डोके चक्रावू लागते. तळहाताला घाम सुटतो, गुडघे वळतात, श्वासोच्छ्वास घ्यायला त्रास होतो. जणू काय हृदयविकाराचा झटका येणार अशी भावना होते. अमुक एक मर्यादेपर्यंत याचा परिणाम राहतो. यांवर इलाज करण्यासाठी दवाखाने आहेत. त्यात समूह उपचार, शिथिलीकरण तंत्र, आहारात बदल, कौटुंबिक पाठिंबा यांच्या आधारे उपचार केले जातात.

फोबिया कसा उद्‌भवतो याविषयी बऱ्याच उपपत्ती आहेत. काहींच्या मते प्राण्यांविषयी फोबिया होण्याचे मूळ लहानपणात असते. काही भीतिदायक कहाणी ऐकली असेल व त्याचा खोल ठसा मनावर उमटला असेल. दुसऱ्या प्रकारचा फोबिया विशी किंवा तिशीमध्ये डेव्हलप होतो. शारीरिक विकार, घरगुती तणाव, प्रिय व्यक्तीचा वियोग, कामावरचा ताण-तणाव यांसारखी कारणे असू शकतात.

अनेकदा भीती अनाठायी आहे हे माहीत असूनही मनाने घेतलेला धसका कमी होत नाही. भीती वाटण्याचे काहीही तर्कशुद्ध कारण नाही हे माहीत असूनही ज्यांची भीती नाहीशी होत नाही, अशा प्रकारच्या रुग्णांना एकत्र करून शिथिलीकरणाचे

तंत्र, (Relaxation technique), आहारात बदल, कुटुंबाचा पाठिंबा, भीती निर्माण करणाऱ्या प्रसंगांना हळूहळू तोंड द्यायला शिकविणे या उपचारांनी बरे करता येते. एका बाईला लहानपणापासून प्रार्थनामंदिराची भीती वाटे. विसाव्या वर्षानंतर तिला हॉटेलमध्ये जाण्याची भीती वाटू लागली. मंदिरात गेली की दाराजवळ बसे, म्हणजे मनात आले की पटकन निघून जाता यावे. हॉटेलात गेली की बसण्यापूर्वी २/३ वेळा बाथरूमला जाऊन येई. मनात भीती असे की बसल्यावर बाथरूमला होईल.

भीतिदायक लक्षणे

या बाईला नेहमी डोके हलके वाटणे, श्वसनाला त्रास, मृत्यूची भीती असे अनेक त्रास होते. तिला असे वाटे की भयंकर दुखण्याने तिला पछाडले आहे. दोन वेळा डोक्याची तपासणी केली. ब्रेन ट्यूमरही निघाला नाही किंवा ब्रेन थेरपीचाही उपयोग झाला नाही. शेवटी दररोज २० मिनिटे शिथिलीकरणाची प्रक्रिया करून ती बरी झाली.

एका बाईला माशांची भीती वाटत असे, त्यामुळे ती अन्न बाहेर ठेवीत नसे. अन्नावर जीवजंतू बसू नयेत म्हणून सर्व अन्न संपवून टाकी. पाहुणे आले तर सरळ बाजारातून जेवण तयार जेवण आणी.

आहारात बदल

काही जणांना आहाराच्या बदलातून फरक पडला आहे. कॉफी पिणे सोडून द्यायचे व दोन वेळच्या भरपेट जेवण्यापेक्षा ३/४ वेळा थोडे थोडे खायची सवय लावायची म्हणजे अस्वस्थता अर्धी कमी होते. रक्तात साखरेचे प्रमाण योग्य ठेवण्यासाठी त्यांनी पिशवीमध्ये बेदाणे, शेंगादाणे अशा वस्तू ठेवून मधून मधून खात राहावे. साखर व मैदा यांच्या वस्तूंपासून त्यांनी दूर राहावे.

◆

१३. एकटे रहा पण एकलकोंडे बनू नका

एकटेपणा प्रकृतीला हानीकारक असतो. समाजातून अलिप्त राहण्याने आजारी पडण्याची शक्यता असते. एकटे राहणारे कमी आनंदी असतात. चिंता, निराशा, कुचकामी असल्याची भावना व कुरकुरण्याची वृत्ती एकटेपणातून निर्माण होण्याची शक्यता असते.

होकारात्मक वागणूक

जेव्हा जेव्हा माणूस एकाकीपणा अनुभवतो तेव्हा दोन प्रकारांनी तो व्यक्त करतो. एकतर झोपून राहणे, खाण्यापिण्यात रममाण होणे किंवा रडून शांतता अनुभवतो. किंवा दुसरा मार्ग वाचन, संगीताचा आस्वाद घेणे, आवडत्या छंदात मन रमविणे, अभ्यास करणे किंवा वाद्य वाजवून स्वत:ची करमणूक करून घेणे यांपैकी एखाद्या गोष्टीत वेळ घालवतो. जे सृजनशील प्रवृत्तीत वेळ घालवतात ते जास्त शांत व आनंदी दिसतात. पोक्तपणामुळेही माणूस शांत प्रवृत्तीचा बनतो. साठी-सत्तरीच्या पुढे आपण लहानांपेक्षा लवकर एकटेपणात आनंद शोधतो. आपण आपला आनंद इतरांच्या संगतीत अनुभवत असतो.

एकटेपणी आत्मशोध करा

तुम्हाला जेव्हा जेव्हा एकटेपणा वाटेल तेव्हा ती स्वत:ला ओळखण्याची संधी समजा. हे आव्हान स्वीकारा. "तुम्हाला काय बनायचेय? कशात तुम्हाला आनंद वाटतो?" हे समजून घेतले तर तुमचे व्यक्तिमत्त्व खूप आकर्षक होईल. अंतरंगात डोकावून पाहा. आपणाबरोबरच आजूबाजूच्या लोकांकडेही आपण बारकाईने पाहू लागतो. आपली दोन स्वरूपे असतात. बाहेरचे स्वरूप आपले कुटुंब, मित्रमंडळी, संस्कृती आणि समाजातील इतर बाबींकडे लक्ष पुरविते. आवश्यक ते बदल करून आपण आजूबाजूच्या लोकांशी पटवून घेतो. स्वरूप बदलतोही हवे तर.

पण आतले स्वरूप वेगळे असते. स्वत:चे खरे स्वरूप पाहण्यात त्यांना सुरक्षित वाटते. इतरांशी वागताना ते जमवून घेतात. निराशा, एकटेपणा व कंटाळा

येणे ही प्रेम हरवल्याची लक्षणे असतात. जे स्वत:ला ओळखतात त्यांचे व्यक्तिमत्त्व वेगळे उठून दिसते.

जे लोक स्वत:मध्ये जास्त गुरफटलेले असतात ते एकांगी व कंटाळवाणे जीवन जगतात. दुसऱ्यांशी चांगला संपर्क नसतो त्यांचा. स्वत: निरोगी राहून उत्साही मनाने सर्वांशी मिळून मिसळून राहणारे सततोद्योगी व सुखी बनतात.

पाळीव प्राणीसुद्धा आपली ही गरज पुरी करू शकतात. माणसांची जागा ते घेऊ शकणार नाहीत. पण मन गुंतविण्यासाठी ते फार चांगले. परस्पर संबंधांत ते एक दुवा बनू शकतात.

एकाकीपणा घालविण्यासाठी महत्त्वाचे आहे स्वत:ची काळजी घेणे, स्वत:बरोबर दुसऱ्यांचीही काळजी घ्यावी, आपल्या जीवनाची तसेच आजूबाजूच्या सर्वांची दखल घ्यावी.

तुम्ही ज्या वेळी स्वत:ची, घराची, बागेची किंवा पाळीव प्राण्यांची काळजी वाहता त्या वेळी निराशा नाहीशी होते व अतिशय आनंदी व आरोग्यदायक वातावरण निर्माण होते.

◆

१४. बुजरेपणाचे जोखड फेकून देणे

हातापायांच्या तळव्यांना घाम येणे, घसा कोरडा पडणे, धाप लागणे, पोटात गोळा उठणे ही बुजरेपणाची लक्षणे आहेत. भित्रेपणामुळे कित्येकांना एकाकीपणा वाटतो. हताशा, छाप न पडणे व सतत कसलीतरी उत्कंठा यांचा अनुभव होतो. बुजरेपणा घालविणे तसे अवघड नाही. भरपूर श्रम घ्यावे लागतात भित्रेपणा घालवायला. शिथिलीकरण, संवेदनशीलता कमी करणे व नंतर सतत दुबळेपणा झटकून टाकण्याचा प्रयत्न करणे हे यांवर उपाय आहेत.

रिलॅक्सेशनमध्ये जमिनीवर शांत झोपून कोणत्याही एका अवयवावर लक्ष केंद्रित करावयाचे, त्यांवर ताण द्यायचा व नंतर सैल सोडायचा. आपण खूप आरामदायक व सुंदर ठिकाणी आहोत असे समजून हे करणे खूप फायदेकारक ठरते.

अगोदर हसायला शिका

प्रथम चेहऱ्यावर मधुर स्मित सतत ठेवायला शिका. सुहास्य वदनाने ताठ उभे राहून, नजरेला नजर भिडवून बोलण्याने, समोरच्या माणसाला स्पर्श करून बोलण्याने आपली गोष्ट पटवून देता येते.

एकांत टाळणे

मोकळेपणाने गप्पा मारा. तुमची नोकरी, तुम्ही केलेली सहल विनोदी भाषेत सांगा. तुम्ही म्हणाल, "कोणाला सांगायचे? मला माझे शांतपणे ऐकून घेतील असे मित्र नाहीत. मी एकटाच स्वगत बोलू का?" कामावर, कमिटीमध्ये, क्लब अगर हॉटेलात पुष्कळांच्या गाठी पडतात. कोणालाही सांगा. तुम्ही कोणावर प्रेम करीत असाल तर तेही उघडपणे व्यक्त करा. ज्या गोष्टी सांगायला आपणाला शरम वाटत असेल अशा गोष्टींची यादी करा व कोणालाही भेटून त्यांपैकी एकेक गोष्ट सांगायला सुरुवात करा. ही सवय सातत्याने चालू ठेवली म्हणजे बुजरेपणा आपोआप कमी होईल.

अपेक्षा ठेवू नका

जेव्हा आपण एका शाळेतून दुसऱ्या शाळेत जातो. एका गावाहून दुसरीकडे राहायला जातो, नोकरी बदलतो अशा वेळी लाजरेपणा सोडणे जास्त सोपे जाते. कारण परिसर नवा असतो. नवी माणसे भेटतात. आधीची माणसे तुम्ही बुजरे आहात हे माहीत असल्याने जास्त बोलत नसतील, पण नवीन ठिकाणी तुम्ही धीटपणे वावरू शकता. तुम्हाला किंवा त्यांना एकमेकांकडून कसलीही अपेक्षा नसते.

स्त्रियांना लाजरेपणा सोडण्यात खास अडचणी येतील. लहान मुलींना लाजरेपणा शोभून दिसेल. पण मोठ्या प्रौढ स्त्रियांच्या बाबतीत त्यांना असलेले डिप्रेशन घालवणे महत्त्वाचे ठरते.

माणसे बदलू शकतात. पद्धतशीर प्रयत्न केल्यास त्यांच्या नैसर्गिक प्रवृत्ती उत्तम कार्य करू शकतात हे शास्त्रज्ञांनी उपचारांनंतर सिद्ध केले आहे.

◆

१५. कंटाळा आला यातून सुटका

समजा तुम्ही फोनवर बोलत आहात. अर्धे लक्ष ऐकण्यात आहे. निरोपवहीवर वर्तुळे किंवा चौकोन काढून नोंद करत आहात. समोरचा माणूस सारखा वेगवेगळे विषय काढून स्वत:विषयी बोलून तुम्हाला बोअर करतोय अशा वेळी संभाषण कसे बंद करायचे? समोरच्या माणसाला "तुम्ही मला का उगीच बोअर करताय?" असे म्हणण्यापेक्षा "आता मला जरा दुसरी महत्त्वाची कामे आहेत. आपण या विषयावर नंतर बोलू या" असे म्हणून फोन ठेवू शकता.

समजा तुम्ही एकादा सिनेमा पाहायला गेला आहात. चित्रपट कंटाळवाणा आहे. तुम्ही दोन्ही हात मानेखाली घालून खुर्चीवर डोके टेकवून बसलाय व अस्वस्थपणे पाय वाजवत बसलाय. तुम्ही गाणीही ऐकत नाही. कंटाळून गेलाय. अशा वेळी बाहेर निघून जाणे हाच शहाणपणाचा मार्ग असतो.

आपले कोणाशी संभाषण चालू असेल व आपणास त्याचा कंटाळा आला असेल तर बऱ्याच वेळा आपण समोरच्या व्यक्तीला "तुम्ही मला उगीच बोअर करताय" असे म्हणण्याची चूक करतो. त्यांच्याविषयी दुसऱ्यांनाही सांगतो की ते उगीचच कंटाळवाणी चर्चा करत होते. दुसऱ्याविषयी असा निष्कर्ष काढण्याचा आपल्याला काय अधिकार आहे?

दुसऱ्याविषयी बोलण्यापेक्षा "मला आता कंटाळा आलाय. मला जास्त चर्चा करायची इच्छा नाही किंवा हे मी पूर्वी ऐकलेय असे वाटते" असे बोलून सुटका करून घ्यावी. दुसऱ्याला असे सांगणे की, "तुम्ही मला बोर करताय" हे अपमानास्पद आहे. त्या पेक्षा "मला थोडा वेळ शांत बसू द्या, मी जास्त बोलू इच्छित नाही" असे नम्रपणे सांगणे जास्त सभ्यपणाचे ठरेल. ज्या वेळी माणसे स्वत:विषयीच सारखे बोलत राहतात त्या वेळी ते कंटाळवाणे होते. प्रेमाने सांगण्यातून मैत्री दृढ करता येते.

जीवनातील कंटाळवाणेपणा कसा घालवायचा

कधी कधी जीवन असह्य होते. वैतागून जातो आपण. कोणी माणूस आपणास बोअर करत नाही पण परिस्थिती कंटाळाजनक असते. अशा वेळी आपण काय करतो? नक्की कोणत्या गोष्टींचा तुम्हाला वीट आला आहे ते ओळखले पाहिजे. प्रथम ही नैसर्गिक घटना आहे हे मानले पाहिजे. ही अती महत्त्वाची मूलभूत भावना आहे. उत्क्रांतीतत्त्वावर या भावना जन्मास आल्या आहेत. विषारी अन्न, पचायला जड अन्न पाचक कसे करायचे हे प्रश्न पूर्वजांना महत्त्वाचे वाटत होते. कंटाळा या शब्दाला थारा नव्हता तेथे?

कंटाळलेला माणूस चिडखोर बनतो. त्याच्या पचनक्रियेत बिघाड निर्माण होतो. काही लोक कंटाळा आला की खाण्याकडे वळतात व अजून तब्येत बिघडवून घेतात. त्यापेक्षा काहीतरी छंद स्वत:ला लावून घेतला पाहिजे. गायन, वादन इत्यादी छंदात मन गुंतविले पाहिजे. आनंद व मजा वाटू लागेपर्यंत त्यात मन ओतले पाहिजे.

काय करावे आपण? तर छंदातील नाविन्याचा शोध व आस्वाद घ्या. अनंत कालपर्यंत टिकणारा आनंद पाहा. त्यातील स्वत:ची पारंगतता पाहून गर्व वाटला पाहिजे. प्रभुत्व मिळविण्याचा चंग बांधला पाहिजे. अजूनही जागे व्हा. फार उशीर झालेला नाही.

◆

विभाग चार

तणाव निर्माण करण्याचे मूळ कमी करा

१६. अनिश्चितता - सर्वांचा एक नंबरचा शत्रू

आजकाल लोकांना कोणत्या गोष्टींची चिंता असते? पृथ्वी जळून खाक होईल! रस्त्यावर व घराघरातून घडणारे गुन्हे, वाढती लोकवस्ती, पांढरी होत चाललेले केस, चेहऱ्यावरच्या सुरकुत्या, रहादारीची कोंडी, पार्किंगसाठी मोजावे लागणारे भाडे, लग्न, घटस्फोट, पाहुणेरावळे, औषधांचा खर्च, वाढती महागाई, उडत्या तबकड्या, साखर किंवा मीठ जास्त होणे, पाण्यात मिसळलेले जास्त क्लोरिन किंवा कमी प्रमाणात असलेले क्लोरिन अशा अनेकविध काळज्या असतात.

जे आपल्या आटोक्याबाहेरचे आहे, ज्यासाठी आपण काहीही करू शकत नाही, त्याविषयी चिंता करणे व्यर्थ आहे. आणि एखाद्या बाबतीत काही करणे शक्य असले तर मग काळजी करायचे कारणच नाही. समजा आपण ज्या विमानात बसलोय ते वादळात सापडून उलटेपालटे होऊ लागले तर आपण चिंता करून उपयोग नाही. ज्या वैमानिकाला हे विमान उडवण्यासाठी भरपूर पगार दिला जातो त्याने त्याविषयी काळजी करावी.

एका गृहस्थांनी त्यांच्या बाय-पास ऑपरेशनचा अनुभव दिला आहे. एवढे मोठे गंभीर स्वरूपाचे ऑपरेशन होते तरी ते अजिबात काळजी करत नव्हते. कारण त्यांना माहीत होते की डॉक्टर निष्णात आहे आणि ऑपरेशन नीट पार पाडणे हे त्यांचे काम आहे. ऑपरेशन झाल्यावर हे गृहस्थ जेव्हा शुद्धीवर आले तेव्हा डॉक्टर त्यांना म्हणाले, ''तुमचं ऑपरेशन फारच चांगलं झालं.''

''कारण मी मुळीच काळजी करत नव्हतो.'' गृहस्थ म्हणाले.

''खरंच? माझ्यावर मात्र खूप ताण होता.'' डॉक्टरांनी असं म्हटल्यावरही त्यांना त्यात विशेष काही वाटले नाही. पण मग डॉक्टरांनी त्यांना बिल दिलं आणि ते बघूनच ते गृहस्थ बेशुद्ध पडले.

यातला विनोदाचा भाग सोडून देऊया. पण ''जर-तर आणि असे असते तर'' या वाक्प्रचारांच्या अर्थात आपण गुरफटलो तर आपणास नाहक चिंता होते. जर-

तरचा शोध घेण्यात नाहक तणाव निर्माण होतो. जर असं झालं तर अशा प्रकारच्या विचारांनी आपण तणाव अनुभवतो. लंडन शहरामध्ये दुसऱ्या महायुद्धाच्या वेळी ज्या वेळी वरचेवर बॉम्बहल्ले होत होते, तेव्हा शहरामध्ये राहणाऱ्या लोकांना अल्सरचा त्रास ५० टक्क्यांनी वाढला तर शहराबाहेर राहणाऱ्या लोकांच्या मध्ये बॉम्बवर्षावाच्या अनिश्चिततेच्या तणावामुळे शहरापेक्षा सहा पटींनी अल्सरचा त्रास झाला.

एका प्रयोगामध्ये दोन मानसशास्त्रज्ञांनी उंदरांना पूर्वसूचना न देता विजेचे झटके दिले त्याचा परिणाम सूचना देऊन दिलेल्या शॉक्सपेक्षा जास्त प्रमाणात झाला. या सर्व गोष्टींचा निष्कर्ष असा निघतो, "ताण-तणाव गिळून घेणे अवघड असते. पण त्यातच अनिश्चिततेची आणि आपण काही करू शकत नाही या भावनेची भर पडली की अजूनच कठीण होऊन बसते."

शरीरातील अस्वस्थता

अनिश्चिततेमुळे एक विचित्र ओझे शरीराच्या प्रतिकारशक्तीला व स्वीकार करण्याच्या प्रवृत्तीला विरोध करत असते. फूटबॉलच्या खेळातील संरक्षक दळासारखे शरीर काम करते. काय घडणार आहे याचा अंदाज आला तर उत्तम कार्य होते. पण सतत अंदाज बांधून वागावे लागले तर परिणामकारक जीवनसंघर्ष करू शकत नाही.

भाकित संकट कमी तणावपूर्ण

संकटाची चाहूल लागली तर ते कमी तणावपूर्ण भासते. कारण दक्षता केव्हा घ्यायची व आरामात वाट केव्हा पाहायची हे ठरविता येते.

ताण-तणावावर संशोधन बऱ्याच काळापासून चालू आहे. पण अनिश्चितपणाचे महत्त्व अलीकडेच लक्षात आहे आहे.

काहीतरी काळजी करण्यासारखे हवे ना?

हताश झालेल्या माणसाला नियंत्रित आणि अनियंत्रित परिस्थितीमधला फरक ओळखता येत नाही म्हणून तो हताश होतो व असहायपणाची जाणीव निर्माण होते. पण त्याचबरोबर ते स्वत:ला गुन्हेगार समजतात. आपल्या प्रयत्नामुळे काहीही फरक पडणार नाही असे समजल्यामुळे असहायता आणि परिस्थिती बदलणे शक्य आहे असे वाटल्यामुळे आपण प्रयत्न करत नाही, हे लक्षात येऊन अपराधीपणा. याउलट असेही लोक असतात की आपल्याला अशक्य काही नाही असे समजून प्रत्येक प्रश्न स्वत:चा समजून सोडवायचा प्रयत्न करतात. ज्याला उत्तर नाही असे प्रश्न कायम डोक्यात ठेवून सतत ताणाखाली राहतात. प्रकृती बिघडवून घेतात.

असहाय समजण्यातून होणारा शारीरिक त्रास

सतत दु:खी कष्टी राहण्यामुळे प्रतिकारशक्ती कमी होते व रोगांना आमंत्रण दिले जाते. संधिवात, ॲलर्जी, कॅन्सर, एड्स यांसारखे विकार उद्भवतात. सतत

झुरणारे लोक हृदयरोग, उच्च रक्तदाब, आंतर्व्रण यांसारख्या रोगांना बळी पडतात.

म्हणून आपल्या आवाक्यातील व आवाक्याबाहेरच्या चिंता ओळखून कृती काय करायची ते ठरविणे महत्त्वाचे असते. तुम्हाला असे दिसून येईल की काही गोष्टींची मुळीसुद्धा फिकीर करण्याची जरूर नसते.

कित्येक चिंता निर्माण केलेल्या व अनाठायी असतात. कसे होईल, अशी भीती मनात असते. भविष्याकडे आपण भीतीने नकारात्मक वृत्तीने पाहात असतो.

उपयोगात आणण्याचे तंत्र

कोणत्याही परिस्थितीला सामोरे जाण्याची तयारी ठेवावी. आपण संकटातून सहज पार पडू ही भावना मनी धरावी व मजेत सामोरे जावे. ज्या कारणाने किंवा ज्या परिस्थितीत ताण निर्माण होतो ती परिस्थिती कल्पनेने मनात आणावी आणि चिंता वाटण्याऐवजी आपल्याला मजा येते आहे अशी कल्पना करावी.

विमानात बसण्याची भीती वाटणाऱ्याने खिडकीतून दिसणाऱ्या हृदयंगम दृश्यावर लक्ष केंद्रित करावे किंवा हवाई सुंदरी देत असलेल्या सुंदर जेवणावर ताव मारावा.

दुसरा मार्ग सत्य परिस्थितीचा ठाव घेणे. तुम्ही चिंता करता त्याला खरे कारण काय आहे? यापूर्वी आलेल्या अशा प्रसंगांना तुम्ही कसे तोंड दिले? आपल्या पत्नीला संतुष्ट ठेवू न शकणाऱ्याने पूर्वीही आपण आपल्या पत्नीला खूश करू शकलो होतो की नाही, याचा विचार करावा. जर होकारार्थी उत्तर असेल तर चिंता करण्याचे कारण नाही. दररोज १५ ते २० मिनिटे अशा रीतीने शांतपणे विचार केला तर सर्व तणाव आपोआप दूर होईल.

जास्तीत जास्त काय वाईट होईल?

भविष्य अंधकारमय वाटत असेल तर ''जास्तीत जास्त वाईट काय होणारेय?'' याचा विचार करा. अपघात होणार असेल तर लागणे, खरचटणे, हाण मोडणे, जखम चिघळणे यांपैकी काहीतरी होणार. दूरच्या प्रवासाला निघालात तर गाडीतील पेट्रोल संपेल, टायर पंक्चर होईल, अजूनही काही होईल, त्याला तयार राहणे व येणाऱ्या परिस्थितीला आपण सहज तोंड देऊ ही भावना ठेवा.

अकल्पित भीती वाटत असेल अशा लोकांनी प्रत्येक तासाची शेवटची दहा मिनिटे आपल्या मनावर ज्या गोष्टींचे भय असेल त्याविषयी नोंद करून ठेवावी. यांमुळे चिंतेचे विषय आपोआप दूर जातील.

निश्चितता वाढवा

आपण हे लक्षात ठेवले पाहिजे की आयुष्यातील संकटे ही आपणाला गोंधळून टाकतात. बोजा बनून राहतात. मानसिक सुरक्षिततेसाठी करावयाचे व्यायाम किंवा सिनेमाला जाणे, एकादा छंद जोपासणे यांमुळे आराम वाटतो व एक प्रकारची निश्चितता येते.

व्यायामामुळे जीवनात विधायक आनंद व आराम मिळतो

लहानसहान प्रश्न व्यायाम व मित्रमंडळींना सांगणे या दोन उपायांनी सोपे होतात. जेव्हा जेव्हा काही चिंता निर्माण होईल तेव्हा थोडा वेळ ती बाजूला ठेवून काहीतरी व्यायाम करायला सुरुवात करा. त्यानंतर आपल्या चिंतेचे कारण शोधा. मित्रमंडळींत अडचणी बोलून टाका. आपले प्रश्न सगळ्यांसमोर मांडल्याने प्रश्न सुटायला मदत होते.

जॉगिंग किंवा खेळ यांत मन रमवा. खूप घाम गाळा. अगदी थकून जाईपर्यंत व्यायाम करा. परसदारी झाडे लावण्याचे काम करा. गाडीला पॉलिश करा. एक गोष्ट ध्यानात ठेवा की चिंता हीही फायदेकारक ठरते. पण उपयोग करून घेता आला तर! कठीण समयी आपण सावधान व जागरूक राहतो ते वाटणाऱ्या काळजीने. क्रियाशील चिंता प्रश्न सोडवायला मदत करते. क्रियाशील बनवते. स्वत:शी संवाद साधण्याची ती अमूल्य संधी असते.

◆

१७. कौटुंबिक कुसंवाद (कलह) व त्यातून सुमेळ साधण्याचा मार्ग

सुखी कुटुंबाचे पाच सद्‌गुण

आजकाल कुटुंबातून ताण-तणावांचे वर्चस्व दिसून येते. घराघरातून प्रेमाची ज्योत प्रज्वलित करण्यासाठी पुढील मुद्दे लक्षात घेतले पाहिजेत.

१) प्रेम
२) एकमेकांचे कोडकौतुक
३) मोकळेपणाने बोलणे - सुसंवाद
४) एकमेकांच्या सहवासात वेळ घालविण्याची इच्छा
५) खंबीर नेतृत्व

पति-पत्नीच्या प्रेमावर कुटुंबाचे सुख अवलंबून असते. घरात ऊबदारपणा निर्माण करणाऱ्या स्टोव्हची प्रेम ही ज्योत आहे. कुटुंब हे पति-पत्नीच्या प्रेमाला आलेले सुंदर फूल आहे.

ज्या प्रेमळ बंधनाने दोन जीव एकत्र येतात, तो प्रेमरज्जू बळकट राहिला तरच कुटुंब एकसंध राहते. एकटे राहण्यापेक्षा एकत्र राहण्याने त्यांना सुख वाटते. ते स्वत:ला तसेच परस्परांना सहज स्वीकारतात व तीच भावना मुलांच्यामध्ये वाढीस लागते.

नातवंडे कुटुंबाला एकत्र आणतात

आजी-आजोबा व नातवंडे यांच्यातील प्रेमाचा धागा कुटुंबाला एकत्र आणतो. मुले-मुली आपल्या आई-वडिलांविरुद्ध बंड फुकारून दूर जातील पण नातवंडे झाली की कुटुंबे परत एकत्र येतात. नैतिक व राजकारणाच्या मुद्यांबाबत मुलांशी मतभेद झालेले कित्येक पालक नातवंडांशी परत जुळवून घेतात. पिता - पुत्रामधील "जनरेशन गॅप" नातवंडांमुळे भरून निघते. सर्वेक्षणानंतर असे निष्पन्न झाले की ९० टक्के जोडप्यांचे त्यांच्या नातवंडांशी खूप चांगले संबंध असतात.

परस्परांचे कोडकौतुक करणे

ज्या कुटुंबातील सदस्य एकमेकांचे कोडकौतुक करतात ती कौतुक न करणाऱ्यांपेक्षा जास्त सुखी असतात. बरेच लोक मोकळेपणाने गुणग्रहण करीत नाहीत. कारण स्वत:तील गंभीरपणा त्यांना दाखवायचा असतो. कुटुंबातील सदस्य परस्परांना प्रोत्साहन देऊन यशाचे शिखर गाठायला मदत करू शकतात तसेच एकमेकांचे पाय ओढून, दुष्टचक्र निर्माण करून विनाश ओढवूनही घेऊ शकतात.

दु:खी कुटुंबांत एकमेकांची वैगुण्ये शोधण्यात वेळ घालवतात

प्रत्येक जण दुसऱ्याला सतत भयप्रद सूचना देऊन ताण-तणाव निर्माण करीत असतो. प्रत्येक लहान-थोर दुसऱ्याचे वैगुण्य जाणून त्याला सतत टोचणी निर्माण करतो. सुखी कुटुंबात याउलट असते. वाढदिवसानिमित्त अभिनंदनपर ग्रीटिंग द्यायचे असो किंवा शाळेतील उज्वल यशाबद्दल अभिनंदन करायचे असो. दुसऱ्याला खूश कसे करावयाचे हे प्रत्येकाला माहीत असते. एकमेकांना सुखासमाधानाने जगण्यासाठी सामावून घेण्याची कला त्यांना साधलेली असते.

शक्ती-प्रदर्शन

एकमेकांचे कौतुक कसे करावे हे दाखवण्यासाठी हा मार्ग चांगला आहे. सर्व कुटुंबीयांनी एकत्र जमायचे. एकजण लीडर ठरविला जातो. एक व्यक्ती "लक्ष्य" बनविली जाते. उदा. आई ही 'लक्ष्य' म्हणून स्वत:च्या अंगी असलेल्या शक्तींची/गुणांची यादी करून दाखविते. ती समजा २/३ गुणांचेच वर्णन करील कारण संकोच! तर लीडर बनविलेले वडील तिच्यातील दुसऱ्या चांगल्या गुणांची यादीत वाढ करणार किंवा तिने सांगितलेल्या गुणांचे विस्ताराने वर्णन करून गुणग्रहण करणार. त्यानंतर प्रत्येक मुलाला आपल्या आईच्या अंगी असलेल्या सुप्त गुणांची यादीत वाढ करायला सांगायचे. हे संपले म्हणजे लीडर व लक्ष्य बदलायचे. आई लीडर व वडील टार्गेट बनवून वडीलांच्या अंगी असलेल्या गुणांची यादी करायची. अशा रीतीने कुटुंबातील प्रत्येक सदस्याच्या मनात दुसऱ्याच्या अंगी असलेले सद्गुण शोधण्याची वृत्ती वाढते व गुणग्रहण करण्याची वृत्ती जोपासली जाते.

परस्परांच्या विचाराने एकत्र कामे करा

प्रामाणिकपणे मनातले बोलणे आणि एकविचाराने कामे करणे हे सुखी कुटुंबाचे गमक असते. अनेकदा कुटुंबाचे सदस्य विखुरलेले, कामात इतके व्यस्त नि दंग असतात की एकमेकांना भेटायलाच वेळ नसतो. त्यांना! ते एकत्र येतात ते टी. व्ही. वरचे कार्यक्रम पाहण्यासाठीच!

कधी कधी कुटुंबाच्या सदस्यांना एकमेकांसाठी द्यायला वेळच मिळत नाही. त्यासाठी दिवसातून एकदा तरी एकत्र येण्याचा नियम ठेवला पाहिजे. त्या वेळी प्रत्येकाने करावयाच्या कामांची यादी करावी. त्यातून अनावश्यक कामे निवडून

बाजूला करावीत म्हणजे एकमेकांसाठी वेळ देणे शक्य होईल.

विचारांचे आदानप्रदान फार महत्त्वाचे असते. आलेला राग दाबून ठेवणे किंवा प्रेम उघडपणे व्यक्त न करणे यांतून कुटुंबाचा सर्वनाश ओढवू शकतो. मनात जे काही येईल ते बोलून दाखवलेच पाहिजे. जर तुम्ही तुमच्या शंका-कुशंका बोलून दाखवल्या नाहीत तर त्यामुळे परस्पर संबंधात दुरावा निर्माण होतो. आनंदी कुटुंबातील सदस्य कधी कधी वेड्यासारखे भांडतात पण मनातल्या गाठी सोडून मोकळेपणाने भांडतात, उघड चर्चा करून प्रश्न सोडवतात.

नाजूक संबंधाविषयी गुप्तता ठेवण्याने आई-वडील व तरुण मुले यांच्यात घर्षण निर्माण होते. न कळवता तरुण जोडपी कधी कधी आपल्या घरी परततात व त्यांना समजते की त्यांची बेडरूम आता शिवणकामाची खोली म्हणून वापरली जातेय मग संघर्षास सुरुवात होते.

कुटुंबातील व्यक्ती एकमेकांपासून खूप दूर राहात असतील तर पत्राद्वारे संपर्क साधावा. फोनवर बोलावे. फोटोग्राफ्स पाठवून आठवणी ताज्या ठेवाव्यात. निरनिराळ्या सणावारांना, वाढदिवसानिमित्त भेटकार्डे पाठवून संपर्क ठेवावा. त्यामुळे जवळीक टिकून राहते.

नियंत्रणाची साखळीबद्ध रचना

आई-वडिलांनंतर मोठ्या मुलाने मध्यवर्ती सत्ताकेंद्र ठेवावे. वेळप्रसंगी एकत्र येऊन आपापसांतील प्रेमसंबंध दृढ करण्याचा प्रयत्न करावा. सुखी कुटुंबात मोठ्यापासून लहानापर्यंत एक असा नियंत्रणाची साखळी असावी की ज्याच्या आज्ञेत सर्वजण वागतील. ज्या वेळी नियम स्पष्ट असतील व बोलून दाखविले जातील त्याच वेळी त्यांचे पालन होऊन संसार सुरळीत चालतो.

हुकुमशाहीही असायला नको. मोठ्यांच्या हातूनही चूक झाली तर प्रांजलपणे कबूल करून माफी मागण्याएवढा मनाचा मोठेपणा असावा लागतो.

स्वतःच्या कुटुंबाला सुखी करणे हे त्यातील प्रत्येक सदस्याचे कर्तव्य आहे ही जाणीव असावी व अगदी लहानसहान बाबींतही मनमोकळेपणाने चर्चा करून प्रश्न सोडविणे हा उद्देश असावा.

संबंध टिकवून ठेवण्यासाठी प्रयत्न करावा लागतो. सदिच्छा, सद्विचार, प्रश्न सोडविण्याची महेच्छा व कौशल्य हवे. जीवन सुखमय होण्यासाठी भक्कम कुटुंबांनी हे सर्व उपाय आचरणात आणले पाहिजेत.

◆

१८. आर्थिक समस्या

निराशा, चिंता व निद्रानाश यांचे मूळ म्हणजे आर्थिक चिंता

पैशांची चिंता कुटुंबामध्ये वरील प्रकारचे ताण-तणाव निर्माण करण्यास कारणीभूत होते आणि त्यातून संधिवात, उच्च रक्तदाब, अल्सर, हृदयविकार असे रोग उद्‌भवतात. परीक्षण केले असता पैशांच्या चिंतेमुळे ७१ टक्के लोकांना काळजी, ५२ टक्के लोकांना हताशा, व ५२ टक्के लोकांना राग आलेला दिसून आला. कारण पैसा कमविण्याच्या आपल्या कुवतीवर बऱ्याच गोष्टी अवलंबून असतात. पैशामुळेच सुरक्षितता निर्माण होते. पैशांच्या जोरावर आपण सत्ता गाजवू शकतो. कुटुंबामध्ये आर्थिक सूत्रे ज्याच्या हातात असतात. जो बिले चुकवतो त्याचे सर्वांवर नियंत्रण असते. संपत्तीमुळे स्थिरता येते. जर एकाद्याची नोकरी गेली तर मानहानी होते. आकाशाची कुऱ्हाड कोसळल्याचा भास होतो. चिंता वाटू लागते. स्वत:वरचा विश्वास डळमळू लागतो. महत्त्वाकांक्षेने मेहनत करणारे निराश होतात.

आर्थिक अडचणी ओळखा पण रुष्ट होऊ नका

कौटुंबिक जबाबदारी जाणून एकमेकांना धीर द्या. रागवू नका. प्रत्येक व्यक्तीचे पैशांच्या व्यवहाराविषयी वेगळे मत असते. त्यांच्या आई-वडिलांनी ज्या प्रकारे पैशांचे व्यवहार हाताळले असतील त्याचा ठसा मनावर असतो व प्रत्येक जण आपापल्या मनातील कल्पनेप्रमाणे वागण्याचा प्रयत्न करतो. व त्यांमधून मतभेद होऊन संघर्ष सुरू होतो.

एकजुटीने काम करणे

प्रथम आपले मतभेद स्पष्टपणे परस्परांना सांगावेत. आपल्या वडिलांकडून आर्थिक प्रश्नांविषयी जी शिकवण घेतली असेल ती बघावी आणि त्यांवरून आपण तिसरी प्रतिकृती तयार करावी. जर जोडप्याने परस्परांशी तडजोड करून, आपापली मते परस्परांना स्पष्टपणे सांगून समजुतीने निर्णय घेतले तर कितीही कठीण प्रसंग हाताळता येतील. ज्यांना नोकरी नसताना आर्थिक समस्यांना तोंड द्यायचे असते

त्यांना याचा फार उपयोग होतो. तणावपूर्ण जीवन जगणाऱ्यांना बेकारीच्या कालखंडात आखडता हात घ्यायची सवय लागते. त्यांची भीती दाबली जाते. आजूबाजूचे लोक संकटात आपल्या दु:खात सहभागी होत नाहीत असे पाहून त्यांना वाईट वाटते. त्यामुळे ते जास्तच उदास व नाराज होतात पण आपणच यांवर इलाज करू शकू, दुसरे कोणीही मदत करू शकत नाहीत हे कालांतराने पटते.

दुसऱ्यांशी घनिष्ट संबंध बांधणे

दुसऱ्या लोकांशी बळकट संबंध तयार करणे व निरनिराळ्या लोकांशी जवळीक साधून प्रेमसंबंध तयार करणे हे जरुरीचे असते. आपण एकटे काहीही करू शकत नाही. तेव्हा दुसऱ्यांचे ऐकले पाहिजे. इतरांनाही आपल्यासारख्या अडचणी असतात हे समजले म्हणजे बरे वाटते. पत्नी व इतरांचा पाठिंबा हे ताणतणाव झेलण्यास स्प्रिंगसारखे काम करतात. त्यांच्यावर ज्या अडचणी आल्या आहेत त्यास ते जबाबदार आहेत असे नाही हे समजले व तो एक परिस्थितीचा परिणाम आहे हे समजले म्हणजे धीर येतो. असा मनाचा खंबीरपणा असला तर जास्त काळ बेकारीस तोंड द्यावे लागले तरी माणूस नाराज होत नाही. यातून सृजनशीलता उदयास येते व आव्हान स्वीकारून माणूस पुढे येण्याचा प्रयत्न करतो व एकजुटीने काम करतो.

ताबा घेणे

आर्थिक मर्यादा म्हणजे संकट नव्हे. थांबून विचार करा. काहीतरी करा. काही न करण्यापेक्षा थोडाफार प्रयत्न करणे चांगले. असहायपणा कमी वाटतो. कितीही पैसा कमविला तरी आपल्या सर्व गरजा पुऱ्या होतीलच असे नाही. जितकी जास्त कमाई तेवढ्या तुमच्या इच्छा वाढत जातात. ज्या गोष्टीची जास्त गरज असेल ती मिळविण्यासाठी तुम्ही इतर गोष्टींचा त्याग कराल.

तुम्ही तुमची आवक व खर्च यांचा हिशोब लावा. सतत थोडा थोडा होणारा, मधूनच उद्‌भवणारा व ठराविक कालावधीनंतर येणारा, असे खर्चाचे विभाग पाडा व त्याप्रमाणे खर्चाचे अंदाजपत्रक बनवा. त्याप्रमाणे पैसे वेगवेगळे साठवा म्हणजे गाडीचे किंवा घराचे रिपेअरिंग, विम्याचे हप्ते यांची वेळेवर तरतूद होईल.

किरकोळ खर्चाचे ओझे वाटून घेऊ नका

किरकोळ खर्चाचे ओझे मनावर येऊ देऊ नये. कोणत्या खर्चाचा तणाव येऊ द्यायचा व कोणत्याचा नाही हे ओळखता आले पाहिजे. ठराविक उत्पन्नातून अनावश्यक मोठे खर्च करावे लागले तर वाईट वाटणे साहजिक आहे. क्रेडिट कार्डचा उपयोग करून भरमसाठ खर्च करणे अयोग्य आहे. असा खर्च केल्याचे कर्जाचा डोंगर आपण उभा करतो. यातून सुटका करून घेणे फार अवघड जाते मग!

क्रेडिट कार्डचा उपयोग कमी करावा. व्याज चढत जाते. क्रेडिट कार्डचा उपयोग दुसऱ्या चांगल्या कामांसाठी करता येईल. रोख पैसे देऊन खरेदी करण्याची

सवय ठेवावी. औषधपाण्यावर आवाक्याबाहेर खर्च करू नये. पैशाचा पूर्ण मोबदला घ्यावा. जेव्हा आवक मर्यादित असेल तेव्हा काळजी करायचे सोडा. कारण फक्त जरुरीच्याच वस्तू खरेदी केल्या आहेत हे तुम्हाला माहीत असते. तुम्ही जीवनमार्ग निश्चित केलेला असतो. घाई-गडबड टाळा. शांत मनाने पुढचे पाऊल टाका. योग्य मार्ग अनुसरून जगायला शिका. आपली भविष्यकालाची महत्त्वाकांक्षा नक्की करा. खर्चावर नियंत्रण ठेवा. म्हणजे तुम्ही आवश्यक असलेल्या जीवनमार्गावर प्रगती करू लागाल.

◆

१९. कामावरील ताण-तणाव

नेमके काय होतेय?

लोक दररोज उठून आपापल्या कामावर जातात. काही महिन्यांनंतर किंवा वर्षांनंतर त्यांना आपणांस काहीतरी त्रास होतोय ते जाणवते. नेमके काय होतेय ते कळत नाही. कामामध्ये मनावर येणारा ताण हा गुंतागुंतीचा व त्रासदायक असतो. परिस्थितिजन्य शारीरिक व इतर लोकांमुळे येणारा ताण असतो. त्याबरोबरच निर्णय घेणे, आपल्या मर्यादा व क्षमता यांमुळेही तणाव येतो.

तुम्ही ज्या ऑफिसमध्ये काम करीत असाल तिथल्या सेक्रेटरींचे मुख्य निरीक्षण करा. ते फोनवर कशी उत्तरे देतात, झेरॉक्स कशा करून ठेवतात, वरिष्ठांना निरोप कसे पोहचवतात, ले लक्षपूर्वक पाहा. ते कॉम्प्यूटर किंवा टाइपरायटरवर किती सफाईने हात फिरवितात? ते काही ओझी उचलत नाहीत किंवा महत्त्वाचे निर्णय घेत नाहीत. त्यांच्या कामाच्या जागा वातानुकूलित, सुशोभित व गालिचे पसरलेल्या असतात. ते सतत आनंदी व उत्साही दिसतात.

वरवर पाहता खूपच आरामाचे काम वाटते पण आपल्या भरभक्कम पगाराबरोबरच अल्सर, हृदयरोग यांसारखे रोग ते घरी घेऊन जातात.

विषारी रसायने बनविणे, खूप श्रमाचे काम किंवा वरच्या थराचे व्यवस्थापनाचे निर्णय घेणे ही त्रासदायक कामे समजली जातात. त्यात धोका व तणाव दोन्हीही असतात. काही कामे मानसिक त्रास देणारी असतात. काही कारणांनी अगदी साधी कामेही लाखो लोकांसाठी कष्टाची होऊन बसतात. इलेक्ट्रॉनिक किंवा मेकॅनिकल मशीनच्या वेगाबरोबर आपला वेग टिकवायचा असेल तर ताण येतो. त्याच त्याच प्रकारचे काम सतत करावे लागले तरी मंदपणा येतो. खूप जबाबदारी घेऊन महत्त्वाचे काम तुम्ही करत असाल व त्याचे गुणग्रहण झाले नाही तरी तुमच्या मनावर भार येतो. तुमच्या वरिष्ठांची तुमच्यावर सतत टेहळणी असेल तरी त्रासदायक वाटते. तुम्ही साधे फायली सांभाळणारे कारकून असाल व तणावपूर्ण वातवरणात

काम करावे लागत असले तर खिडक्यांच्या काचा पुसणाऱ्या माणसापेक्षाही त्रासदायक वाटेल.

पांढरपेशांचा वर्ग

टेबल-खुर्चीवर बसून काम करणारे सेक्रेटरी, क्लार्कस्, डेटा प्रोसेसर्स, टेलिफोन ऑपरेटर्स यांसारखे लोक सतत सुप्त तणाव अनुभवीत काम करतात. या वर्गात हृदयरोग्यांचे प्रमाण सर्वांत जास्त आढळून आले आहे. तिशीच्या खालच्या महिलांना अन्जायना किंवा हृदयाचे दुखणे असते असे डॉक्टरांना आढळून आले आहे. ज्यांचे वरिष्ठ पाठिंबा न देणारे असतात व नोकरीही सोडू शकत नाहीत अशा स्त्रियांना कॉरोनरी हार्ट डिसीज होण्याची जास्त शक्यता असते. सेक्रेटरी किंवा की-पंच ऑपरेटर यांचे काम स्टील मिल किंवा फौंड्रीमध्ये काम करणाऱ्या कामगाराएवढे त्रासदायक असते.

राग व निराशा हे तणाव निर्माण करतात

दाबून ठेवलेला राग व हताशा ही ताण निर्माण करण्यास कारणीभूत होतात. कारकून वर्ग नाराजी व्यक्त करू शकत नाही कारण त्यांची युनियन नसते. पाठ पिळवटून काढणाऱ्या खुर्च्या, मंद प्रकाश व कुंद हवा अशी ऑफिसची परिस्थिती असते. त्यांची तक्रार ऐकतो कोण?

संगणक हे वरदान की शाप?

यांमुळे काम कमी होण्याऐवजी जास्त तणावपूर्ण झाले आहे. बँका व विमा कंपन्यांची कामे सत्वर-संपर्क साधने व भरपूर माहितीसंग्रह यांमुळे सुलभ झाली आहेत. पण कारकून वर्गावर यांमुळे जास्तच कामाचा ताण पडतो. संगणकाच्या पडद्यावर सारखे लक्ष ठेवण्याने कंटाळा येतो. डोळ्यांवर ताण पडतो. टायपिस्टचे काम करणाऱ्यांपेक्षाही हे ऑपरेटर्स कंटाळून जातात.

संगणक चालवणारे त्या गतीने काम करून थकून जातात. जळफळाट होतो त्यांचा. समजा विम्याचे क्लेम स्वीकारणारी ऑपरेटर संगणकासमोर बसली आहे व एका वेळेला चार क्लेम्सचे फॉर्म्स समोर येतात. प्रत्येक फॉर्म मधील रिकाम्या जागा ती भरते व चारही फॉर्म्स पूर्ण भरेपर्यंत तिला श्वास घ्यायलाही फुरसत नसते. ते पूर्ण झाले की क्षणार्धात आणखी चार फॉर्म्स समोर येतात. तिला क्षणाचीही उसंत मिळत नाही. असा सर्वच ऑपरेटर्सचा अनुभव असतो. त्यांना डोळ्यांचा ताण, डोळे जळजळणे व चुरचुरणे असे त्रास होतात.

कारकुनीपेक्षा वृत्तपत्रकारांचे काम जास्त वैविध्यपूर्ण व आव्हानात्मक असते. आपण आपल्या कामाच्या जागेवर वर्चस्व जमविले पाहिजे. नाहीतर आरोग्यावर परिणाम होतो.

अनेक कुक्कुटपालन केंद्रावर पिलांचे निरीक्षण करण्यासाठी निरीक्षक असतात.

सफेद अ‍ॅप्रन घालून त्यांना तासन्-तास उभे राहावे लागते. हुकवर लटकवलेले १६ ते २३ चिकन्स दर मिनिटाला नजरेसमोरून जातात व मिळणाऱ्या ३ सेकंदांत त्यांना २० निरनिराळ्या कसोट्यांवर आधारित "पास" किंवा "नापास" असा शेरा मारावा लागतो. ही क्रिया बंदही करू शकत नाहीत किंवा वेग कमीही करू शकत नाहीत.

निराशा, कंटाळा व जळफळाट यांमुळे हे निरीक्षक अनेक मानसिक रोगांना बळी पडतात. अपचन, डोळ्यांना ताण व डोळ्यांचा सारखी खाज येणे अशा विकारांनी ते पिडलेले असतात. ते अ‍ॅस्पिरिन जास्त प्रमाणात घेतात व वरचेवर आजारी पडतात.

आपल्या अंगी असलेल्या कौशल्यांपैकी खूपच कमी उपयोगात येत आहेत हे माहीत पडल्यानेही त्यांचे मन नाराज असते व स्पेशलायझेशनच्या नावाखाली त्यांना तेच तेच काम करत राहावे लागल्याने कामाचा दर्जा खालावतो. कामातील तोच तोचपणा त्यांच्या खाजगी जीवनावरही परिणाम करतो.

निर्णय सुखकारक असू शकतो

सतत मशीनवर काम करणाऱ्यांनाही हृदयाचा त्रास होऊ शकतो. संशोधकांच्या मते खूप कमी पातळीवर निर्णय घेण्याचे काम असल्याने व त्यांना एकच प्रकारचे काम सतत करावे लागत असल्याने कंटाळवाणे वाटते. १३० वेगवेगळ्या प्रकारची कामे करणाऱ्या २२००० लोकांचा अभ्यास केल्यावर त्यांना कोणत्या कामामुळे जास्त तणाव येऊन आजारपण येते याचे संशोधन केले आहे व आश्चर्यकारक निष्कर्ष निघाले आहेत.

सेक्रेटरी, इन्स्पेक्टर, प्रयोगशाळेतले तंत्रज्ञ, मॅनेजर, फोरमन, व्यवस्थापक, वेटर, मशीन ऑपरेटर, जमीनदार, खाणीचे मालक, रंगकाम करणारे यांची कामे तणाव निर्माण करणारी असतात.

डॉक्टर्स, वकील आणि अभियंते (Executivs) हे ताण सहन करू शकतात.

उपलब्ध असलेल्या जागेत एकांत कसा मिळवावा ?

आजकाल सगळीकडे जागेचा अभाव व गोंगाट दिसून येतो. त्यातून बौद्धिक कामासाठी शांतता आणि एकांत मिळणे अवघड असते. या प्रश्नांचा अभ्यास करणाऱ्या शास्त्रज्ञांच्या तुकडीने काही निष्कर्ष काढले आहेत.

पुढे काही प्रश्न व सूचना दिल्या आहेत. त्यांचा अभ्यास करून हवा तो एकांत कसा साधता येईल ते पाहूया.

१) तुमच्या सध्याच्या कामाच्या जागेला दाराची सोय आहे का? असेल तर दार बंद करायला घाबरू नका.

२) तुमचे डेस्क असे आहे का की तुमच्या समोर इतर लोक दिसतात? असेल

तर डेस्क फिरवून बसा.

३) तुम्हाला कामावर लवकर यावे लागते का? व उशिरापर्यंत थांबावे लागते का? तसे असेल तर ते तुम्हाला इतरांचा उपद्रव होत असल्याचे लक्षण समजा.

४) शांत एकटेपणासाठी तुम्हाला विश्रांतिगृहात बसावेसे वाटते का? वाटत असेल तर उपद्रव होतो हे निश्चित.

५) तुमच्याबरोबर काम करणाऱ्यांशी सतत संपर्क ठेवणे तुम्हाला आवश्यक वाटते का? त्यापेक्षा संपर्क थोडा कमी करणे सर्वांच्याच हिताचे ठरेल.

६) "मला डिस्टर्ब करू नका" असे कधी सहकाऱ्यांना सांगण्याची जरूर पडते का? सुरुवातीला एक-दोनदा त्यांना ते विचित्र वाटेल, पण मग सवय होईल.

७) तुम्ही काम करत असताना तुमच्या खांद्यावरून कोणी डोकावून पाहते का? तसे असल्यास त्याला तुमचे काम दिसणार नाही असे बसा.

८) कामाच्या आजूबाजूला गोंगाट असतो का? असेल तर कान कापसाच्या बोळ्याने बंद करा किंवा वॉकमनसारखा टेप वापरावा.

९) लिहिताना, वाचताना किंवा फोन करताना मध्येच कोणी आले तर पेन्सिल, पुस्तक किंवा रिसीव्हर हातात ठेवून तशी खूण करा.

वरील सूचना कामावरच्या जागेच्या बाबतीत होत्या. आता घरच्यासाठी काही सूचना दिल्या आहेत.

१) तुमच्यासाठी स्वतंत्र खोली आहे का? दार लावून बसू शकता का? नसल्यास घरातली बेडरूम किंवा एखाद्या खोलीतला कोपरा कामासाठी राखून ठेवा.

२) दिवसातला काही वेळ तुम्ही एकटे असता का? त्या वेळेचा उपयोग करा.

३) घरच्यांना तुम्ही केव्हाही भेटू देता का? कधी कधी "आकाश कोसळले तरी माझा एकांत बिघडवू नका" अशी सूचना देऊन एकांत साधा. पाहा, तुम्ही जास्त प्रिय व्हाल.

४) एकांत पाहिजे या बाबतीत तुम्हाला चुकल्यासारखे वाटते का? तसे वाटण्याचे कारण नाही. समजावून सांगा.

५) खाजगी गोष्टींसाठी घरात काही नियम आहेत का? फक्त बाथरूमसाठीच नाही, पण इतर वेळीही प्रायव्हसी टिकवा.

ऑफिसमधील संघर्ष टाळण्यासाठी काही सूचना

तुमचे तुमच्या साहेबांशी व इतर सहकाऱ्यांशी संबंध कसे आहेत यावरून तुमचे कामावरील स्थान कळून येते. खराब संबंध सुधारण्याच्या पलीकडे गेले असतील तर एकदा समेटाचा प्रयत्न करा. नाहीच जमले तर कायमसाठी तोडून टाका.

समोरच्या माणसाशी संबंध जुळवून घेण्यासाठी पुढील पाच गोष्टी करून पाहा.

१) गप्प बसा व ऐकून घ्या. दुसऱ्याचे म्हणणे पूर्ण ऐकून न घेता आपण लगेच प्रत्युत्तर द्यायला लागतो. तुमचा गैरसमज होण्याची शक्यता असते. तुम्ही उगीच भडकता.

२) समोरच्या माणसाकडून परत प्रत्युत्तर मागा. तुम्ही काय करता त्याची त्याला किती जाण आहे, ते समजून घ्या.

३) संभाषणास स्वत:हून सुरुवात करा. मॅनेजर लोकांना स्पष्टपणे बोलणारे लोक आवडतात.

४) योग्य वेळ व ठिकाण पाहून बोला. खाजगीरीत्या वेळ ठरवून संवाद साधा.

५) कामाचे स्वरूप समजून घ्या. समोरासमोर बोलू शकत नसाल तर कागदावर आपल्या तक्रारी लिहून काढा व त्या मॅनेजरसमोर ठेवून चर्चा करा.

सुट्टीच्या नंतर ताजेतवाने होणे

रविवारी भरपूर पार्ट्या व सहलींची मजा लुटून थकून गेल्यासारखे होत असेल तर कामाचे दिवस व सुट्टीतील कार्यक्रम यांची सांगड घालायला हवी. खूप दमणे दोन्ही ठिकाणी चुकीचे आहे. सुट्टीनंतर पुढचा आठवडा उत्साहाने काम करता आले पाहिजे.

आपल्या आराम करण्याच्या सवयी बदला. कामाचे दिवस व आरामाचा दिवस (सुट्टीचा) अशी काटेकोर विभागणी करू नका. सोमवार-मंगळवार जर सुस्तावल्यासारखे वाटले तर मंगळवारी रात्री जेवायला बाहेर जा. रविवारपर्यंत वाट पाहण्याची जरूर नाही. आपला छंद, व्यायाम व मित्रांना भेटणे हे कामाच्या दिवसांतही चालू ठेवा. खेळकरपणाने काम केल्यास मधेच विश्रांती घेण्याची गरज भासणार नाही.

तणावांचे प्रमाण ठरविणे

खाली दिलेल्या प्रश्नांच्या उत्तरावरून तुमच्या कामातील तणावांचे मूल्यमापन करा. मला कसलीही चिंता नसते असे उत्तर असेल तर त्याला १ गुण द्या. मला कामाचे खूपच टेन्शन असते असे उत्तर असेल तर ५ गुण द्या. प्रश्न लागू पडत नसेल तर ० गुण द्या.

१) अमुक एवढे झालेच पाहिजे हे माझ्या कामाचे नित्य स्वरूप असते.

२) दिवसभरात वेळ मिळाला नसेल ते काम मी कामावरून आल्यावर पुरे करतो. (याला ५ गुण द्या.)

३) माझ्या काही सहकाऱ्यांबरोबर काम करणे मला जमत नाही.

४) नवनवीन जबाबदाऱ्या मी इतर जबाबदाऱ्यांबरोबर स्वीकारतो.

५) माझ्या कामात विविधता किंवा आव्हान अगदी कमी असते.

६) माझ्या कामातील अपेक्षित परिणामुळे मी जेरीस येतो.

७) तणाव आला की मी रागावतो / माझा तोल जातो.

८) येणाऱ्या अनेक विक्षेपांमुळे माझे काम पूर्ण करण्यात अडचण येते.

९) आदर्श कामगार, आदर्श पत्नी व आदर्श पालक या तिन्ही जबाबदाऱ्या एकाच वेळी सांभाळाव्या लागतात.

१०) माझे काम घरीच असते. मी रात्रीही ते काम सोडून जाऊ शकत नाही. (उत्तर 'होय' असेल तर ५ गुण द्या.)

वर्गीकरण

तणावांच्या गुणांची बेरीज करा.

अ) तुमचे गुण १२ च्या आत असतील तर तुम्ही कामाच्या दबावास परिणामकारक-रीत्या सामोरे जाताय.

ब) १२ ते ३० च्या दरम्यान बेरीज असेल तर तुम्ही शारीरिक किंवा मानसिक दु:ख अनुभवत असला पाहिजे.

क) जर ३० च्या वर बेरीज असेल तर तणाव धोक्याची सूचना देत आहे, असे समजा. तणाव हलके करण्याची यंत्रणा जरूर आहे हे ध्यानात घ्यावे.

◆

२०. बेरोजगारी - एक सकारात्मक दृष्टिकोन

एखादी कंपनी बंद पडल्यामुळे नोकरी गमाविण्याची पाळी आली तर किती त्रास होतो? आर्थिक अडचणी उभ्या राहतात. स्वमान कमी होतो. भविष्याची चिंता वाटू लागते. अशा वेळी उपयोगी पडतील अशा काही सूचना पुढे दिल्या आहेत.

संधीची वाट पाहा

बेकारीमुळे चिंता निर्माण होते हे बरोबर आहे पण ती एक उत्तम संधीही सिद्ध होऊ शकते. आपल्या आचरणाची तपासणी करून नवीन दिशा चोखाळायला हव्यात. हा एक उत्तम अनुभव ठरावा म्हणून स्वत:शी प्रेमाने वागा. जे काम बाकी राहिले असेल ते पुरे करण्यात, आनंद मिळविण्यात व आपले ध्येय साध्य करण्यात वेळ घालवा. काम शोधण्यात सारखी धावपळ करू नका. दररोज नियमाने फिरायला जा. आवडते संगीत ऐका. ध्यानस्थ बसा. छंद, आवडत्या प्रवृत्ती यांचा आस्वाद घ्या. बऱ्याच वेळा वाईटातून चांगले निर्माण होते. हे सर्व तुम्हाला इंटरव्ह्यू देण्यासाठी ताजेतवाने करून जाईल.

खर्चाला तोंड द्या व शरीराची निगा ठेवा

नोकरी नसलेल्या काळात शरीर व मन दोन्हींची खूप काळजी घ्यावी लागते. अशा नाजूक समयी नम्रपणे राहून शांतपणे विचार करा. भरपूर व्यायाम करा व सकस आहार घ्या. या गोष्टी तुम्हाला नोकरी मिळवून देणार नाहीत पण तुम्ही आनंदी राहाल. घरी असला म्हणजे खाण्या-पिण्याची लहर येत राहणार म्हणून ताज्या भाज्या व फळे भरून ठेवा. जेवणात प्रोटिनचे प्रमाण भरपूर असू द्या. पिठूळ किंवा साखरेचे पदार्थ फार खाऊ नका. त्यामुळे सुस्त व निराश दिसाल. आपल्या आर्थिक परिस्थितीची नीट जाणीव करून घ्या. तुमच्याजवळ असलेला पैसा किती दिवस पुरेल याचा नीट अंदाज घ्या. घाईने कोणतीही नोकरी स्वीकारू नका. योग्य संधी मिळण्याची वाट पाहा.

स्वत:चे गुणग्रहण करा

पुष्कळ लोक नोकरी नसल्यामुळे स्वत:चे अस्तित्व विसरून जातात. आपल्या अंगच्या चांगल्या गुणांचे कौतुक करा. तुम्ही समजता त्यापेक्षा महत्त्वाचे गुण तुमच्यात असतील. मागे वळून पाहा व अंतर्मुख व्हा. नवीन आशेची दुनिया उघडलेली दिसेल. तुमच्याजवळ कार्यकुशलता व सामर्थ्य आहे. हुशारी व सत्प्रवृत्ती आहे. नोकरी शोधताना आपल्याजवळ असलेल्या कौशल्य व बुद्धिमत्ता यांचा उपयोग होईल असे काम स्वीकारा. दोन महत्त्वाचे प्रश्न स्वत:ला विचारा - ''माझ्याजवळ काय आहे?'' व ''मला सगळ्यात जास्त आनंद कशात मिळतो?'' आपणाला आवडणाऱ्या कामात आपण पूर्ण वेळ मग्न राहिलो तरच जास्त यशस्वी होऊ. जे लोक मजेने शीळ घालत काम करतात तेच खरे सुखी असतात.

तुमच्याजवळ काय कौशल्य आहे?

तुमच्यामध्ये असलेल्या खुब्यांचा, कौशल्यांचा दुसऱ्या कामात उपयोग होऊ शकतो. एका स्त्रीचे उदाहरण खाली दिले आहे. ती एका मोठ्या रेकॉर्ड कंपनीत कलाकारांचे कार्यक्रम आयोजन करण्याचे काम करीत असे. रॉक अॅन्ड रोल ग्रुपबरोबर तिने अनेक देशांचा दौरा केला. प्रसिद्ध कलाकारांच्या कार्यक्रमांचे आयोजन करण्याचे काम तिने केले. आयोजक म्हणून तिच्यात अनेक गुण होते. पुढे संगीताच्या उद्योगात मंदी आली व रेकॉर्डस्‌ची विक्री घटू लागली. त्यामुळे तिचे डिपार्टमेंट बंद पडले. तिने लगेच दुसऱ्या म्युझिक कंपनीत नोकरी पकडली. पण त्या कंपनीने थोड्याच दिवसात दुसऱ्या देशात स्थानांतर केले. तिने नवीन व्यवसायक्षेत्रात पदार्पण केले. बांधकाम व्यवसायात तिने काम स्वीकारले. तिच्यामध्ये असलेल्या Organizing व Managing Skillsचा उपयोग येथे होऊ लागला व ती आर्किटेक्टस, इंजीनिअर्स, बांधकाम करणारे कुशल कारागीर, फोटोग्राफर्स व प्रेसवाले यांच्यामध्ये काम करू लागली. काम स्वीकारण्यापूर्वी तिला बांधकामातील बिलकुल माहिती नव्हती. पण ती आता मध्ये सर्टिफिकेट कोर्सेस चालवते आहे. आपले सुप्त गुण ओळखून ती पुढे आली.

शांत बसून आपण केलेल्या प्रत्येक कामात, आपण काय केले? कोणाला शिकवले का? काही नवीन कल्पना सुचविली का? त्यामुळे उत्पादन खर्चात कपात झाली का? असे मुद्दे प्रत्येक कामाच्या बाबतीत लिहून काढा.

तुम्ही केलेल्या कामांचे वर्गीकरण करून डिझाइन, विक्री, संशोधन, प्रशिक्षण, सुधारणा, पृथक्करण, लिखाण, व्यवस्थापन, सौदा अशा प्रांतात केलेल्या कामगिरीची यादी तयार करा. ज्या गोष्टी वरचेवर केल्या असतील व ज्यात खूप आनंद मिळाला असेल अशा कामांची माहिती लिहा. त्यांतून तुम्हाला कोणते काम जास्त चांगले करता येईल याची स्पष्ट प्रतिमा दिसू लागेल.

तुम्हाला कशात रुची आहे? प्रतिभा कोठे चालते? व छंद काय आहेत ते तपासा. आवडीच्या क्षेत्रात मेहनत करायला तुम्हाला आवडेल. एका स्त्रीचे उदाहरण पाहू या. तिला सूर्यशक्तीवर चालणाऱ्या उपकरणांवर संशोधन करण्याची आवड होती. तिने घरोघर सोलर उपकरणे उभारण्याचे काम हाती घेतले. तिला यात आवड निर्माण झाली व तिने सूर्यशक्तीवर संशोधन केले. तिने स्वत:ची कंपनी काढली. लोकांना सौरशक्तीविषयी माहिती देण्यात तिला आनंद वाटू लागला व याच विषयात लोकजागृती करण्याचा निर्णय घेतला. तुमचे छंद व रुची ओळखून पूर्ण वेळ याच कामात पाळीव प्राण्यांवर प्रेम करणारे मोठे ॲनिमल ब्रीडर बनतात. विचार करा व तुम्ही काय चांगले करू शकाल ते ठरवा.

तुमचे कौशल्य कशात आहे? नवीन नवीन गोष्टी शिका

तुम्ही ज्या कामात तरबेज असाल तेच काम स्वीकारा. तुमची प्रकृती निकोप असेल तर वयोमानामुळे बुद्धिमत्तेवर परिणाम होण्याचे कारण नाही. कार्यकुशलता कायम राहते. प्रतिक्रियेला वेळ लागतो एवढेच.

आपले डोळे व कान उघडे ठेवा

कोचावर पडल्या पडल्या विचार करून तुमच्या मनात नवीन कल्पना येणार नाहीत. आपल्या आजूबाजूला धंद्यामध्ये, समाजात, व जगात काय चाललेय त्याच्याविषयी सतत जागरूक राहा. मासिके, वर्तमानपत्रे, जाहिराती पाहून आपणाला अनुकूल नोकरीच्या शोधात राहा. निरनिराळ्या क्षेत्रांत उपलब्ध असलेल्या रिकाम्या जागांची माहिती देणारी पत्रके निघतात. ती पाहात राहावे. ट्रेड मॅगॅझिन्स वाचून नवीन Job opportunities च्या तपासात राहावे. ज्या क्षेत्रात आपणास आवड असेल त्यातील तज्ज्ञास भेटून तुमची पार्श्वभूमी सांगा व माहिती मिळवा. तुम्हाला हे क्षेत्र का आवडते ते समजावून सांगा. तुम्ही नोकरी पाहिजे म्हणून जाऊ नका पण माहिती मिळवायची म्हणून भेटताय असे सांगा. तुम्हाला स्वेच्छेने भरपूर माहिती देण्यास ते तयार होतील.

संशोधन व पुढाकार

लाखो लोक नोकऱ्यांसाठी अर्ज करत असतात. चांगली नोकरी मिळविण्यात अनेक अडथळे असतात. सर्वच चांगल्या पोस्टस्साठी जाहिराती येतातच असे नाही. चांगली नोकरी शोधण्यासाठी तज्ज्ञांनी तंत्र शोधले आहे. हमखास यश येण्यासाठी सखोल संधोधन व कामात पुढाकार हाच एक मार्ग आहे. एकाद्या कंपनीला हव्या असलेल्या गोष्टी साध्य झाल्या म्हणजे सरळ डायरेक्टरना भेटा. जाहिरात असो किंवा नसो, सरळ स्वत:ची माहिती, अनुभव वगैरे लिहून विनंती करा की शक्य असल्यास तुम्हाला कामाची संधी द्यावी. नंतरही वरचेवर फोनवर संस्मरण करत राहा.

स्वत:मधला भित्रेपणा काढून टाका. गरजा विसरा व एकच ध्यास धरा. ''मी हे करू शकतो.'' पर्सोनेल विभागातर्फे जाणे टाळा. अशा माणसाशी संपर्क साधा की निर्णय घेणे ज्याच्या हाती असेल. मुलाखतीच्या वेळी आपणहून त्यांना ''माझ्या पत्रातील कोणती गोष्ट तुम्हाला आवडली?'' हे विचारा. तुम्ही कोणती उद्दिष्टे समोर ठेऊन यशस्वी व्हाल ते पटवून द्या.

मित्रांकडून मदत

तुम्हाला नोकरी असो की नसो, आपला एक ग्रुप बनवा. सर्वांनी मिळून सल्लागाराची मदत घ्यावी. ते नोकरी शोधून देणार नाहीत पण तुमचे मूल्यांकन करायला मदत करतील, तंत्र शिकवतील व मुलाखतीसाठी तयारी करून घेतील.

नोकरकपात चालू असताना घ्यावयाची काळजी

ज्या वेळी स्टाफ कमी करण्याची मोहीम चालू असते त्या वेळी तुमचा नंबर लागू नये म्हणून तुम्ही नेहमी चिंतेत असता. मन लावून काम करता त्या वेळी काही गोष्टी लक्षात ठेवायला हव्यात.

१) कामाविषयी शाश्वती कधीच बाळगू नये. कंपनी तुमच्याकडून प्रामाणिकतेची अपेक्षा करील, पण बदल्यात तुम्ही कायम नोकरीची अपेक्षा ठेवाल. पण तसे होईलच याची शाश्वती नसते.

२) मानवता विसरू नका. ज्यांना कामावरून कमी केले आहे, त्यांच्या मदतीला धावून जा. ते स्वत:हून तुमच्याकडे येण्यास संकोच करतील पण ''आपण त्याच्या ठिकाणी असतो तर त्यांनी आपल्यासाठी काय करावे'' अशी अपेक्षा असेल तेच त्यांच्यासाठी करा.

३) जास्तीत जास्त माहिती मिळवा. पुढे काय होणार आहे याची पूर्ण कल्पना करून संपूर्ण माहिती मिळवा.

४) कामात मग्न राहा. हवे तर थोडे काम घरी आणून करा. केव्हाही नोकरी जाण्याची शक्यता आहे हे गृहीत धरून चाला. ''कधी ना कधी हे होणे आहे'' हे स्वीकारले म्हणजे मनावरचे ओझे हलके होईल.

◆

विभाग पाचवा

तणावपूर्ण जगात निरोगी जीवन

२१. तुमचा खतरनाक शत्रू तुम्हीच

दोन मैत्रिणींचे उदाहरण पाहूया. दोघीही शेजारी शेजारी राहात होत्या. एकाच शाळेत शिकत. समान मित्रमैत्रिणींच्या जगात वावरत. स्वत:चा संसार व कार्यक्षेत्र यांविषयी सारखीच स्वप्ने पाहिलेली असतात. पण प्रत्यक्षात त्यांच्या जीवनात जमीन-अस्मानाचा फरक दिसून येतो. एकीला स्थिर संसारी जीवन लाभते. दोन गोजिरवाणी मुले आहेत. चांगली लठ्ठ पगाराची व हवी तशी नोकरी आहे तरीपण दु:खी आहे, निराश आहे, व उपचार घेत आहे. दुसरी कसोटीच्या काळातून जात आहे. तिच्या पतिराजांना मधुमेहावर उपचारासाठी दवाखान्यात ठेवले होते. तिचा दोन वेळा गर्भपात झाला. तिच्या कर्तबगारीला पायबंद बसला तरी पण ती खूप आशावादी आहे. सतत आनंदी असते.

दुसऱ्या दोन मैत्रिणी एकाच ऑफिसात शेजारी शेजारी काम करतात. दोघींनाही त्यांचा साहेब सतावत असतो. ऑफिसतर्फे लहानसे व सतत गडबड असलेल्या वस्तीत घर मिळाले आहे. पगार तुटपुंजा व वर नोकरी दिल्याच्या उपकाराची भाषा. एकीला कर्करोग होतो व दुसरी मजेत राहते.

ही उदाहरणे पाहून सुख नि दु:ख, उत्तम आरोग्य किंवा आजारपण याला कोण जबाबदार आहे याचे उत्तर सापडणे अवघड आहे. आपल्या मनोवृत्तीला हजारो गोष्टी कारणीभूत असतात. आजारपणाला तोंड देण्याची क्षमता ही नैसर्गिक देणगी आहे व ज्याचे त्याचे दैव आहे. पण हसत हसत आहे त्याचा स्वीकार करणे हे आपल्या हातात आहे.

आपणच आपल्या दु:खाला कारणीभूत असतो

दुर्दैव वगैरे मानणे चुकीचे आहे. आपल्याच कर्मांची फळे आपण भोगत असतो. सुख किंवा दु:ख मानायचे हे पूर्णपणे तुमच्याच हातात असते. निर्णय तुम्ही घ्यायचाय. जाणता अजाणता आपणच आपल्या दु:खाला कारणीभूत होत असतो. निष्णात मानसशास्त्रज्ञाबरोबर केलेला वार्तालाप खाली देत आहोत.

प्रश्न - जर शास्त्रज्ञ असे म्हणतात की सुखाची निवड आपण करू शकतो. मग दु:खी होणे कोणाला आवडेल?

उत्तर - तुम्ही सतत निराशात्मक विचार करत असाल तर तुमची अशी प्रवृत्ती होते की "मला जे पाहिजे ते मिळणार नाही" हे होणे शक्य नाही. यातून हळूहळू अशी भावना होते की सुख मिळणे दुरापास्त आहे.

प्रश्न - नकारात्मक विचारसरणी बदलू शकते काय?

उत्तर - होय, बदलू शकता! पण या गोष्टी समजून घ्यायलाच वेळ लावला तर त्यांवर उपाय शोधण्यासही साहजिकपणे उशीर होणार. आपली वृत्ती बदलणे एवढे सोपे नसते. त्यासाठी क्रियाशील व आशावादी दृष्टिकोन व मानसिक बैठक घडविण्याची गरज असते.

सुखाची / आनंदाची निवड

प्रश्न - सगळ्यात अवघड गोष्ट कोणती असते की जी समजायला वेळ लागतो?

उत्तर - तुमच्या दुःखाला सर्व जग जबाबदार आहे असे तुम्ही समजता. पण हे चुकीचे आहे. आपल्या दुःखाला आपणच जबाबदार असतो. मानसोपचार केंद्रात पुष्कळ रुग्ण येतात, व म्हणतात "मी सर्व बाजूंनी संकटात पडलो आहे." पण वस्तुस्थिति अशी असते की तुमची बदलती परिस्थिती व तुम्ही, दोघांत संघर्ष चालू असतो. तणावामुळे तुम्ही त्रासलेले असता. कामात कितीही ताण असू द्या पण तो झेलण्यास आपण असमर्थ आहोत ही भावना तुम्हाला आजारी पाडण्यास कारणीभूत ठरते. आपल्या आवाक्याबाहेरची ध्येये समोर ठेवून रात्रंदिवस ताण सहन करून कष्ट करत राहता. आपल्यासारखे हे काम दुसऱ्याला जमणारच नाही असा खोटा अहंभाव मनात ठेवून सतत मेहनत करता कामाचे वेड लावून घेतलेले, पूर्णत्वात धन्यता मानणारे व सतत चिंता करणारे छे बुवा, अवघड आहे! नाही जमत. असे म्हणून सर्वनाश ओढवून घेतात. आपली बदलायची इच्छा असेल तर बदलू शकतो. माझे व्यक्तिमत्त्वच असे आहे. तो माझा स्वभावच आहे असे सतत म्हणून ते बदलण्याचे सोडून देता. बदलायला थोडा वेळ लागेल पण बदलू शकणार नाही असे नाही.

असहायता व निराशावाद

प्रश्न - कॅन्सर किंवा इतर रोगांची शिकार होण्यास कारणीभूत असणाऱ्या दुसऱ्या प्रवृत्ती आहेत काय?

उत्तर - सतत असहायपणाची भावना अनुभवणे, निराश होणे, आपल्यावर कोसळलेल्या संकटातून बाहेर पडणे अशक्य आहे ही भावना सतत मनात घर करून बसली तर या रोगास बळी पडू शकतो आपण! संधिवात किंवा ॲलर्जी यांसारखे विकारही होऊ शकतात. प्रतिकारशक्ती अगदी क्षीण होते व तुम्ही पीछेहाट करू लागता. निराश होता.

प्रश्न - सुसंवाद - तुम्ही योग्य तेवढे नियंत्रण ठेवताय हे कसे ओळखायचे?

उत्तर - याला सावधानतेची गरज असते. अतिश्रमांनी थकलेले उच्च पदाधिकारी,

प्रकृतीच्या तक्रारी असलेले लोक व ज्यांना ताण-तणाव सहन होत नाहीत असे लोक पाहिले तर सर्वांची एक खासियत दिसून येईल. ते स्वत:चे निरीक्षण करत नाहीत. संवाद साधत नाहीत. तणाव घालवणे जरूर असते तेव्हा लक्ष देत नाहीत. आठ तास सतत टाईपिंगचे काम करून तुम्ही थकलात तर बागेत चक्कर मारून आलात किंवा कॅन्टीनमध्ये जाऊन काही खाल्ले तर ताजेतवाने वाटेल. ताकद परत पूर्वीसारखी झाल्याचे वाटेल. आयोजन करून वेळेचा सदुपयोग करण्याची गरज असते.

नैसर्गिक सुरक्षा

प्रश्न - ताण नीट हाताळणारे सर्वजण चांगले व्यवस्थापक वेळेचे नीट व्यवस्थापन करणारे असतात का? की नैसर्गिक रीत्याच तणाव सहन करू शकतात?

उत्तर - काही लोक मूळचेच कणखर असतात. खेळामध्येही तसेच असते. काही लोक जन्मत:च चांगले खेळाडू असतात. पण याचा अर्थ बाकीच्यांना हे साधू शकत नाही असा नाही. फक्त तुम्ही स्वत:कडे आणि इतरांकडे बघण्याचा दृष्टिकोन थोडा बदलला पाहिजे. लहानसहान कारणांनी रागावणे ही फार वाईट सवय आहे.

प्रश्न - अपघातप्रवण प्रवृत्ती असते काय?

उत्तर - ही तणावाशी निगडित बाब आहे. तुम्ही विचारात मग्न आहात व रस्त्याने जाताना कोठेही लक्ष नाही. तुम्ही कठड्यावर धडकता व हात मोडून बसता. याचा अर्थ तुम्ही तणाव सहन करू शकत नाही. त्याला कसे तोंड द्यायचे हे जोपर्यंत ठरवू शकत नाही तोपर्यंत तुम्ही चिडलेले, दमलेले व रागात असता.

तुम्हीच स्वत:चे खरे मित्र!

आपण लहानाचे मोठे होत असता जी नकारात्मक प्रवृत्ती रुजते ती घालविण्याविषयीचे अनेक उपाय आपण पाहिले. आजच्या पालकांना आपण काय उपदेश देऊ शकतो या प्रवृत्तींना थारा न देण्यासाठी? मुलांना स्वत:चा सच्चा मित्र बनायला कसे शिकवू शकतो? हे पाहूया.

मुलांनी स्वत:शी सुमेळ साधला पाहिजे. आपल्या भावना मोकळेपणाने व्यक्त करायला त्यांना शिकविले पाहिजे. आपल्या आजूबाजूला राक्षस फिरताहेत असे न वाटता तुमच्याशी ते आपल्या मनातल्या गोष्टी सांगू शकले पाहिजेत. स्वत:विषयी त्यांना स्वाभिमान वाटला पाहिजे. आपण त्यांची स्तुती करून प्रोत्साहन दिले पाहिजे. योग्य गोष्टींचे व त्यांच्या सुयशाचे कौतुक केले पाहिजे.

आव्हान स्वीकारण्यातून स्वाभिमान जागृत होतो

मुलांचा आत्मविश्वास वाढविण्यासाठी त्यांना आव्हान स्वीकारायला प्रवृत्त केले पाहिजे. यश मिळाले की त्यांचा आत्मविश्वास स्वभाव वाढेल. सुरुवातीला बाहेरून प्रोत्साहन मिळाले की नंतर ते स्वत: आपले आपण उत्साह-वर्धन करण्यास समर्थ होतात.

◆

२२. शिथिलीकरणाचे सर्वोत्तम तंत्र !

शिथिलीकरणाचा प्रतिसाद मिळवणे

शिथिल असताना, Relaxed असताना आपण मिनिटाला ११ वेळा श्वास घेतो. १६ ते २० हे नेहमीचे सर्वसाधारण प्रमाण आहे. शिथिलावस्थेत प्रत्येक श्वासाबरोबर ५ टक्के कमी ऑक्सिजन घेतो. प्रत्येक उच्छ्वासाद्वारे कमी कार्बन डाय ऑक्साइड सोडतो. तुमच्या हृदयाचे ठोके मिनिटात साधारण ३ कमी होतात व रक्तदाब कमी होतो. 'लाय डिटेक्टर' चाचणीत तुमच्या चामडीची प्रतिकारशक्ती सर्वसाधारण पेक्षा ३०० पट जास्त असते. ज्या वेळी चिंतेचे प्रमाण शून्य असते. त्या वेळचे हे आकडे आहेत. मेंदूकडे जाणारा रक्तप्रवाह २५ टक्क्यांनी वाढतो. मेंदूची विद्युतक्रिया बदलते. नेहमी इतस्तत: भटकणाऱ्या मेंदूच्या लहरी समकालीन व समतोल विद्युतक्षेत्र बनवतात. अल्फा लहरींची पुनरावृत्ती वाढते. त्यामुळे शांत व स्वस्थ वाटते. तुम्ही यांपैकी काहीही करत नाही. हे सर्व सहजपणे घडत असते. नैसर्गिक रीत्या ही क्रिया चालू असते.

तुम्ही फक्त शिथिलतापूर्वक ध्यानमग्न होता व त्यामुळे शरीराकडून आपोआप शिथिलतेचा/हलकेपणाचा प्रतिसाद मिळतो. व ताण-तणाव हलका करण्यासाठी ही संरक्षक यंत्रणा ठरते. ताण जाणवू लागला म्हणजे सहानुभूतिदायक प्रवृत्ती वाढते. शिथिलतेच्या अवस्थेत ती कमी होते. मानसिक तणावात डोळे (बाहुल्या) मोठे होतात. श्रवणशक्ती संवेदनाक्षम होते, रक्तदाब वाढतो, रक्ताभिसरणक्रिया बदलते. हृदयाचे स्पंदन वाढते. श्वासोच्छ्वासाची गती वाढते. रुधिराभिसरण क्रिया पृष्ठभागापासून खोलवर जाते आणि तुम्ही निस्तेज बनता. हे काही शारीरिक बदल आहेत. शिथिल अवस्थेत हे सर्व उलट होत असते.

जे लोक शिथिलता तंत्राचा नियंत्रित उपयोग करून ध्यान, संयमयुक्त आचरण यांचा उपयोग करतात, ते कमी चिंता करतात, कमी ताण अनुभवतात व तणावास उत्तम प्रकारे तोंड देतात. ते आशावादी, आत्मविश्वासू, उत्साही व ताकतवान वाटतात.

वेगवेगळ्या संशोधनांतून असा निष्कर्ष काढला आहे की विश्रांती घेण्याने तणावामुळे होणारा प्रभाव कमी होतो. मेडिटेशनमुळे रक्तदाब कमी होतो. कोलेस्टेरॉल कमी होते व त्यामुळे हृदयाला होणारा धोका टळतो.

ट्रान्संडेंटल मेडिटेशन

गेल्या २५ वर्षांपासून मान्यता पावलेली ही पद्धती आहे. या क्रियेला शिथिलीकरणाच्या प्रक्रियांचा आजोबा म्हटले तरी चालेल. यांवर खूप चर्चा व टीकाही झाली आहे. या तंत्राचे शास्त्रीय आकर्षण कमी झालेले नाही. ३५० वेगवेगळ्या शास्त्रीय अभ्यासावरून ही ध्यानपद्धती फायदेकारक आहे असे सिद्ध झाले आहे. खूपच साधे तंत्र आहे हे ध्यानाचे. यामध्ये ट्रेनिंग घेतलेले शिक्षक तुम्हाला एक गुप्त शब्द, ध्वनी किंवा मंत्र देतात. तो तुम्ही कोणालाही सांगायचा नाही, असे वचन द्यावे लागते. व्यक्तीला अनुकूल होईल असा हा ध्वनी निवडला जातो. त्याचे मनात चिंतन करीत राहावयाचे असते. गुरुकडून मंत्र घेऊन सुखासनात बसून मनातल्या मनात मंत्राचा जप करायचा असतो. निष्क्रिय, निर्विकार वृत्तीने बसून मंत्राचे मनन करीत राहायचे. शक्यतो दुसरे विचार येऊ द्यायचे नाहीत. आलेच तर त्याकडे दुर्लक्ष करायचे. विचारांचा पाठलाग करायचा नाही. मंत्र आठवत राहायचे. सकाळी न्याहरीपूर्वी २० मिनिटे ध्यानास बसावे. संध्याकाळी भोजनापूर्वी परत २० मिनिटे ध्यान करावे. अमेरिकेत ७ दिवसांच्या कोर्सला ४०० डॉलर फी आकारली जाते. त्यापासून होणाऱ्या फायद्यांच्या तुलनेत फीला महत्त्व नाही.

मननाचे एक तंत्र व त्याच्या सात पायऱ्या

१) दूरध्वनी, रस्त्यावरचा गोंगाट व इतर अडथळे यांपासून अलिप्त अशी खोली निवडा. "मला विचलित करू नका" (Do not disturb) असा बोर्ड लावा.

२) लक्ष केंद्रित करण्यासाठी शब्द किंवा मंत्र निवडा व निवडलेल्या शब्दाचा, ध्वनीचा किंवा मंत्राचाच नेहमी वापर करा. त्यात बदल करू नका.

३) हात मांडीवर ठेवून ताठ पण आरामशीर बसा.

४) डोळे बंद करा. ४-५ वेळा दीर्घ श्वास घ्या. सर्व स्नायूंना हळुवार आवाजात शिथिल होण्याच्या सूचना द्या. (Ralax...Relax)

५) संथपणाने श्वास घ्या व त्याच्या लयीवर लक्ष केंद्रित करा. प्रत्येक उच्छ्वासाला तुम्हाला दिलेला किंवा तुम्ही निवडलेला मंत्र आठवा.

६) लक्ष विचलित होऊ देऊ नका. निष्क्रिय वृत्ती ही फार जरुरीची असते. विचार येतील पण आले तसे येऊ द्या व जातील तसे जाऊ द्या.

७) १० ते २० मिनिटे ही मननक्रिया चालू ठेवा. सहज डोळा उघडून वेळ पाहा. गजर लावण्याची गरज नाही. वेळ झाल्यावर थोडा वेळ शांत बसा. काही मिनिटे डोळे बंद ठेवा. परत नेहमीचे विचार आल्यावर डोळे उघडा.

प्रागतिक (Pragressive) विश्रांतितंत्र

७० वर्षांपूर्वी हे तंत्र विकसित झाले आहे. जेव्हा आपणाला मानसिक ताण जाणवतो त्या वेळी आपले स्नायू खेचले जातात व अस्वस्थता जाणवते. अशा वेळी एका हाताचे स्नायू ताणून मूठ घट्ट बंद करावी. सात सेकंद थांबावे व नंतर सैल सोडावे. या वेळी आपणाला tension व relaxation दोन्हींची जाणीव होईल. त्यामुळे शरीरात कोठे कोठे तणाव आहे ते कळेल. थोड्याशा सरावानंतर आपण खोलवर शिथिलता अनुभवू शकतो. हे फक्त पाचच मिनिटांत करू शकतो. जेव्हा स्नायू ताणतो तेव्हा दीर्घ श्वास घ्यायचा व हळूहळू (४५ सेकंदांत) श्वास सोडायचा.

क्रियेवर प्रभुत्व मिळविणे

खुर्चीवर आरामशीर बसून हात मांडीवर ठेवा. किंवा पाठीवर झोपून भिंतीला पाय लावा. डोळे बंद ठेवा. उजव्या हाताची मूठ घट्ट बांधा. मनगट व हाताचे स्नायू ताणून धरा. पाच सेकंद ताण जाणवेपर्यंत ठेवा. मूठ उघडा. हाताचे स्नायू सैल सोडा. बोटातून, हातातून, मनगटातून तणाव घरंगळू द्या. कसे बरे वाटतेय ना? दोन्ही अनुभव घ्या. डावी मूठ बांधा व हीच क्रिया करा. पुढे दंड व खांदे असेच ताणून सैल सोडा. त्यानंतर जास्त तणाव सहन करणारी मान ताठ करा व सैल सोडा. या वेळी शरीराचा संपूर्ण वरचा भाग पूर्वीपेक्षा खूपच सैल व सुखकारी वाटेल. मग कपाळाला आठ्या घालून रागीट मुद्रा धारण करा व सैल सोडा. डोळ्यांतून, गालांतून व ओठांतून ताण निघून जात असल्याची जाणीव होईल.

पायाच्या बोटांच्या टोकांवर जोर देऊन उभे राहा, किंवा झोपलेला असाल तर भिंतीला पाय लावून ताणा किंवा काही सेकंद तसेच राहून मग शिथिल सोडा. आता संपूर्ण शरीरभर शांतता, सैलपणा अनुभवास येईल. संपूर्ण वेळ तुमचे श्वसन नियंत्रित हवे. स्नायू खेचताना (दीर्घ) श्वास घ्या व सैल सोडताना हळूहळू श्वास सोडा. "मला खूप Relaxed वाटतेय" असे म्हणत शिथिलतेचा अनुभव घ्या. व्यायाम संपवताना हळूहळू १ ते ४ अंक मोजा. एक म्हणताच खोलवर शिथिलता अनुभवाल. दोन म्हणताना थोडे सावध व्हाल. तीन म्हणताच तुम्ही विचार करू लागाल व पूर्ण सजाग राहाल. चार म्हणत तुम्ही डोळे हळूहळू उघडायचे.

आत्मशिक्षण (Autogenic training)

हे शिथिलीकरणाला मदत करणारे गुणकारी तंत्र आहे. याचा उपयोग करून आपण ऊबदारपणा व उत्साहाची भावना शरीरात निर्माण करू शकतो. मनाच्या सूचनेनुसार जड झालेले अवयव शिथिल करू शकतो. शरीरात जागृती निर्माण होते व गरम मांसामुळे रक्ताभिसरण सुधारते.

प्रयोगादाखल निद्रानाशाची तक्रार असलेल्या १६ कॉलेज युवकांवर प्रयोग करण्यात आला. झोप लागण्यासाठीच्या वेळेत ५२ मिनिटांवरून २२ मिनिटांपर्यंत फरक पडला. एक महिन्याच्या सरावानंतर या वेळेत ५० टक्के कपात झाली. जडपणा वाटण्यासाठी डोळे झाका व पूर्ण आरामशीर बसा.

हात खाली सोडताना बाहुलीचा हात खाली आदळतो आहे अशी कल्पना करा. याप्रमाणे दुसऱ्या हातानेही करा बाहुलीचे हात वर उचलून खाली सोडतो आहे अशी कल्पना करा. तुमचे हात खूप जड झाल्याचे जाणवेल. अंग शिथिल होईल.

बाहुली कोवळ्या उन्हात ठेवली आहे अशी कल्पना करा आणि मग तुम्हीच ती बाहुली आहात असे समजा.

दीर्घश्वसन

व्यवस्थित श्वसनक्रिया झाली तर आपोआप ताण कमी होतो. हे सोपे वाटते पण आपणांपैकी बहुतेक लोक योग्य रीतीने श्वासोच्छ्वास कसा करावा हे विसरले आहेत. लहान बालकाला श्वास घेताना पाहिलेत का? आत-बाहेर, सखोल आणि सारखे, संथ नि सहज श्वसन चाललेले असते. प्रत्येक श्वासाबरोबर शरीर लयीत खाली - वर होत असते. श्वसनाच्या व्यवस्थित क्रियेने आपण तणाव कमी करू शकतो. रक्तदाब कमी ठेवू शकतो. हृदयाला मजबुती येते; व इतर अनेक फायदे होतात.

रक्ताभिसरणाचा मुख्य उद्देश मेंदू व इतर महत्त्वाच्या अवयवांना रक्तपुरवठा करणे हा आहे. आपण श्वसनाद्वारे भरपूर ऑक्सिजन आपल्या रक्ताला जास्त वेगाने फिरवून पुरवतो. त्यामुळे रक्तदाब वाढतो. रक्ताला gas exchange या क्रियेने फुप्फुसांत ऑक्सिजनचा पुरवठा होतो. हवा बदल क्रियेत रक्तात ऑक्सिजन घेतला

जातो व उच्छ्वासावाटे निरुपयोगी हवा कार्बन डाय ऑक्साइडच्या रूपाने बाहेर पडते. दीर्घश्वसनाने ही क्रिया सुलभ होते.

दीर्घ श्वसनाने ताण-तणाव कमी होतो

ताण-तणावाची मात्रा कमी करावयाची असेल तर श्वसन हे खोलवर व डायफ्रॅमॅटिक असावे. हे साध्य झाल्यास मनोवृत्ती अगदी शांत व स्थिर होईल. यांमुळे एन्डोर्फिन्सच्या निर्मितीत वाढ होते व एन्डोर्फिन्स हे मॉर्फिनसारखे वेदनाक्षमक असते. रुग्ण अस्वस्थ असतो त्या वेळी खोल श्वसनाने ब्लडप्रेशर आणि हृदयस्पंदने कमी होण्यास मदत होते.

श्वसनतंत्र

अगदी साधे आहे. सैलसर कपडे घालायचे. आरामदायक आसनात खुर्चीत बसायचे. पाठीचा कणा ताठ असावा. नाकपुड्यांतून हळू व दीर्घ श्वास घ्या. सुरुवातीची काही आवर्तने होईपर्यंत बोटांची टोके ॲब्डोमेनवर ठेवा आणि खोलवर श्वास घ्यायचा प्रयत्न करा. पोट कसे फुगते ते पाहा. बरगड्या व संपूर्ण फुप्फुस फुगल्याचा अनुभव येईल.

श्वास सोडताना याउलट क्रिया करा. नाकावाटे हळूहळू श्वास सोडा. त्या वेळी पोट खपाटी जाईल ते पाहा व उरलीसुरली हवा बाहेर सोडा.

जोर देऊ नका. ताकदीपेक्षा जास्त श्वास घेऊ नका. उगीच हवा आत ढकलायचा प्रयत्न करू नका. सावकाश व लयीत श्वास घ्या. सुरुवातीला श्वास व उच्छ्वास यांत सारखेच अंतर ठेवा. हळूच मनात १,२,३ म्हणत श्वास घ्या व १,२,३ म्हणत सोडा. जशी जशी श्वास घेण्याची क्षमता वाढेल तसे ४,५,६ पर्यंत मोजा. श्वसनापेक्षा विरेचन जास्त हळू करावे. १ स २ प्रमाण असावे.

बोटांच्या अग्राद्वारे श्वसन

अशी कल्पना करा की हाताच्या बोटांच्या टोकांमधून श्वास घेत आहात. हा श्वास हातांतून खांद्यांपर्यंत न्या आणि मग उच्छ्वास टाकताना हवा खांद्यांपासून छाती-पोटात, तिथून मांड्यांमधे, आणि मग पावलांमधे जाऊन पायांच्या बोटांमधून बाहेर पडते आहे अशी कल्पना करा. हा श्वास बाहूंतून खांद्यापर्यंत न्या आणि मग खांद्यांपासून पोटात, तिथून पायांत, पायांच्या बोटांच्या टोकांपर्यंत. परत हीच क्रिया करा. व पाहा हे खोल श्वसन किती आराम देते. खांदे तसेच ठेवा. खोलवर श्वास घेण्यासाठी वसंतातील पहिल्या फुलाचा सुगंध घेतोय अशी कल्पना करा. किंवा तुमचा श्वास नि उच्छ्वास समुद्राच्या लाटांसारखा वर-खाली होतोय किंवा फुप्फुसांचा पृष्ठभाग उघडला तर टेनिसकोर्ट झाकून टाकील अशी कल्पना करा.

कल्पनाचित्रण

स्वत:ला अगदी संपूर्ण तणावमुक्त समजा म्हणजे तसे होईल. ताण कधी

निर्माण होतो, की ज्या वेळी मनात चिंता, भीती, काही प्रसंगाच्या कटू आठवणी येतात व ते प्रसंग घडताहेत अशी कल्पना करून आपण घाबरतो. जर कल्पनेने हे होऊ शकते तर कल्पनाशक्तीचा उपयोग करून जास्तीत जास्त आनंद का मिळवू नये?

फक्त होकारात्मक विचार करायचे. जणू काय अमुक दृश्य आपण समोर बघतो आहोत असा भास निर्माण करण्यासाठी जागा, आवाज, सुगंध आणि भावना यांचे सुंदर मिश्रण करून ते दृश्य मन:चक्षूंसमोर उभे करायचे. अनुभवायचे. प्रथम खोल श्वास घ्यायचा. डोळे मिटायचे. गुलाबाची कळी नजरेसमोर आणायची. हळूच एका गुलाबाच्या कळीवर नजर केंद्रित करा. त्याच्या पाकळ्या हळूहळू उमलताहेत याचा अनुभव घ्या. रंग निरखून पाहा. गुलाबाला स्पर्श करा. व मन:चक्षूंपुढे त्याच्या वेल्व्हेटसारख्या मऊ स्पर्शाचा अनुभव करा. त्याचा सुंदर सुवास अनुभवा. तुम्ही एक रंग बघता पण त्यात अनेक छटा अनुभवता. फक्त गुलाबच तुम्ही पाहात नाही तर त्यांचे दृश्य मनात साठवता, अनुभवता. हळूच डोळे उघडा. तुमचा ताण अदृश्य झाला ना?

दुःखात सुख

तुम्ही खूप दमलेला असाल तेव्हा तुमचा श्वास भरभर व उथळ चाललेला असतो. अतिताण कमी करण्याचा एक उपाय म्हणजे संथ श्वासोच्छ्‌वास. ७ सेकंद श्वास घ्या व ८ सेकंद सोडा. एका मिनिटात चार असे दोन-तीन मिनिटे करा. ताण एकदम कमी होईल. हे कोठेही आणि कोणत्याही वेळा करू शकतो.

◆

२३. तणावावर काबू ठेवणे

तणावातून सुटका मिळविण्यासाठीचे तंत्र शिकण्यास ज्यांना अजिबात वेळ मिळत नाही त्यांनाच त्याची खूप जरूर असते. व्यवस्थित कसे राहावे, वेळेचे सुंदर आयोजन कसे करावे, कामांची अग्रीमता कशी ठरवावी व उपलब्ध असलेल्या सर्व सोयीतून तणावरहित जीवन कसे जगावे याचे प्रशिक्षण कोर्समध्ये देतात. काहींना तणाव सहन होत नाही व ते गडबडून जातात. काहींना असे वाटते आपण कोणत्याही तणावपूर्ण परिस्थितीला तोंड देऊ शकतो. ते वरवर शांत वाटतात. आतून ते ज्वालामुखीसारखे धुमसत असतात. तिसऱ्या प्रकारचे लोक सारखा ताण येऊन बधिर झालेले असतात. त्यांना जाणीव नसते. ते म्हणतात की त्यांच्यावर काहीही परिणाम होत नाही. पण ते चुकीच्या मार्गाने जात असतात. व्यायामशाळेत जाऊन आपण ताण घालवू शकतो असा त्यांचा समज असतो. ''मी सिगारेट पितो कारण त्यामुळे मला हलके वाटते'' असे म्हणणाऱ्यांपैकीच ते असतात.

बर्न आउट म्हणजे काय?

कामाच्या ओझ्यामुळे प्रचंड शारीरिक व मानसिक थकवा येऊन एक प्रकारचे रितेपण अनुभवणे, अंगातील त्राण संपणे म्हणजे बर्न आउट. असे लोक सतत जेरीस आलेले, उदासीन, असह्य परिस्थितीत गुरफटलेले व तोंड देण्यास असमर्थ दिसून येतात. दमलो, थकलो बुवा अशी त्राणहीन स्थिती असते त्यांची. शून्यमनस्क बनतात. स्वतःहून कोणत्याही कामात पुढाकार घेत नाहीत. खूप यशस्वी लोक उच्च आशा- आकांक्षेने प्रेरित होऊन, सर्व गोष्टींत प्रथम स्थान अपेक्षिणारे, शेवटी असफल होऊन उदास होतात. आवाक्याबाहेरचे काम स्वीकारले तर शक्तीचा ऱ्हास होतो, उत्साह मावळतो व शारीरिक व मानसिक धक्का बसून धडकी भरते की आपल्या हातून ही अवघड कामगिरी होणार नाही.

समतोल राखणे

जेव्हा तुमचा समतोल जातो तेव्हा तुम्ही मिळविता त्यापेक्षा जास्त देत असता.

ताण-तणाव सहन करू शकता तेव्हा तुमची भावना असते की तुमचे प्रयत्न सफळ होत आहेत. तुमची शक्ती सतत वृद्धिंगत होत असते. मानसिक किंवा शारीरिक भासातून तुम्ही सहज बाहेर निघू शकता. असमतोल बाहेर कोठे नसतो तर परिस्थितीला आपण कसे तोंड देतो यांवर तो अवलंबून असतो. परिस्थिती कितीही खराब असली तरी आपण ती योग्य प्रकारे हाताळली, तर तोल राखला जातो.

सुधारणेच्या तीन पायऱ्या

१) आत्म-जागृती - आपले विचार व भावना यांचा मेळ घातला पाहिजे. स्वत:विषयी खोलवर अभ्यास केला पाहिजे. अंतर्मनाचा आवाज ऐकला पाहिजे. आपला कार्यक्रम, अपेक्षा, कुटुंबीयांच्या तुमच्याकडून अपेक्षा, यांचा खोल अभ्यास करा. कागद-पेन्सिल घेऊन लिहून काढा. मग कागद बाजूला ठेवून अंतर्मुख व्हा. तुमच्यातला खराखुरा "मी" समोर येऊ द्या. त्याला बोलू द्या. या वेळी आलेले विचार लिहून काढा. तुमची ही दोन भिन्न रूपे पाहून तुलना करा. कधी कधी आपण व्यसनांच्या आहारी जातो. ताण-तणावाला तोंड देण्याची शक्ती नसते. अनेक प्रकारचे प्रश्न उभे राहतात व आपण गांगरून जातो. माघार घेण्याची किंवा चालढकल करण्याची वृत्ती, संकटाला सामोरे जाण्यास नाकारणे, आतल्या आत धुमसत राहणे व एकदम स्फोट होणे असा हा क्रम असतो.

२) स्व-नियंत्रण व नियोजन - अगोदर आपली ध्येये, उद्दिष्टे नक्की करा. फार मोठे मोठे बेत करू नका. एकदम खूप स्वप्ने पाहू नका. सर्व पूर्ण झाली नाहीत तर नैराश्य येते. हे सर्व करायला नियोजन (Planning) हवे. नियोजन व स्वनियंत्रण (Self control) यांच्या बळावर भविष्यकाळ लवकर वर्तमानात येऊ लागेल. प्रत्येक दिवसाचे नियोजन हवे. आज काय करायचे हे ठरवून अग्रीमता ठरविता येते. अति महत्त्वाचे, दुय्यम महत्त्वाचे, व तिसरा प्रकार म्हणजे महत्त्वाचे नसलेले असा क्रम ठरविता येईल. त्याप्रमाणे दिवसभर काम करून संध्याकाळी काय काय झाले याचा आढावा घेता येईल.

३) संतुलन - प्रत्येक तणाव दूर करणारास समतोलपणाची (Balance) गरज असते. ज्यांना काम आणि कसरत, झोपेतही सजगपणा, तणावातही सैलता, धडपडीबरोबर योग्य विश्रांती, देण्याबरोबर घेणे साधले त्याला सुखी जीवनाची गुरुकिल्ली सापडली असे म्हणता येईल. मानसिक संतुलनाने माणूस यशाचे अत्युच्च शिखर गाठण्याच्या मार्गास लागतो. त्यासाठी स्वनियंत्रण व वेळेचा सदुपयोग हे जरुरी आहे.

आयुष्याची मजा लुटण्यासाठी वेळ काढा - तुम्हाला दिवस अपुरा पडतो असे वाटते? ज्यामध्ये मजा येते ती कामे करायला वेळ मिळत नाही असे कधी कधी वाटते? खरे म्हटले तर वेळ कमी पडतो असे नाही. हवे ते करायला आपणा सर्वांना

भरपूर वेळ असतो. इतरांसारखे काही गोष्टी करण्यात तुम्हीही दंग असता. ध्यानात ठेवा, तुमच्यापेक्षाही कामात जास्त व्यस्त असलेल्या माणसांनाही वेळ मिळतो. ते हवे ते करू शकतात. मात्र त्यासाठी वेळेचा सदुपयोग केला पाहिजे.

महत्त्वाच्या सूचना पुढे दिल्या आहेत

१) दररोज आज काय करायचे याची यादी करा.

२) दहांपैकी कोणत्या दोनच गोष्टी करण्यासारख्या आहेत ते ठरवा.

३) या अती महत्त्वाच्या कामांसाठी तुमचा प्रयत्न असू द्या.

४) क्षुल्लक कामात विनाकारण गुंतवून घेऊ नका.

५) दिवसातील जास्त काम खेचू शकतो अशी वेळ अती महत्त्वाच्या (Top Priority) कामासाठी ठेवा. रोजची कामे, जसे वर्तमानपत्र वाचणे, पत्र लिहिणे, अंथरुणे घालणे, अशा कामांत महत्त्वाचा वेळ दवडू नका. नित्यनेमाची कामे ज्या वेळी फार काम नसेल त्या वेळी करा. दररोजचा काही वेळ अनपेक्षित कामासाठी ठेवा. Relaxation साठी काही वेळ मुद्दाम काढा. व्यर्थ दवडलेल्या वेळेचा हिशोब ठेवा. नवीन भाषांचा अभ्यास करा. कादंबऱ्या वाचा. पत्नीसाठी अनपेक्षित बर्थडे पार्टी ठेवा. अपयशांची चिंता करून वेळ दवडू नका. जे आशेने जगतात आणि प्रयत्नांची पराकाष्ठा करतात ते सुखी होतात. सिद्धी प्राप्त करतात.

स्वतःचे नूतनीकरण - स्वत:ला सतत मानसिक आणि शारीरिकरीत्या ताजेतवाने ठेवणे हे फार महत्त्वाचे असते. तुम्ही जर हताश होऊन बसून राहिलात व बाहेर निघण्याचा प्रयत्न केला नाही तर पूर्ण बुडून जाल. मोठमोठी ध्येये साध्य करण्यात घडणारे श्रम योग्य विश्रांती घेऊन हलके केले पाहिजेत. आपण स्वत:ला ताजेतवाने कसे करायचे?

वापरली गेलेली शक्ती पुन्हा मिळवायला हवी. मानसिक व शारीरिक ताजेपणा अनुभवता आला पाहिजे. तुम्ही आधीच त्रस्त असाल व जर मूड बदलण्याचा प्रयत्न केला नाही तर तुटून जाल. खूप वेळ उत्तम कामगिरीत व्यस्त असाल व थकवा घालवला नाही तर तेवढे उत्साही राहणार नाही व हळूहळू निस्तेज होऊ लागाल. मॅरेथॉन जिंकणारा स्पर्धक दुसऱ्या दिवशी परत मॅरेथॉन जिंकेलच असे नाही. विश्रांतीची आवश्यकता असते. प्रत्येक अत्युच्च यशामध्ये हेच तत्त्व लागू पडते.

स्वत:ला आपण ताजेतवाने कसे करू शकू? मनन व शिथिलीकरण यांचे उत्तम तंत्रज्ञान वापरून आपण स्वत:ला ताजेतवाने करू शकतो. जे लोक आपल्यावर प्रेम करतात त्यांच्यावर प्रेम करून आपण परत आपली मनोवृत्ती ताजीतवानी करू शकतो. नित्यनैमित्तिक जीवनात जी विश्रांती मिळत नाही ती मुद्दाम रजा घेऊन मिळवू शकतो आपण. तुम्हाला सितारवादनाची खूप आवड असेल पण दररोजच्या धकाधकीत वेळ काढू शकत नसाल तर अशी सुट्टी घेऊन ही हौस पुरी करू शकता.

प्रवासाची आवड असेल तर मस्तपैकी ट्रिप मारून यावे. सर्व्हिस कितीही चांगली असली तरी हवे तेवढे समाधान मिळू शकत नाही. सुट्टी घेण्याने नित्यक्रमाचा आलेला कंटाळा, तोचतोपणा निघून जातो. उत्साहाने नवी सुरुवात करायला अशी मध्यंतरी सट्टी घेणे खूप जरुरीचे असते.

खूप कष्ट करा. पण जागृत अवस्थेतील प्रत्येक क्षण आपल्या ध्येयप्राप्तीच्या मागे दवडण्यात घालवू नका. आराम कसा करायचा ते शिका. ताजेतवाने होण्यासाठी आपले कुटुंबीजन व मित्रमंडळी यांच्याशी चांगले संबंध स्थापित करा.

तणावाखाली प्रगती (Thriving on stress - What does it take?)

काही माणसे तणावाने खचून जातात. तर काही ते आव्हान स्वीकारून उद्यमशीलतेच्या जोरावर त्यावर मात करतात. खूप उत्कृष्ट कामगिरी बजावलेले लोक आहेत काही.

काही म्हणतात त्याला अंगी विशिष्ट गुण असावे लागतात. स्वत:ची जाणीव, उत्तम व्यवस्थापन व नवनवीन तंत्रांचा उपयोग करून तुम्ही यातून बाहेर पडू शकता. आत्मस्फूर्तीने मेहनत करणारे स्वत:च्या भावना जाणणारे व आपले ध्येय लक्षात ठेवून मेहनत करणारे अलौकिक यश संपादन करतात. विश्रांती व नूतनीकरण या तंत्राचा उपयोग करून खूप यश कमावतात.

अंत:स्फूर्त व्यक्ती

१) स्वत:ची गरज व भावना ओळखतात.

२) ध्येय निश्चित करतात.

३) त्यांना हवे ते करताहेत याची जाणीव असते.

४) भक्कम सत्यात उतरविता येण्यासारखी स्वप्ने रंगवतात.

५) ही मोहीम खोलवर हेतू मनात ठेवून करत असतात.

६) पूर्वी कधीही न हाताळलेले कामही निर्भयपणे करतात.

७) अडथळा आला तर प्रकल्प सोडून देत नाहीत.

८) स्वत:ची गरज भागविण्यात त्यांना खूप रस असतो.

परिणामलक्ष्यी व्यक्तिमत्त्व असते त्यांचे!

१) पुढचा विचार करून काय शिकावे लागेल ते ठरवतात.

२) रेंगाळत राहात नाहीत. नवीन क्षेत्राच्या शोधात असतात.

३) अपयशाचे फारसे भय बाळगत नाहीत.

४) अग्रक्रम नक्की ठरलेला असतो. अतिमहत्त्वाची कामे उत्तम रीतीने पार पाडतात. कमी महत्त्वाच्या कामात वेळ व शक्ती वाया घालवीत नाहीत.

५) चुकांवर फार पश्चाताप करत बसत नाहीत. खूप मेहनत करतात. त्याबरोबर विश्रांती पण घेतात. आरामाचे तंत्र जाणतात. मित्र व परिवार यांच्यासाठी वेळ काढतात.

खोलवर अंतरंगात डोकावणे

स्वत:ला स्वत:ची जाणीव नसली, जबाबदारी माहीत नसली म्हणजे अती थकवा येणे, त्राण संपणे अनुभवाला येते. म्हणून आत्मपरीक्षण जरूर असते. खाली काही प्रश्न दिले आहेत, त्यांची उत्तरे शोधण्याचा प्रयत्न करा. उत्तर अपूर्ण असेल तर चिंता करू नका. यातून जीवनाचे स्पष्ट दर्शन व्हावे व कोठल्या प्रांतात जास्त मेहनत करणे जरूर आहे, ते ठरविता येते.

१) मला कसली काळजी आहे? कशाची रुखरुख वाटते?

२) कसला दबाव माझ्यावर आहे? त्यासाठी मी काय करावे?

३) माझे आयुष्य कशामुळे बदलत आहे?

४) मला आयुष्यात काय मिळवायचे आहे? माझी काय नीतिमूल्ये आहेत?

५) मला आयुष्यात मिळवायच्या असलेल्या सर्वात महत्त्वाच्या गोष्टी कोणत्या?

६) माझ्या आयुष्यात भावपूर्ण, संतोषजनक व अर्थपूर्ण असे काय अनुभव आले? यापुढे मला कोणते असे तीव्र अनुभव घ्यायला आवडेल?

७) ध्येयपूर्तीसाठी किंवा सुयश मिळण्यात कोणत्या अडचणी येताहेत?

८) मला जे मिळवायचे आहे त्यात आंतरिक व बाह्य अवरोध कोणते आहेत?

९) मी काय चांगले करू शकतो? त्याची यादी करा.

१०) मी कोठे उणा पडतो? ते मी सुधारू शकतो का?

११) काय करणे थांबवायला मला आवडेल?

१२) काय करायला, शिकायला मला आवडेल?

१३) सध्या माझे मुख्य ध्येय काय आहे? पाच वर्षांपूर्वी काय होते? पुढच्या पाच वर्षांसाठी काय उद्दिष्ट असेल?

१४) मी नियमितपणे करत असलेल्या कोणत्या गोष्टी कमी करायला हव्यात?

१५) पुढच्या दशकात काय अडचणी येणार आहेत? काय बदल होणार आहेत?

१६) येत्या काही वर्षांत मला काय निवडावे लागेल?

१७) माझ्या आयुष्याचे महत्त्वाचे कार्यक्षेत्र कोणते? काम, कुटुंब, मित्र की स्वत:? पुढील पाच वर्षांत यात काय बदल होतील असे वाटते आहे?

१८) आदर्श भविष्यकालात की काय अपेक्षा ठेवू शकतो?

१९) तुम्ही नुकतेच मरण पावला आहात अशी कल्पना करा आणि अगदी जिव्हाळ्याच्या व्यक्तीनं लिहावा तसा स्वत:चा मृत्युलेख लिहा. स्वत:च्या कोणत्या गुणांसाठी इतरांना आपले स्मरण होईल असे तुम्हाला वाटते?

◆

२४. मनःशांतीचा शोध - सुख-समाधानाचा विभाग

दमून भागून संध्याकाळी घरी आल्यावर एक गरम चहाचा कप किंवा घोट दोन घोट मद्य व त्याबरोबर खाणे-पिणे. काम संपल्यावर आराम करण्याची प्रत्येकाची पद्धत वेगळी असते. पण त्यांपैकी बरेच प्रकृतीला हानिकारकही असते. हे माहीत असते. डॉक्टर बऱ्याच वेळा गुंगी आणणारी औषधे लिहून देतात. ती हानिकारक तर असतातच पण तणावापुढे तीही शरण येतात. मद्याप्रमाणे यांनीही तणाव तर कमी होतच नाही. काही काळापुरते मन विचारशून्य करून टाकते. तणाव घालवण्याचे यापेक्षा चांगले उपाय आहेत.

मंदमधुर धुन ऐकण्याची सवय

तुमच्याकडे तुम्हाला आवडता संगीत संच असेल. तुमच्या मनावरचे दडपण, ताण-तणाव कमी करण्यासाठी तुम्ही तो चालू करत असाल. पण त्याने खरोखरच शिथिलीकरण साधते का? संगीत म्हणजे कंपने! आणि कंपनांचा परिणाम हृदयस्पंदनावर होत असतो. रक्तप्रवाह व मेंदूतील लहरी यांवरही परिणाम होतो. जर संगीतामुळे तुमच्या श्वसनक्रियेवर परिणाम होऊन तुम्ही सावकाश व खोल श्वास घेत असाल तर ते संगीत तुम्हाला विरंगुळा देत आहे असे समजावे. साधारण प्रत्येक सेकंदाला १ हृदयस्पंदन हे नैसर्गिक आहे.

याउलट रॉक म्युझिकची स्पंदनसंख्या आहे. त्यामुळे लोकांना ते त्रासदायक (Irritating) व उत्तेजक वाटते.

विद्युत पियानो, बासरी आणि हार्पमुळे सर्वांत जास्त Relaxation मिळते असे तज्ज्ञांचे म्हणणे आहे. प्रतिध्वनी व आवाज घुमणे echo & reverberations हे रिलॅक्सेशनची सखोलता तपासण्यात मदत करते. पुरातन धार्मिक वास्तू उदा. पिरॅमिड, ताजमहाल, व गोथिक कॅथेड्रल यांमध्ये खूप मधुर प्रतिध्वनी निर्माण होतो. या इमारतींच्या गुंजन प्रक्रियेमुळे असा काही मधुर प्रतिध्वनी निर्माण होतो की मेंदूवर विशिष्ट प्रक्रिया निर्माण होते. मेंदूतून एन्डॉर्फिन स्राव पाझरण्यास सुरुवात होते व

तत्काळ मनाला शांतता मिळते.

शांत-सखोल पाणी

स्नानाने तणावयुक्त स्थितीत बदल घडून येतो. वाईट विचार नष्ट होतात. बहुधा असे झाले असावे की गुहेत राहणारा साधू एकदम अचानक कोमट पाण्याच्या झऱ्यात पडला असावा. तो ओरडू लागला असावा, पण हळूहळू ओरडण्याचे रूपांतर सुस्काऱ्यात झाले असावे. तेव्हापासून ही रोगनिवारक स्नानाची पद्धत आली आहे. काही तापमानावर तर काही वासावर आधारित आहेत. नैसर्गिक इलाज करणारे पाणी उपशामक (Sedative) किंवा उत्तेजक (Stimulator) असते. कोमट किंवा साधारण गरम पाण्याने केलेले स्नान रक्तपेशी विस्तृत करतात व जास्तीत जास्त रक्ताभिसरण करण्यास मदत करतात. ज्यामुळे शरीरातील उष्णता नाहीशी होते. (तापमान ९२°F असावे) त्यामुळे हलके वाटते व झोप येते. पाण्याच्या उष्णतेने स्नायूंना शिथिलता मिळते. थंड पाण्याने (८० ते ९० डि. फॅ.) केलेल्या स्नानामुळे रक्तवाहिन्या उत्तेजित होतात व टॉनिकसारखा उपयोग होतो.

टब-बाथ - शरीर आणि आत्म्यासाठी

वनस्पती व आंघोळीसाठी वापरली जाणारी उटणी व मऊपणा आणणारे पदार्थ घातलेले पाणी आंघोळीसाठी वापरले तर आरोग्यास उपयुक्त ठरते. बऱ्याच लोकांना बेकिंग सोडा, तुळसी, लव्हेंडर या वनस्पती किंवा मीठ यामुळे शांत वाटते. समुद्रवेली किंवा कापूरकचरा नावाच्या वनस्पती वापरल्याने स्नायूंना शिथिलता मिळते.

मुक्त, तरंगणारे मन

सर्व काही विसरून जायचे असेल तर भरपूर मीठ असलेल्या ‘फ्लोट टँक’मध्ये बसून राहा आणि मनोव्यापार अनुभवा. कोमट नि खारट पाणी आपल्या शरीराला हलकेफुलके बनवते. मनातले वादळ शांत होते. चिंता वाऱ्याच्या वावटळीबरोबर विरून जातात.

वनस्पतीचा कपभर काढा (चहा)

चीन व जपानमध्ये साधे गरम पाणीही पितात. हातात गरम चहाचा कप असणे व त्यातून निघणाऱ्या वाफा घेणे यांमुळे खूपच हलके वाटते. चहामध्ये तुळसी टाकणे ही फार जुनी पद्धत आहे. आजाऱ्यांना तुळसीच्या काढ्याने गुंगी आल्याचे आढळून आले. जाई, मदनबाण (फॅशनफ्लॉवर), पेपरमिंट, नीललोहित (Violet leaves) या वनस्पती मऊपणा आणतात.

निसर्ग

डोके शांत करण्यासाठी टेकडी, समुद्र किंवा सुंदर हिरवळ गाठा. ज्या वेळी मनाचा उलगडा करायचा असतो, मन मोकळे करायचे असते त्या वेळी ही खूप

कामास येतात. जेव्हा आपले मन निसर्गाच्या तालावर डोलत असते त्या वेळेस चिंता किंवा अडचणी आपण विसरून जातो. ताण-तणाव कमी करण्यास निसर्गसान्निध्य खूप उपयोगी पडते.

निसर्ग नेहमी बदलत असतो. तो आपले लक्ष वेधून घेतो आणि आपणाला उत्तेजित करतो. पण आपणाला काहीही मागत नाही. आपले मन निसर्गाच्या मनोहर दृश्यात गुंतलेले राहते व इतर प्रश्न आपण विसरून जातो.

रोजच्या दैनंदिन कोलाहलातून सुटका करून घेण्यासाठी शेतात, जंगलात, डोंगरावर जावे. एखाद्या रुग्णाला गुंगीचे औषध देण्यापेक्षा त्याला बागेत फेरफटका मारायला लावले तर त्याला बरे वाटेल.

◆

२५. मन व शरीराची मशागत

शरीराच्या एकाद्या अवयवाला मार लागला तर चोळण्याने बरे वाटते. मालिशमुळे शारीरिक व मानसिक दु:ख दूर होते. शिथिल गात्रातून स्फूर्ती वाहू लागते. हे असे का होते ते नेमके सांगता येणार नाही. पण शक्तीचे स्त्रोत उघडतात हे सत्य आहे. दमलेले स्नायू ताजे-तवाने करण्यासाठी बोटांचा मऊ स्पर्श झाला की आपणास विश्रांती व हळुवारपणा अनुभवायला मिळतात. मसाजमुळे रक्तपेशी विस्तृत होतात, व रक्ताभिसरण वाढते. शरीरातील विषारी द्रव्ये बाहेर फेकली जातात. केशवाहिन्यांमधील प्रवाह वाढतो. स्नायूंवरचा ताण कमी होतो व आपण ताजेतवाने होतो.

स्वीडिश मसाज

हा प्रकार १९ व्या शतकाच्या सुरुवातीस उदयास आला. शरीराकडून हृदयाकडे हळुवार लांबसर हात फिरविणे. मसाज करणारा तुमचा हात हातात धरून मनगटाकडून खांद्यापर्यंत चोळायचा. चामडीवर चकाकी येते व स्नायूंचे संतुलन वाढते.

Neo Reichian हा मसाजचा दुसरा प्रकार आहे. यामध्ये हृदयाकडून शरीराकडे नर्व्हस एनर्जी उतरविण्याचे तंत्र वापरले जाते. मानसोपचाराबरोबर हे मसाज तंत्र शिकवितात.

Trigger point massage हे पण एक मसाजचे तंत्र आहे. स्नायूंमधील महत्त्वाचे पॉइन्टस् हाताळले की आपोआप तुम्हाला स्नायू सैल झाल्याचे जाणवते.

शियात्सु मसाज

जपानी भाषेत Shi शी म्हणजे बोट आणि Atzu अत्सु म्हणजे दाब. अक्युपंक्चरसारखेच आहे पण येथे सुयांच्या ऐवजी बोटांचा उपयोग करावयाचा असतो. तज्ज्ञांचे म्हणणे आहे की पायाच्या बोटांपासून डोक्यापर्यंत अदृश्य अशा रेषा, ज्याला मेरिडियन्स म्हणतात, त्यांमधून जीवनरस वाहात असतो. त्याला (ki) की किंवा प्राण म्हणतात. स्पर्शाने तो प्राणरस मुक्तपणे वाहू लागतो. प्रवाह जितका सहज तितक्या आपल्या संवेदना निर्मळ बनतात.

शियात्सु मसाजमुळे डोकेदुखी, ताण-तणाव, अपचन व थकवा कमी होतो. शांतपणा येऊन सौंदर्य टिकून राहते. हे असंभव वाटेल पण न्यूयॉर्क स्टेट मसाज लायसेन्सिंग बोर्डने हे मान्य केले आहे की शियात्सु मसाजमुळे झटपट ताण कमी होऊन बरे वाटू लागते.

रिफ्लेक्सॉलॉजी (Reflexology)

पायांच्या मसाजचा हा एक प्रकार आहे. शियात्सुसारखाच आहे. शरीरातील प्रेशरपॉइन्टस्‌चे मसाज झाल्याने ते कार्यप्रवण होतात व अनावश्यक द्रव्ये बाहेर टाकली जातात. शरीरातून तणाव खेचून घेतला जातो. प्रथम आपणाला फक्त मसाज जाणवतो व नंतर हळूहळू हलके वाटते. मसाज करणारा फक्त अंगठा टाचेवरून फिरवतो व एक प्रकारची चुरगळलेल्या बेदाण्यासारखी जाणीव होते. नसांच्या टोकांशी दूषित द्रव्यांचे स्फटिक साठलेले असतात व ते मुक्त रुधिराभिसरणास अवरोध करतात. मसाजमुळे हे स्फटिक तोडले जाऊन शरीरातून बाहेर टाकले जातात.

मसाज-तज्ज्ञ पौर्वात्य व पाश्चिमात्य पद्धतींचे मिश्रण करून मनाचे, शरीराचे व प्रवृत्तींचे शुद्धीकरण करतात.

मसाजची कला शिकणे

उत्तम प्रकारे मसाज करणे हे खूप सोपे आहे. मजेशीर अनुभव असतो. त्यासाठी शरीररचनेची माहिती असायला पाहिजे असे नाही. किंवा मसाज करणारी व्यक्ती बलवान पाहिजे असेही नाही. हवे काय, फक्त जमिनीवर अंथरण्यासाठी जाडसर अंथरूण आणि तिळाचे किंवा खोबऱ्याचे तेल.

तुम्ही आणि तुमची सहचरी दोघांना रिकामा वेळ असेल व खाजगी खोली असेल तर मसाज सुरू करू शकता. खालील सूचना काळजीपूर्वक वाचा.

१) मसाजसाठी गादी वापरू नका. १ ते २ इंच जाडीचे ब्लँकेटचे पॅडिंग तयार करा व त्यांवर चादर घाला. मालिश करणाऱ्यास बसता येईल अशी पुरेशी लांब-रुंद चादर असावी.

२) दिवा बंद करा. तुम्हाला बरे वाटेल. डोळ्यांवर प्रकाश पडला तर त्यांच्यावर ताण पडेल.

३) खोली उबदार असू द्या. मसाज करून घेणाऱ्यास थंडी वाजत असेल तर ज्या भागांना मसाज होत नाही तो भाग चादरीने झाका.

४) मालिशसाठी तेल (तिळाचे किंवा ऑलिव्हचे) तयार करा. तेलाशिवाय योग्य दाब देता येणार नाही व हाताची हालचाल सुलभ होणार नाही. अर्धा चमचा तेल हातावर घेऊन जोडीदाराच्या त्वचेवर चोळा. तेलाचे भांडे उथळ असावे व जवळ ठेवावे. ज्या भागात मालिश करायचे त्या भागावर तेलाचा हात फिरवा. तेल सुगंधी करण्यासाठी लवंग किंवा दालचिनी यांचा उपयोग करू शकता.

मालिश करण्यापूर्वी हात सैल सोडा. दाब जास्त हवा असे जोडीदारास वाटत असेल तर शरीराच्या वजनाचा भार देण्यापेक्षा हाताच्या स्नायूंनी जोर द्या. हात फिरविण्याचे वेगवेगळे प्रकार अजमावून पाहा. गोल हात फिरवा. अगोदर हळूहळू व मग गती वाढवा. हळू हाताने थापटा व "काय बरं वाटतय का?" असे जोडीदारास विचारा.

जोडीदाराबरोबर स्वत:ची काळजी घ्या. ताठ बसा. वेगवेगळ्या पवित्र्यांत तुम्हाला बसायला लागेल. एका वेळेला एक किंवा दोनच भागांचे मालिश हाती घ्या. उताणे झोपले असता हात, पाय आणि मान यांचा मसाज करून घ्यावा.

आता पालथे झोपवून मसाज सुरू करा. पाठीचा कणा हा मध्यवर्ती मज्जातंतूंचा आधार असतो. कण्याच्या आजूबाजूचे स्नायू कडक व दुखरे असले तर काळजी व

बोटांची टोके कण्याकडे हवीत

तणाव जाणवतो. पुढीलप्रमाणे क्रमशः मसाज करा.

१) जोडीदाराच्या मांड्याच्या दोन्ही बाजूला पाय टेकवून घोड्यावर बसल्यासारखी पोज घ्या. पाय जमिनीवर टेकवावेत.

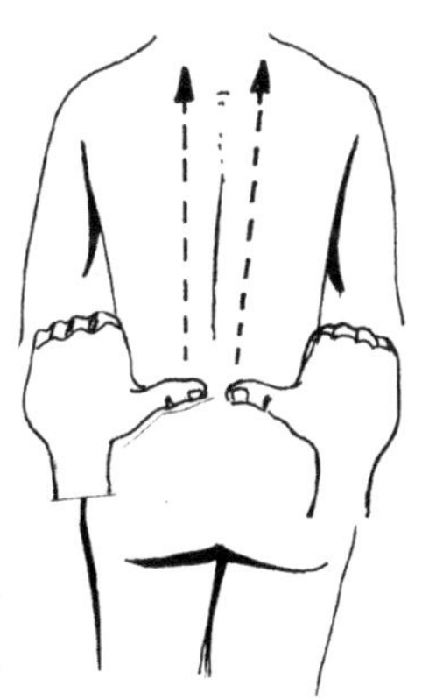

२) दोन्ही हात बोटांची टोके कण्याकडे करून पाठीच्या खालच्या भागात ठेवा. हात सरळ वर फिरवा. मानेजवळ पोचल्यावर हात वेगळे करा व दोन्ही खांद्याच्या फऱ्यावर आणा व बाजूने खालपर्यंत आणा. चार ते

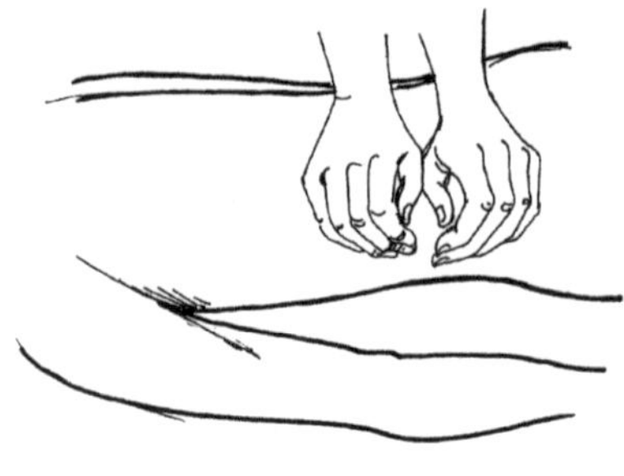

सहा वेळा ह्या प्रकारचा स्ट्रोक करा.

३) पाठीच्या खालच्या भागात अंगठ्यांचा उपयोग करा. अंगठ्याची गोलाई वापरून भरभर डोक्याकडे स्ट्रोक्स जाऊद्या. कण्याच्या जवळ आणि कमरेच्या खाली दोन्ही बाजूंना असा मसाज करा.

४) दोन्ही हात कटीप्रदेशाच्या एका भागावर बोटे सरळ खाली येतील असे ठेवा व आळीपाळीने एकेक हात हळुवारपणे उचलून खेचा. असेच दुसऱ्या बाजूस पण करा.

५) पाठीच्या वरच्या भागाकडे सरका. मानेकडून खांद्याकडे जाणाऱ्या स्नायूंचे मर्दन करा. अंगठा व बोटे यांचा उपयोग करा.

६) पाठीच्या खालच्या भागात केले तसाच मसाज अंगठ्यांनी वरच्या भागात करा.

७) शेवटी हाताचा खालचा भाग कण्याच्या टोकावर ठेवून हलका दाब द्या व सोडा. हळूहळू वरवर मानेपर्यंत जा.

स्पर्शाचा नवीन मार्ग

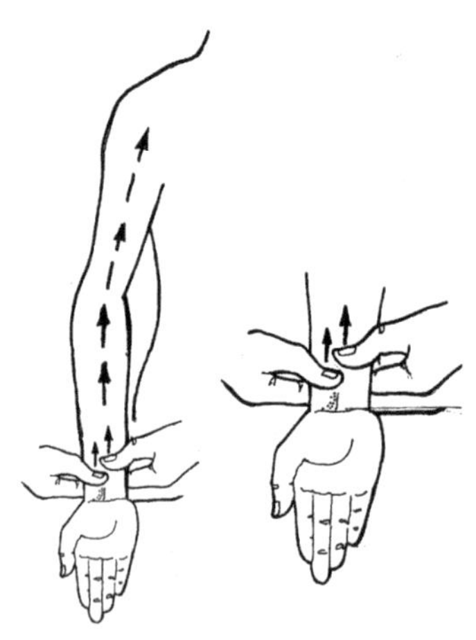

पाठीचे मसाज झाल्यावर जोडीदारास सरळ पाठीवर उताणे झोपायला सांगा. म्हणजे तुम्ही हातांचा मसाज करू शकाल.

१) तुमचे दोन्ही हात अंगठे एकमेकांजवळ येतील असे एकावर एक ठेवा व लांबवर भरभर स्ट्रोक्स घ्या. बोटांवर जोर देण्यापेक्षा तळव्यांवर जोर द्या. अशा रीतीने एका हाताचा मसाज करा. मनगटापासून खांद्यापर्यंत व परत खाली असे स्ट्रोक्स घ्या. मनगटाच्या खालच्या भागात अंगठ्याच्या टोकांनी मसाज करा. अशा रीतीने हाताच्या खालच्या सर्व स्नायूंना मसाज करा व हात खाली ठेवा.

२) खांद्याच्या सांध्याचा अंदाज घ्या व बोटांनी मालिश करा.

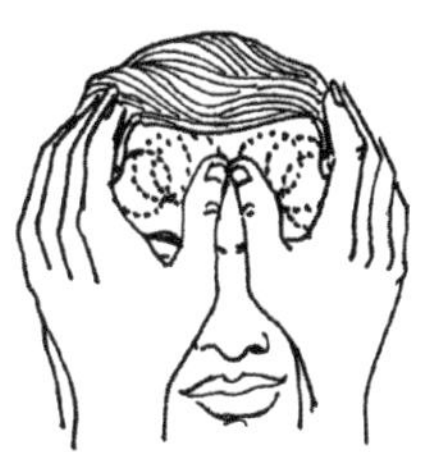

३) आता डोक्याचे मसाज सुरू करूया. तेल लावू नका. बोटांवर टोकांशी थोडेसे तेल लावा. अंगठ्याच्या टोकांनी केसांच्या खालच्या भागावर कपाळावर मसाज करा. मध्यावर दोन्ही अंगठे ठेवून दोन्ही बाजूला विरुद्ध दिशेला दोन्ही अंगठे दाबत न्यायचे. कानशिलापर्यंत अंगठे जाऊ द्या.

४) अंगठे गोल गोल फिरवा. संपूर्ण कपाळ अशा रीतीने लहान लहान वर्तुळाकार अंगठे फिरवीत पूर्ण करा. शेवटी भुवयांपर्यंत मसाज होऊ द्या.

५) डाव्या हाताने कपाळ झाकून टाका. तळवा एका कानशिलाकडे व बोटांची टोके दुसऱ्या कानशिलाकडे असू द्या. दाब द्या. उजव्या हाताने अजून दाब द्या. (जोडीदारास सहन होईल तेवढे) दहा सेकंद ठेवा. हळूच हात काढून घ्या. ठुसठुसणारी डोकेदुखी थांबवायला याचा उपयोग होईल.

६) भुवयांवरचा तणाव कमी झाल्यास मग चेहऱ्यावरच्या इतर तणावग्रस्त भागाकडे वळा. अंगठ्याच्या व पहिल्या बोटांच्या टोकांनी दाढीचे टोक दाबून धरा. जबड्यावरून कानापर्यंत हात पिरवत जा. असे तीन वेळा करा. तर्जनीने वर्तुळाकार मसाज करा. (तीन वेळा)

७) आपल्यापैकी बहुतेकांचे मान आणि खांदे नेहमी तणावग्रस्त असतात. मालिशमुळे ते हलके होऊन आपणांस आराम वाटतो.

८) आधी अंडाकृती वर्तुळे घेऊन मसाज करावा. खांद्याचे बाह्य भाग आधी घ्यावेत व कण्याकडे जावे व परत यावे. तुमच्या वर्तुळाची गती, दिशा व रुंदी कमी जास्त करावी लागेल. बोटांची टोके, खांदे व कणा यांमध्ये लहान वर्तुळाकार फिरवा.

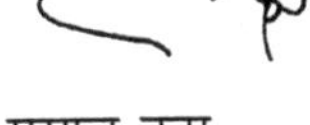

९) जोडीदाऱ्याच्या डोक्याखाली हात ठेवा. जरासे उचला व तुमच्या डाव्या हातावर टेकेल असे ठेवा. दुसऱ्या हाताने मसाज करा.

१०) डोके दुसऱ्या बाजूस वळवून दुसऱ्या बाजूस मसाज करा.

◆

२६. आरोग्यसंवर्धनासाठी (टेप्स) ध्वनिफिती

आपली घरे एक दिवस इलेक्ट्रॉनिक्सची कुटिरे होतील हे भाकित खरे होऊ लागले आहे. टेलिफोनचे बटन दाबून आपण बँकेचे काम किंवा बिले देणे-घेणे करू शकतो. घरी बसून कॉम्प्यूटरवर सर्व व्यवहार करू शकतो.

गेल्या काही वर्षांत उत्तम आरोग्यासाठी किंवा स्वत:च्या प्रगतीसाठी खिशात बाळगण्यासारख्या (कॅसेट्स) ध्वनिफिती बाजारात मिळतात. ''तणावमुक्त व्हा'', ''सडपातळ बना'', ''आरोग्य नि स्वास्थ्य'' अशा नावाच्या अनेक कॅसेट्स उपलब्ध आहेत. प्रसिद्ध मानसशास्त्रज्ञाच्या सल्याप्रमाणे मन शांत करणे, सुमधुर संगीत ऐकत आरामखुर्चीत डुलकी घेणे हे आता शक्य आहे. आपणाला योग्य मार्गदर्शन करून रिलॅक्स करणे, वजन कमी करणे, धूम्रपान थांबविणे, सर्जरीमधून सुटका करून घेणे, धूम्रपान थांबविण्यास मदत करणे अशा प्रकारच्या अनेक कामी मार्गदर्शन करणाऱ्या टेप्स उपलब्ध आहेत.

पुस्तकांपेक्षा टेप्स जास्त परिणामकारक ठरतात असे मानसशास्त्र तसेच डॉक्टरांचे मत आहे. टेपवरील रिलॅक्सेशन टेक्निक लवकर मनात रुजते. कल्पनाशक्तीने संगीत लोकांपर्यंत पोहाचविता येते.

मोठ्या प्रमाणावर निर्माण केल्या गेलेल्या टेप्समध्ये ऐकणाऱ्याने आराम कसा मिळवावा हे शिकविले जाते. टेपवरचा आवाज तुम्हाला डोळे मिटायला सांगतो, दीर्घ श्वास घ्यायला सांगतो व तुमचे अवयव टेन्शनरहित होतात असा अनुभव करायला सांगतात. पार्श्वसंगीतामुळे उपदेश जास्त सहज वाटतो.

मेंदूचे डावा व उजवा अर्धा भाग असे दोन विभाग केले जातात. उजवा भाग संगीत ऐकतो व डावा भाग सूचनांचे पालन करतो. उजवा भाग रिकामा राहिला तर डाव्या मेंदूकडे सूचना ग्रहण करण्यात अडचण येते. तो सूचना ग्रहण करत नाही. उजवा मेंदू रिकामा राहिला तर इतस्तत: भटकत राहतो.

लोकांना मार्गदर्शक हवा असतो

पुष्कळ लोकांना पथदर्शकाची गरज असते. स्वत:हून हे मनाचे व्यायाम करायला हवी असलेली चिकाटी सर्वांच्याजवळ नसते. एवढे सोपी नाही ते. नियमाने दररोज टेप ऐकली तर ८० टक्के लोक बरे होतात. ''तरंगणारे जहाज'' या नावाची एक कॅसेट आहे ती ऐकताना तुम्हाला तुमचे घर म्हणजे समुद्रावर तरंगणारे गलबत आहे असा भास होतो. समुद्राची खळखळ, पक्ष्यांचे आवाज, लाटांचा खळखळाट सर्व काही नैसर्गिक आभास निर्माण होतो. अशा वेगवेगळ्या कॅसेट्स मिळतात. वजन कमी करण्यासाठीच्या कॅसेटमध्ये तुम्ही स्वत:ला जशी हवी असेल तशी शरीरयष्टी झाल्यासारखा अनुभव करावयाचा असतो.

Freedorm From worry या कॅसेटमध्ये ऐकणाऱ्याने स्वत:ला शांत जागेत, उष्ण हवेच्या फुग्यात बसलोय असे समजायचे असते. फुगा लांब धाग्यांनी बांधलेला आहे. या दोऱ्या म्हणजे ऐकणाऱ्याला जमिनीशी जखडून ठेवणाऱ्या चिंता. जादूच्या तलवारीने या दोऱ्या कापून टाकायच्या म्हणजेच चिंतामुक्त व्हायचे.

ट्रॅफिक जॅम्ससाठी मजेदार कॅसेट

स्व-सुधारणा करण्यासाठींच्या टेप्स कॅलिफोर्नियामध्ये मिळतात. त्या गाडी चालवताना किंवा गर्दीत खूप वेळ थांबावे लागते अशा वेळी खूप परिणामकारक ठरतात. गाड्यांमध्ये आपला खूप वेळ खर्च होतो. रेडिओवर संगीत ऐकण्यात बऱ्याच वेळा बोअर होतो. टेप ऐकणे जास्त चांगले. मुंबईसारख्या शहरात लोक दिवसातले २-३ तास गाडीत बसलेले असतात. बऱ्याच वेळा ट्रॅफिक जॅममध्ये खूप वेळ थांबावे लागते. अशावेळी टेप ऐकून जीवन सुसह्य करण्यात मदत होते. ज्यांना क्लासला जायला वेळ मिळत नाही. काहींना क्लासमध्ये शिकविलेले व्यायाम लक्षात राहात नाहीत. अशांसाठी टेप उपयोगी पडते.

टेप कोठेही नेता येते हा मुख्य फायदा असतो. कारण पुस्तकापेक्षा टेपवर वरचेवर ''चेहऱ्याचे स्नायू सैल सोडा. टेन्शन विसरून जा. पायांवर ताठ उभे राहा'' अशा प्रकारच्या सूचना देता येतात. मंत्र म्हणण्यापेक्षा टेप ऐकणे आळशी माणसांना सोयीस्कर पडते. आपल्या आपल्या स्वत:च्या रेकॉर्डस् बनवू शकतो. सकाळी उठण्यासाठी एकाने खालील प्रकाराची टेप केलेली आहे. ''आत्ताच उठायची गरज नाही. काही मिनिटे अजून मजेत लोळून घ्या. तुम्ही आता जास्त जागृत झालेला आहात. तुमचा दिवस छान जाणार आहे.'' आपल्याला जो योग्य वाटेल तो मजकूर आपण टेप करू शकतो. आपणाला आवडते संगीत किंवा पुस्तकातील चांगले परिच्छेद टेप करू शकतो.

पत्र लिहिण्याऐवजी मित्रांना टेप पाठवू शकतो. आपण मित्रांशी चांगले संबंध ठेवणे आरोग्यास चांगले असते. पत्रापेक्षा टेप केलेला संदेश जास्त परिणामकारक

ठरतो.

पहिल्यांदा टेप ऐकताना तुमचा समज असा होतो की आपण जास्त तणावपूर्ण होतोय. कारण तुम्ही तुमच्या नेहमीच्या वेगात असता व टेप तुम्हाला मंद गतीने ऐकायला लागते. प्रथम असह्य तणाव येईल. पण टेपच्या शेवटी बरे वाटायला लागते.

कोणती टेप घ्यावी असा प्रश्न तुम्हाला पडेल. कारण बाजारात अनेक टेप उपलब्ध आहेत. काहींमध्ये आधुनिक संगीत व कल्पनाविलास असेल तर काहींमध्ये नुसता बोलणाऱ्या स्त्री किंवा पुरुषाचा आवाज असेल. काही चांगल्या असतील तर काही वाईट! योग्य ती टेप निवडणे हे नेमके सांगणे अवघड आहे. ऐकून आपल्या आवडीनुसार टेप निवडावी.

◆

२७. खाजगी जागेच्या मर्यादा वाढविणे

एकान्तामुळे व्यक्तिमत्त्व वाढते

समजा विमानतळावर एखादा प्रवासी तुमच्या शेजारी येऊन बसला तर तुम्ही सरकून त्याला जागा करून देता. बससाठी तुम्ही आणि डझनभर दुसरी माणसे तारेवर बसलेल्या चिमण्यांसारखी रांगेत उभे राहता. एकाद्या मेजवानीत एकादा बडबड्या तुमच्यावर चढाई करतो व तुम्ही पीछेहाट करत दारातून बाहेर जाता. पण एकाद्या अनोळखी माणसाने आपल्या खाजगी जागेत ढवळाढवळ केली तर आपण अस्वस्थ होतो. आपल्या वैयक्तिक जागेवर कोणी अतिक्रमण केले तर आपण चिडतो, रागावतो व अपसेट होतो.

प्रत्येकाला स्वत:ची अशी थोडी जागा स्वत:भोवती हवी असते. तिला खाजगी जागा म्हणतात. हल्ली वाढत्या लोकसंख्येच्या काळात जिकडे तिकडे खूप गर्दी असते. पण या गर्दीतही आपली खाजगी जागा राखण्याचा प्रयत्न आपण करत असतो. समजा, आपण रस्त्याने जात असलो आणि इतरही अनेक जण रस्त्याने जात आहेत; तर आपण एकमेकांपासून अंतर राखून चालतो. दुसरा कोणी अनोळखी माणूस आपल्या जवळून चालू लागला तर भरभर चार पावले टाकून आपण दूर होतो. बससाठी वाट बघत बाकावर बसलेली माणसे, जर बाकावर जागा असली तर एकमेकांपासून अंतर सोडून बसतात. प्रत्येकाला स्वत:भोवती थोडी तरी मोकळी जागा, खाजगी जागा हवी असते.

आपणाला खाजगी रूम घरात नसेल तर आपल्या प्रकृतीवर परिणाम होतो. २००६ पर्यंत जगाची लोकसंख्या ७०० कोटींवर जाणार आहे. (seven billion) म्हणजे जागेची टंचाई वाढतच जाणार. याचा परिणाम आरोग्यावर होणारच. गर्दीचा परिणाम खूप गंभीर असणार आहे. शहरांमधून गुन्हेगारी, हिंसक प्रकार व रोगराई वाढत जाणार.

प्रत्येकाला किती खाजगी जागा लागते हे त्या व्यक्तीच्या सामाजिक, सांस्कृतिक,

आर्थिक परिस्थितीवर अवलंबून असते.

तुम्ही सुखासमाधानाने जगता का ?

इंटीरिअर डिझाइनर सांगतो त्याप्रमाणे रंगामुळे निर्माण होणारे स्वप्नवत स्वरूप, आरसे आणि खिडक्या यांमुळे रूमला हवेशीर बनवता येते किंवा अडगळीची पण बनू शकते. त्याप्रमाणे संशोधक असे म्हणतात की खूप वस्तूंमुळे दाटी झाल्यासारखे वाटेल व कमी वास्तविक भासेल. तुमची मनोवृत्ती, सांस्कृतिक पार्श्वभूमी, लैंगिक सुख, स्वास्थ यांमुळे वातावरणात फरक पडतो.

खाली दिलेल्या प्रश्नांची उत्तरे शोधून पाहा

१) तुमच्या घरामध्ये दुहेरी उपयोग करता येईल अशा खोल्या आहेत का? ज्या हेतूसाठी रूम बांधली असेल त्या व्यक्तिरिक्त इतर कामासाठी वापरली गेली तर गर्दी झाल्याचा भास होतो. उदा. स्वयंपाकघर/डायनिंग रूम, बाथरूम/इतर सामानासाठी स्टोअर, पूजा रूम/अभ्यासिका.

२) ज्या कामासाठी बांधल्या गेल्या त्याच कामासाठी खोल्या वापरल्या जातात का?

३) तुमच्या घरात अनेक गोष्टी होतात का? एकाच वेळी अनेक वेगवेगळ्या गोष्टी चालू असतील तरी खूप गर्दी झाल्याचा भास होईल.

४) तुम्हाला हवे तेव्हा तुम्ही बाहेर जाऊ शकता का? बाहेर जाऊ शकत नसाल तर घर खूप लहान वाटेल.

५) मुलांच्याकडून काय अपेक्षा ठेवाव्यात? वडीलधाऱ्यांच्याकडून किंवा इतर घरांतील मंडळींच्याकडून काय अपेक्षा ठेवाव्यात हे तुम्हाला नक्की कळत नाही का ?

६) घराजवळ मोठे मैदान आहे का? किंवा बाग आहे का? (बाहेर किती जागा आहे, त्या प्रमाणात आत जागा असावी.)

७) तुमच्या घराला मोठ्या खिडक्या आहेत का? खिडक्यांमुळे जागा मोठी वाटते व प्रसन्नता येते.

८) घरातील सर्व जागा तुम्ही वापरता का? काही जागा कधी कधीच वापरता का ? भरपूर मोकळी जागा असली तर घर तुम्हाला मोकळे मोकळे वाटेल.

९) तुम्ही फक्त स्त्रिया किंवा फक्त पुरुष असतील अशाच ठिकाणी राहता व काम करता का? (काही पुरुषांना इतर पुरुषांनी येऊन गर्दी केलेली आवडत नाही. स्त्रियांना चालते.)

१०) तुमच्यापेक्षा वयाने लहान किंवा मोठे असलेल्या लोकांबरोबर तुम्हाला काम करावे किंवा राहावे लागते का?

पसारा पडलेल्या जागेत गर्दी वाटते

एकाच खोलीत काही विद्यार्थी व शिक्षक असताना त्यांना गर्दी वाटली कारण त्या वेळी त्यांची चाचणी परीक्षा चालू होती. रूममध्ये सामान व्यवस्थित लावलेले नव्हते ते व्यवस्थित ठेवल्यावर मोकळे मोकळे वाटू लागले. जेव्हा गरमी व दमटपणा जास्त होता तेव्हा काहींना गर्दी वाटली. काहींना अनोळखी लोक असल्याने गर्दी झाल्यासारखे वाटले.

जवळीक साधण्यासाठी योग्य ते अंतर

काही मानसशास्त्रज्ञ असे सांगतात की काही लोक पक्के केलेले नियम पाळतात. मित्र, बायका, प्रियकर, आईवडील आणि मुले ही जवळीक साधण्यासाठी ठराविक अंतरावर उभे राहतात. एका संशोधकाने पुरुषांपेक्षा बायका जास्त जवळ उभ्या राहतात असा दावा केला आहे. एका शास्त्रज्ञाने दोन नमुन्याच्या खोल्या तयार केल्या. एक मोठी व दुसरी लहान. दोन्ही खोल्यांत काही बाहुल्या ठेवल्या. पुरुष आणि स्त्रियांची प्रतिक्रिया तपासली. बायकांपेक्षा पुरुषांना लहान खोली जास्त लहान भासली आणि जास्त बाहुल्या असलेली खोली जास्त मोठी वाटली. निष्कर्ष असा काढला गेला की जागेची मर्यादा आली तर स्त्रियांपेक्षा पुरुष जास्त जागरूक होतात.

◆

२८. सुट्टी घेण्याची आरोग्यपूर्ण कारणे

"मला विश्रांतीची जरूर आहे." असे आपण केव्हा म्हणतो? ज्या वेळी आपण काम करून दमतो व अगदी कंटाळून जातो तेव्हा ना? तुमच्या प्रश्नांचे सुट्टी घेण्याने उत्तर मिळणार आहे का? जेव्हा सुट्टीवरून परत याल तेव्हा प्रश्न आपोआप सुटलेले असतील का? नाही. पण तुम्हीच पूर्ण बदलून याल म्हणजे प्रश्नांचे स्वरूपही बदललेले दिसेल.

सुट्टी घेऊन तुम्ही महाबळेश्वर, माथेरान, काश्मीर कोठेही जा; तुमच्यात बदल होणार हे निश्चित! नेहमीचा नित्यक्रम सोडून तुम्ही कोठेही जा तुमच्या मनोवृत्ती होकारात्मक होतील. स्फूर्तीचा दीप प्रज्वलित होईल. जेव्हा तुम्ही घरी परत याल, तेव्हा आनंदी, निरोगी व ताण सहन करण्यात तरबेज होऊन याल. याची कारणमीमांसा पुढे दिली आहे.

१) विश्राम (Relaxation) - दररोजच्या कंटाळाजनक वातावरणातून नुसते दूर जाण्याने तुम्हाला आराम मिळेल. ताण सैल होतील. प्रवासात काही अडचणी आल्या तरी त्या चुटकीसरसी तुम्ही सोडवू शकाल. त्या समस्या अल्पकालासाठी असतील. रोजच्या कटकटीतून तुम्ही मुक्त व्हाल. ज्या वेळी आपण सुट्टी घेतो, तेव्हा रोजच्या घाईगडबडीतून (Humdrum) तुम्ही सुटाल. सगळ्या कटकटी सोडून द्याल.

तुम्ही नुसते नदी किनाऱ्यावर बसलात व झुळझुळ वाहणारे पाणी पाहात राहिलात तरी तुम्ही ताजेतवाने होऊन घरी परत याल.

२) नवीन ठिकाणी मिळणारे उत्तेजन (Stimulation) - कोणताही प्रवास उत्तम! फार काळ घरी राहून तुम्ही संकुचित प्रवृत्तीचे बनता. आपणांस नवीन दृश्ये व निसर्गाची जरूर असते. प्रथम ज्या वेळी तुम्ही मोठी नदी, धबधबा, हिरवीगार गर्द झाडी बाग पहिली असेल, तो क्षण आठवण्याचा प्रयत्न करा, एक नवीन आत्मजागृती निर्माण होऊन तुम्ही अंतर्मुख होता. हरद्वारासारख्या ठिकाणी

जाऊन गंगौघ पाहिला की स्वत:च्या अस्तित्वाची जाणीव नाहीशी होते. निसर्गाचा व परमेश्वराचा मोठेपणा मनाला पटतो.

३) नवीन माणसांना भेटणे - माणूस हा समाजप्रिय प्राणी आहे. सुटीत आपणाला नवीन मित्र जोडण्याचा आनंद मिळतो. दुसरे लोक कसा जीवनाचा आनंद लुटतात ते पहायला मिळते. आयुष्याची विशालता व भव्यता पहावयास मिळते. जेवढे जास्त मित्र तुम्ही मिळवता त्याच्या दुप्पट डोळे तुम्हाला हे जग पहाण्यासाठी मिळतात.

४) मैत्री - कठिण समय येता कोण कामास येतो, तर मित्र. एखादे काम किंवा साहस इतरांबरोबर मिळून केले की मैत्री निर्माण होते. कोणत्याही संकटात मित्रांबरोबर सहभागी झालो म्हणजे स्फूर्ती मिळते. संकटात सहभागी होण्यानेही प्रेमसंबंध निर्माण होतात.

५) शिक्षण - एखाद्या अनोळखी प्रदेशात जायचे असल्यास प्रवासाला निघण्यापूर्वी तुम्ही नवीन भाषा शिकता. कधी नवीन खेळ शिकता. प्रवासवर्णने वाचता. म्हणजे खऱ्या अर्थाने तुमचे शिक्षण सुरू होते.

६) साहस - प्रवासामुळे तुमच्यात हिंमत येते. घर सोडून बाहेर गेले तर राहण्याची सोय व भोजनाची व्यवस्था करायला लागते. आपल्या जीवनक्रमाची परीक्षा घेतली जाते. "काय कसे काय?" असे म्हणून नवीन माणसांची ओळख करून घेतली नाही तर तीच सवय घेऊन तुम्ही परत याल. प्रवासात धोकेही असतात. बरीच आव्हाने स्वीकारावी लागतात. पाण्यावर स्कीइंग, पर्वतारोहण, आकाशात झेप घेणे हे सगळे मजेदार वाटते. त्यात थरारकता (thrill) असते आणि ते खूप धोकादायक वाटले तरी हायवेवर गाडी चालवण्यापेक्षा जास्त सुरक्षित असते.

७) आश्चर्यकारकता (Surprises) - नवीन नवीन अनुभव घ्यायला जेव्हा आपण तयार होतो तेव्हा आपण खूप काही शिकतो. तुम्हाला फार झटपट तडजोड करावी लागते. ही तडजोडीची वृत्ती तुम्ही परत येताना बरोबर आणता. तुम्हाला जे अनुभव येतात ते कित्येक वर्षे तुमच्या स्मरणात राहतात.

८) सौंदर्य - सुंदर अशा वातावरणात तुम्ही राहता आणि डोळे भरून त्याचा आनंद लुटता तेव्हा तुम्ही स्वत:ला सुंदर मानू लागता. हे अनुभव तुम्ही कधीही विसरू शकत नाही.

९) अपेक्षा - आयोजन करून केलेली सहल जास्त आनंद देते. गिर्यारोहण करणारे पर्यटक भरपूर सराव केल्यावर पर्यटनाला निघतात. प्रवासास निघण्याची तारीख ठरल्यापासून तुम्ही तयारीला लागता. नर्मदा प्रदक्षिणा, अष्टविनायक यात्रा, कुलू-मनाली सहल अशा मोठ्या प्रवासास निघण्यापूर्वी खूप तयारी करावी लागते.

ही तयारी करताना प्रवासातल्या आनंदाची अपेक्षेनेही आनंद होतो.

१०) आठवणी - प्रवासापूर्वी आणि नंतर तुमचे आयुष्य समृद्ध बनते. या सुखद आठवणींनी तुम्हाला नेहमीच आनंद वाटेल.

११) स्वातंत्र्य - आपणाला जे करावेसे वाटेल ते करण्याची संधी या सुट्टीच्या वेळीच मिळते. आपल्या शरीरामध्ये उणीव जाणून घेण्याची व ती भरून काढण्याची विलक्षण शक्ती असते. आपले समाधान झालेले असले तरी अजून काहीतरी मिळविण्याचा प्रयत्न करतो. आपणाला सतत बदल हवा असतो. मानसिक प्रश्न हाताळण्याचे विविध मार्ग असतात. सुट्टी घ्या व तुम्हाला तुमच्या स्वातंत्र्याची जाणीव होईल. सर्व जग तुम्ही बदलू शकता.

१२) स्वत:विषयी जाणीव (Self discovery) - आयुष्यात आलेल्या अनुभवांचा विचार करून तुम्ही स्वत:ला खोलवर ओळखू शकता. मनावरचे दडपण झुगारून समुद्रकिनारी किंवा खळखळ वाहणाऱ्या झऱ्याकडे पाहा. मजा येईल. अंतरात्म्याशी संवाद साधा व मधुरता निर्माण करा. जीवनाचा झरा झुळझुळतोय याचा भास होईल. डोंगराएवढे सामर्थ्य व दृष्टीची उंची वाढेल.

१३) गृहीत धरलेल्या गोष्टींचे कौतुक - काही गोष्टींसाठी प्रवासात तुम्हाला घरची आठवण येईल. आपली भाषा बोलणारा सहप्रवासी माणूस भेटला की की आनंद होतो. आपण त्याच्याशी ओळख करून घेतो, दोस्ती करतो. ज्यावेळी आपण घरी परत येतो तेव्हा आपण आयुष्यात खूप काही कमाई केली आहे असे वाटते. जेथे राहतो. तेथे जादू झाल्यासारखे तुम्हाला वाटू लागेल. गृहीत धरलेल्या गोष्टीचे महत्त्व जाणवू लागेल.

१४) काळ स्तब्ध होतो - गती थांबते. आपण खरोखरच आनंद लुटत असलो तर स्थळ-काळाची जाणीव विसरतो. आत्ता या क्षणी मी काय अनुभवतो आहे, एवढेच माहीत असते. काळ थबकलेला असतो व तुम्ही मजा लुटत असता. हेच हवे असते आपणाला. आलेल्या क्षणाचा सहर्ष स्वीकार करा. हेच आनंदी जीवनाचे मर्म आहे.

१५) आनंद - सुट्टी घेण्याचा मुख्य उद्देश असतो आनंद मिळविण्याचा. आपला फावला वेळ म्हणजे आनंदाचा स्रोत झाला पाहिजे. सुट्टीनंतर आयुष्य खूप आनंदमय व्हायला हवे. ताजेतवाने होऊन नव्या जोमाने कामाला लागले पहिजे. कुशलतेने व हसत हसत कामाचा फडशा पाडला पाहिजे.

◆

२९. सल्लागाराची निवड

आपण एकाद्या झगड्यात गुंतलो असलो तर वकीलाचा सल्ला घेतो. एकाद्या कंपनीच्या शेअरचा भाव एकदम सरासरीच्या खाली गेला असला तर तुम्ही फोन करून ब्रोकरला विचाराल. तुम्ही परसदारी टोमॅटो लावत असाल तर कुंपणापलीकडील शेजाऱ्याला सल्ला विचारता ना? त्याचप्रमाणे आपले शारीरिक किंवा मानसिक प्रश्न असतील तर योग्य त्या सल्लागाराला विचारा. बाकी सगळ्या गोष्टींपेक्षा आपले आरोग्य महत्त्वाचे असते. सल्लागार प्रत्येक क्षेत्रात खूप आहेत. फिजिशियन, सायकिॲट्रिस्ट, सायकॉलॉजिस्ट असे विविध तज्ज्ञ सल्ला देऊ शकतात. आरोग्यविषयक सल्ला देणारे तुम्हाला experts कडे जाच असे सांगणार नाहीत पण उत्तम सल्ला व योग्य ते ज्ञान देऊन स्वत:हून आजारातून बाहेर पडा असाच सल्ला देतील.

फॅमिली थेरापिस्ट

तुमच्या कुटुंबाला बरेचसे छोटेमोठे प्रश्न सतावीत असतील तर सल्लागाराची भेट घेणेच योग्य. तुमचे नवरा-बायकोचे बरेच दिवसांपासून भांडण चालू असेल, एक प्रकारचे शीतयुद्ध चालू असेल किंवा मुलीचा दमा खूप बळावला असेल किंवा तुमचा मुलगा रात्री उशीरापर्यंत घराबाहेर राहात असेल व अभ्यासात दुर्लक्ष करीत असेल, तर स्वत:साठी मॅरेज काऊन्सेलर, मुलीसाठी ॲलर्जी स्पेशालिस्ट व मुलासाठी शाळेतील गुरुजींचा सल्ला घेणे योग्य आहे. कुटुंबाला सल्ला देणारे प्रथम आई-वडिलांना भेटतात. नंतर मुलीला किंवा मुलाला भेटतात. जेवायला तुमच्याबरोबर घरी येऊन तुमच्या घरच्या वातावरणाचा अभ्यास करतात. घरातील प्रत्येक सदस्याला प्रश्न हाताळण्यात भाग घेता येतो.

काही कुटुंबातील लोक वैयक्तिक प्रश्नांसाठी धर्मगुरुंकडे सल्ला मागतात. लहान मुलाचा मृत्यू झाला तर आई-वडील गुरुंकडे धाव घेतात व देवावरचा राग व्यक्त करतात. दु:ख कसे विसरावे याविषयी माहिती मागतात व धर्मगुरुंकडून सांत्वन मिळविण्याचा प्रयत्न करतात.

मित्रमंडळी

ज्या वेळी समस्या कठीण असते अशा वेळी कधीकधी मित्रसुद्धा मदतीला येऊ शकतात. नैराश्य, चिंता किंवा आत्मघात करण्याची प्रवृत्ती अशा वेळी मित्र मदत करू शकतात. खरा मित्र स्वमान, प्रामाणिकपणा व जवळीक निर्माण करू शकतो. कित्येक गुप्त गोष्टी आपण सल्लागाराजवळही उघडपणे बोलू शकत नाही अशा खास मित्राजवळ उघड करू शकतो. जो माणूस विनाअट तुमच्याविषयी काळजी करत असेल असा तुमचा सल्लागार असावा. जे लोक फक्त तुमची अडचण जाणण्याची उत्सुकता ठेवतात व गुप्तता ठेवू शकत नाहीत अशा लोकांपासून तुम्ही सावध राहा. काही लोकांना कंपनी नसते व केवळ एकटेपणा घालविण्यासाठी तुमच्याशी दोस्ती करतील अशा माणसांकडून सल्ल्याची अपेक्षा करू नका.

आरोग्य मार्गदर्शक

तुमची प्रकृती चांगली असेल पण तुमचे वजन कमी होत असेल तुम्हाला आहार पोषक कसा असावा याची माहिती हवी असेल, पण तुम्हाला असा सल्लागार मिळत नसेल की जो तुमच्याबरोबर बसून तुमचा आहार अधिक पोषक कसा करावा हे सांगू शकेल. सच्चा सल्लागार औषधे घेण्याविषयी आग्रह न धरता तुम्हाला योग्य सल्ला देऊन तुम्हाला आरोग्य सुधारण्याची जाणीव करून देतो. व्यायाम काय करावा व relax कसे व्हावे हे शिकवतो. वजन कमी करण्यात एक्स्पर्ट असलेल्या डॉक्टरांनी एका २६० पौंड वजन असलेल्या स्त्रीला Myasthenia gravis नावाचा रोग झाला होता, त्यावर उपचार चालू केले. तिचे सर्व स्नायू निरुपयोगी झाले होते. डॉक्टरांनी काही इलाज नाही म्हणून सांगितले. वरील एक्स्पर्टने त्याच्या मुळाशी जाऊन उपचार करण्याचे काम स्वीकारले. तिच्या खाण्यातून शुद्ध कर्बोदके कमी करून टाकली. तिला जवळ जवळ २० वस्तूंची ॲलर्जी होती. ती सर्व कुटुंबाची काळजी घेत होती, पण तिचीच काळजी घ्यायची वेळ आली. बायो फीड बॅक टेक्निक वापरून तिला relax कसे व्हावे व दुखण्याविषयी कसे विसरावे ते शिकविले. एका वर्षात तिचे वजन १५० पौंडांवर आले व रोगाची चिन्हे नाहीशी झाली.

सामाजिक कार्यकर्ते

तुमची वडीलधारी माणसे किंवा आजोबांसारखे बुजुर्ग विचित्रपणे वागू लागले, रिकाम्या वेळी बंगल्यात भटकू लागले; विनाकारण भडकू लागले, आपली आवडती वस्तू गायब केल्याचा आरोप करून तुमच्यावर रागावू लागले तर समजावे हा विकार आहे. म्हाताऱ्या माणसांच्या भावना उत्कट होतात. इतके दिवस दाबून ठेवलेल्या भावना उचंबळून बाहेर येतात. त्यांना योग्य प्रकारे मार्ग करून दिला तर बरे होते.

दुःख कसे करावे व प्रश्नांना तोंड कसे द्यावे हे जर आपण शिकलो तर

वृद्धत्वामध्ये आपण गोंधळून जाणार नाही. खूप कमी चांगले सल्लागार प्रत्येक समाजात असतात. ज्यांचे प्रश्न बेडरूममधून निर्माण होतात, त्यांना Sex educators मदत करू शकतात. कोणताही प्रश्न खूप मोठा किंवा लहान असत नाही. कोणत्याही प्रश्नाला सल्लागार मिळणार नाही असे नसते. योग्य सल्ला मिळविणे सहज शक्य असते.

◆

विभाग सहावा

मानसिक प्रथमोपचार

३०. तीव्र चिंतेतून त्वरित मुक्तता

शारीरिक थकवा आल्याने दमल्याची जाणीव होते. पण मानसिक थकवा आल्याने तुम्ही असहाय होता. तुम्ही सकाळपासून बाहेर असाल, बर्फमय जंगलात फिरत असाल, समुद्रतटाजवळच्या कड्यावर भटकत असाल किंवा पोहत असाल व परत आलात तर अगदी थकलेले असणार पण तरी बरे वाटत असणार. हा थकवा एक विलक्षण अनुभव असतो. त्यामुळे तुमच्या शरीरभर एक प्रकारची ग्लानी येते. पण आयुष्य खरेच जगल्याची भावना ही असते. दुर्दैवाने आपल्यापैकी फार थोड्यांना हा अनुभव येतो. तो फारच विरळा असतो. जेव्हा आपण थकलो असे म्हणतो त्या वेळी शारीरिक आणि मानसिक थकवा अभिप्रेत असतो. ताण-तणावामुळे येणारा थकवा म्हणजे भावनांच्या दबावामुळे येणारा कंटाळा आजकाल खूपच सवयीचा झाला आहे.

हल्ली जग बदलत चालले आहे. अणकुचीदार दातांचे वाघ कमी झालेत. आपण जेवढे कार्यशील, कार्यरत असायला पाहिजे तेवढे हल्ली राहात नाही.

तणाव दूर करण्याचा उत्तम उपाय

शारीरिक व्यायाम हा टेन्शन घालविण्याचा सर्वोत्तम उपाय आहे यात वाद नाही. थोडासा व्यायाम घेण्यासाठी घेतलेला विरंगुळा तुम्हाला ताजेतवाने करून नवीन दृष्टिकोन देईल. तुम्ही काही कारणाने सुस्त झाला असाल व तुम्ही प्रगती करू शकत नसाल तर शक्तिवर्धक व तणाव दूर करणारा असा दहा हालचालींचा प्रोग्रॅम देत आहोत. सर्व शरीर ताणले जाऊन रक्तप्रवाह जलद होऊ लागतो. हे व्यायाम कोठेही करू शकता. ते केल्यावर खात्रीने बरे वाटेल.

व्यायामप्रकार

१) डोके हलविणे - दोन्ही खांद्यांमधील अंतरापेक्षा थोडे जास्त अंतर दोन्ही पायांत ठेवून उभे राहा. पाय थोडेसे बाहेर निघालेले असावेत. डोके पुढे नमवा, मग डाव्या बाजूला वळवा. मग थोडेसे मागे वाकवा व मग उजव्या बाजूला वळवा व

परत जागेवर या. चार अंक मोजा. प्रत्येक दिशेला दोन वेळा हा व्यायाम करा.

२) खांदे उंचावणे - कानापर्यंत खांदा वर उडवा व परत खाली आणा. प्रत्येक खांद्याला पाच वेळा व्यायाम द्या.

३) कमर कसणे - खांद्याच्या पातळीवर दोन्ही हात लांब करा. कमरेतून वाकून जमेल तेवढे डाव्या बाजूला झुका. उजवा हात डोक्यावरून वर करा. तळहाताकडे वर पाहा. चार अंक मोजा व परत जागेवर या. असेच उजव्या बाजूस वाकून डावा हात वर करा. अशी पाच आवर्तने करा.

४) जांघेचा अंतर्भाग ताणणे - दोन्ही पाय फाकून उभे राहा. हात कुल्ल्यांवर ठेवा. उजव्या बाजूस वाका. डावा पाय सरळ ठेवा. उजवा पाय वाकू द्या. हाताची मनगटे डोक्यावर आडवी करा व परत हात खाली करा. परत कुल्ल्यांवर हात आणा. हा व्यायाम पाच वेळा करा.

५) पवनचक्र - कमरेतून खाली

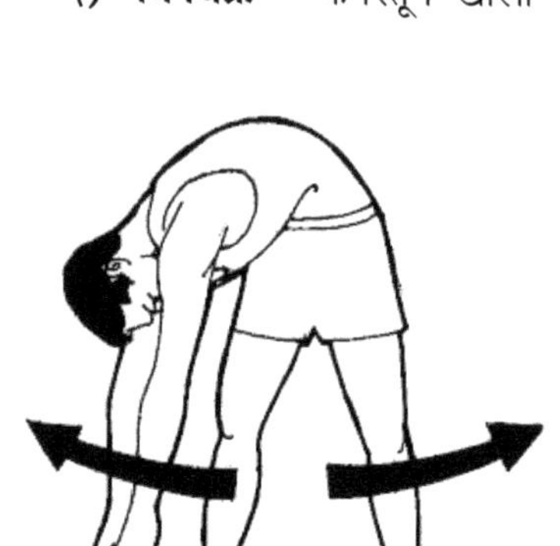

वाका. जमिनीवर बोटे जवळ आणा. सर्व शरीराचा वरचा भाग उजवीकडे वाकवा. परत सरळ व्हा व डावीकडे वाकवा. अशा रीतीने पवनचक्कीसारखे वर्तुळाकार फिरा. कमरेतून वळा. दोन्ही हातांच्या मध्यभागी डोके ठेवा व शरीराच्या वरच्या भागावर ताण येऊ द्या. प्रत्येक दिशेला पाच वेळा करा. हळू करा. चक्कर येणार नाही याची काळजी घ्या.

६) लांब पाय करणे -

पवनचक्र पुरे झाले की वाकून उभे राहा. गुडघे वाकवा व तळहात जमिनीवर टेकवा दोन्ही पायांच्या मधे आणि थोडेसे पुढे. आपल्या समोर व वरती पाहा. डोके वाकवून पाय ताठ करा. (एकदम सरळ झाले नाहीत तर काळजी करू नका. सरावाने येईल.) असे दहा वेळा करा. गुडघे थोडेसे वाकवून परत मूळच्या स्थितीत उभे राहा.

७) Reach Out - पाय फाकून उभे राहा. डाव्या पायाकडे शरीर वळवा. डावा पाय डावी बाजू दाखवेल व उजवा पाय डाव्या टाचेला लंबरूप ठेवा. हात समोर पसरवा आणि जणू काय भेट स्वीकारतोय असा आविर्भाव करा. सहज पुढे झेप घ्या व परत मागे या. तुमचा डावा पाय वाकलेला असेल व उजवा सरळ ताठ राहील. दहा वेळा प्रत्येक दिशेला हा व्यायाम करा.

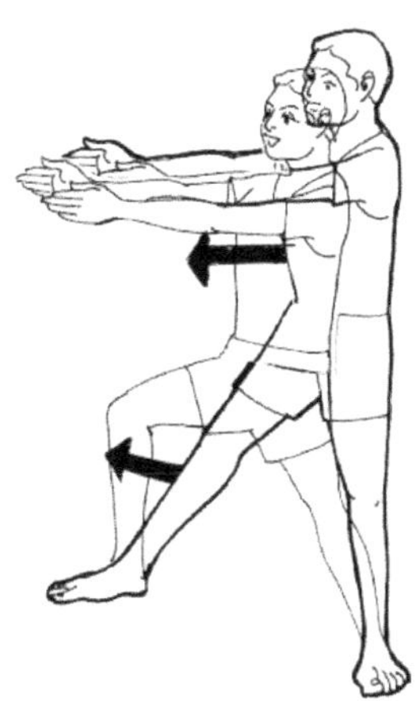

८) जोराचा झटका (Jazz Stretch) - दहा वेळा वरील व्यायाम केल्यावर दोन्ही पाय जुळवा. हळूहळू गुडघ्याकडे डोके वळवा. दोन्ही पायांचे घोटे पकडा व डोके गुडघ्याकडे झुकवा. खूप ताणू नका. जोर लावू नका. शिथिल व्हा व चार अंक मोजा व खोल श्वास घ्या. परत हळूहळू उभे राहा.

९) जागेवर उड्या मारणे - टाचा उंच करून हात वर करा. लहान कोकरू कुरणात जशा उड्या मारेल तसे १ ते ५० म्हणत उड्या मारा.

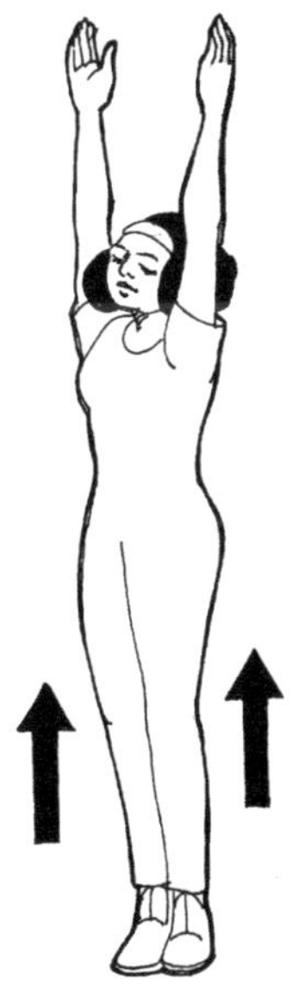

१०) पुढे झटका मारणे - जॉगिंग करता करता उजवा पाय पुढे झटका व डावा हात पुढे करा. मग डाव्या पायाने झटका घ्या व उजव्या हाताने पुढे व्हा. असे ५० वेळा करा.

◆

३१. ताजेतवाने होऊन उठण्यासाठी १९ उपाय

तुमचे तुमच्या कुटुंबावर, कामावर, सकाळच्या नाश्त्यावर तसेच (''I love my India'') भारतावर अलोट प्रेम असेल पण सकाळी लवकर उठणे जरुरीचे आहे. सकाळी उठणे, नित्य कर्मे करणे, हे दररोजचेच आहे. काहीही असो पण हल्लीच्या धकाधकीच्या काळात आपण सर्वच ''सुप्रभात भारत देशा'' किंवा ''मेरा भारत महान है'' या पंक्तीने सकाळचे स्वागत करीत असू असे नाही. आपण जागे होतो ते आपले शरीर सूचना देते की ''आता झोप पुरे''. टी.व्ही., रेडिओ, अलार्मची घड्याळे ही आपापल्या परीने सूचना देत असतातच. निद्रातज्ज्ञ सांगतात त्याप्रमाणे आपण Circadian rhythem वर आपले उठणे अवलंबित असते. म्हणजे झोपणे व जागे राहणे ही जी शृंखला आहे, ती सूर्योदय व सूर्यास्त यांवर अवलंबून आहे.

जुन्या काळापासून निद्रा मानवावर कुरघोडी करीत आली आहे. शरीरश्रमाने थकला म्हणजे माणूस निद्राधीन होतो ही पुराणकालापासून चालत आलेली परंपरा आहे. दमलेले हातपाय पोटाशी घेऊन आपण मातेच्या कुशीत मिठी मारून झोपतो व ताजेतवाने होऊन उठतो.

शहाणपणाने जगणारे व शांत झोप घेणारे जुनी शरीरयंत्रणा सांभाळून असणारे कडक असतात पण ''सकाळी लवकर उठणे'' ही जगभर समस्या म्हणूनच प्रसिद्ध आहे. सहाशे माणसांची तपासणी केली असता असे आढळले की (एक तृतीयांश) २०० पेक्षा कमी माणसे म्हणतात की आम्ही ताजेतवाने होऊन सकाळी उठतो. १७ टक्के लोकांना तरतरी यायला १ तासापेक्षा जास्त वेळ लागतो. हा कालावधी कमी करण्याचा काही उपाय सापडतोय का ते पाहूया.

झोपेची गुणवत्ता वाढविणे व उगवणारा दिवस आनंदाचा, उत्साहाचा जाईल असे काम करणे हे महत्त्वाचे आहे. झोप येण्यासाठी मदिरापान किंवा झोपेच्या गोळ्या घेणे हे टाकले पाहिजे. औषधे किंवा दारू ही नैसर्गिकरीत्या येणाऱ्या झोपेत अडथळा आणतात व मेंदूच्या नैसर्गिक जागे होण्याच्या कामात अडथळा आणतात.

निद्रा ही गुंतागुंतीची व मानसिकरीत्या उपयुक्त क्रिया आहे. निद्रेच्या पाच स्पष्ट अवस्था व्यवस्थित प्राप्त झाल्या पाहिजेत तरच तुम्ही दिवसभर उत्साही राहाल नाहीतर कार्यकुशलता कमी झालेली व मरगळ यांचा अनुभव येईल. पुढे १९ सूचना दिल्या आहेत. त्यांचा उपयोग केल्यास लवकर उठून आनंदाने दिवस घालवण्यात मदत होईल.

१) मद्यपान कमी करा - झोपेसाठी यावर अवलंबून राहू नका. (''डेल्टा स्लीप'') अतिगाढ निद्रा मधून मधून लघवीला उठण्याने चाळवली जाते. मद्यामुळे लघवीला जाण्याची फ्रिक्वेन्सी वाढते व झोप चाळवली जाते. संध्याकाळच्या डिनरबरोबर घेतले जाणारे मद्य पुरेसे आहे.

२) अती आवाज कमी करणे - कर्कश आवाजामुळे, मोठ्या आवाजामुळे किंवा गोंगाटामुळे जाग येत असेल तर ते टाळा. AC किंवा पंखा लावून झोपणे हा यावर उपाय आहे. त्यामुळे बाकीचे आवाज झाकले जातात.

३) झोपण्याच्या खोलीचे तापमान - म्हाताऱ्या स्त्रिया म्हणतात, ''थंड वातावरणात चांगली झोप येते.'' पण हे बरोबर नाही. तज्ज्ञांच्या मते ६० ते ६५° इ हे तापमान उत्तम आहे.

४) नियमित व्यायाम - मानवेल तेवढा व्यायाम नियमित घेत जा. गाढ निद्राकालात व्यायामामुळे वाढ होते. कोणत्याही वेळेला व्यायाम केला तरी चालेल पण जेवणानंतर थोड्या वेळाने किंवा पूर्वी तासभर आधी व्यायाम करावा. भोजनापूर्वी किंवा नंतर अर्धा तास चालणे हा सर्वोत्तम व्यायाम होय.

५) झोपण्यापूर्वी शरीरसुखाचा अनुभव घ्या - शरीर स्वास्थाला व भावनिक दृष्ट्या अनुकूल वाटत असेल तर शय्यासुखाचा आनंद घ्या व मग झोपा. यामुळे चांगली झोप येत असेल तर जरूर शरीरसुख घ्या पण त्यातून काही अडचणी निर्माण होत नसतील तर जोडीदाराचा सल्ला घेऊन त्याप्रमाणे ठरवा.

६) संध्याकाळी कॉफी पिणे सोडा - झोपेपूर्वी सहा तास कॉफी पिणे बंद करा. कॉफीची उत्तेजकता २/४ तास कधी कधी ७ तास टिकते. त्यामुळे झोप चांगली होत नाही.

७) धूम्रपान बंद करा - निकोटिन हे मध्यवर्ती नर्व्हस सिस्टिमला उत्तेजना देते. खूप सिगारेट पिणारे ती सोडल्यास तीन दिवसांत भरपूर झोप घेऊ लागतात.

८) हलका नाश्ता करा - झोपण्यापूर्वी ग्लासभर दूध किंवा दही, लहानसे सँडविच यामुळे निद्रेमध्ये भर पडेल.

९) झोपण्यापूर्वी तणावमुक्त होणे (Relaxation) - महत्त्वाकांक्षा आपणास लवकर उठू देत नाही. तसेच शांत झोपूही देत नाही. अगदी झोप लागेपर्यंत बेत चालू असतात. झोपण्यापूर्वी कोणतेही उत्तेजक प्रसंग तुम्हाला शांत

झोपू देत नाहीत. तेव्हा कोणतीही अडचण असेल तर झोप लागण्यापूर्वी निदान तासभर आधी तिचे निराकरण करणे जरूर असते.

१०) नियमितपणा ठेवा - बदल किंवा रुचिपालट हा जीवनाचा पाया असेल पण नित्यक्रम हा झोपेस मूलभूत असतो. म्हणून दिनक्रमात नियमितपणा हवा.

११) मांजरीसारखे हळूच उठा - कुत्री व मांजरे झोपून उठल्यावर कसा छान आळस देतात ते पाहा. तुमचे शरीरही तेच सांगते. तशीच दिनचर्येला सुरुवात करा. शरीर आणि आत्मा जागृत होण्यास थोडा वेळ घेतात. सर्वांत सोपा उपाय म्हणजे बोटे व पायांची टोके यांना आळेपिळे देणे. पुढचे काम सुरू करण्यापूर्वी पांघरुणातच ही क्रिया करणे. अंथरुणातून उठायची गरज नाही. पाठीवर झोपायचे. हात सरळ वर करायचे. तुमची मनगटे सर्व दिशांमधून फिरवायची व मग हात खाली करायचे.

पोटावर हाताची घडी घालायची. तळहात उलटे करायचे व पायाकडे करून खाली खेचायचे. हळूहळू हवेत उचलायचे. दीर्घ श्वास घेत हात डोक्यावर पूर्ण ताणले जाऊ देत. श्वास सोडत पाठ ताठ करून वाकवा. कणा शिथिल ठेवा. श्वास घेताना उजवा हात व पाय परस्पर विरुद्ध दिशेला खेचा व उजव्या बाजूचे शरीर डाव्या बाजूपेक्षा लांब होऊ द्या. उजवा कुल्ला उचला व श्वास सोडून विश्राम घ्या. तसेच डाव्या बाजूला करा व श्वास सोडत relax व्हा.

हळूहळू श्वास घेत तुमचा उजवा पाय वर घ्या व तो डाव्या गुडघ्याच्या मागे पोहोचू द्या. हळूहळू श्वास सोडत शरीराला पीळ द्या व उजवा गुडघा डाव्या बाजूला वळू द्या. डोके उजव्या बाजूला वळवा. धक्का मारू नका किंवा ताण देऊ नका. शरीर सैल सोडा. दुसऱ्या बाजूला तसेच करा.

एवढ्याने रक्ताभिसरण सुधारले नाही तर लहान लहान खूप व्यायाम आहेत की ज्यामुळे रक्तप्रवाह वाढेल.

Royal Canadian Air Force Programme:- हा पूर्ण १२ मिनिटांचा व्यायाम आहे. यामुळे तुम्हाला खूप फायदा होईल. टी.व्ही.वरही हल्ली योगाचे व्यायाम दाखविले जातात, ते पाहा. आजकाल असे प्रोग्रॅम खूप दाखविले जातात. दहा मिनिटांचा व्यायाम दिवसाची सुखात योग्य दिशेने करून देण्यात खूप मदतरूप ठरेल.

१२) अंथरुणातून बाहेर डोकवा - जरा अंथरूण सोडून बाहेर आले की खऱ्या जगाची आठवण येऊन तुम्ही उठून बसता. बाहेर सुंदर वातावरण नसले, नुसता खडखडाट ऐकू आला तरी तुमची झोप उडते.

१३) सूर्यप्रकाश आत येऊ द्या - पडदा वर केलेल्या खिडकीजवळ झोपा. लखलखीत सूर्यकिरणे तुम्हाला जागे करतील आणि उत्साह देतील.

१४) स्फूर्तिदायक शब्दांनी उठून बसणे - काही काही लोकांनी सकाळी

पेपर वाचल्याशिवाय चैन पडत नाही. दररोजच्या मृत्यू, अपघात, संकटे व राजकारण या बातम्या वाचण्याऐवजी दुसरे उत्साहवर्धक साहित्य का वाचू नये? स्वनियंत्रित टाइमरच्या साहाय्याने टेप चालू होतो. त्यात तत्त्वज्ञानावरचे तसेच अध्यात्मावरचे चांगल्या लोकांचे (Tolstoy, Dickens वगैरे) यांचे उद्‌गार ऐकता येतात. अंथरूणात लोळता लोळता तुम्ही हे ऐकू शकता. हळूहळू जागृती येते व आनंदमय दिवसाची सुरुवात होते. सकाळी उठणे ही प्रत्येकाची वैयक्तिक बाब असते. प्रत्येकाला अनुकूल अशा टेप्स तयार करणे अवघड आहे. प्रत्येकाने आपला उठण्याचा कार्यक्रम सोयीप्रमाणे नक्की करावा.

१५) आंघोळीपूर्वी कोरड्या नायलॉन ब्रशने चोळणे - हा उपाय एका शास्त्रज्ञाने सुचविला आहे. चांगली झोप येण्यासाठी १०१ उपाय सुचविले आहेत. त्यात एक असा आहे की कोरड्या नायलॉन ब्रशने कोरडा जोर लावणे. हाताने शरीर चोळा किंवा ब्रश वापरा. मग शॉवर घ्या. तेल घेऊन त्वचेला चकाकी येण्यासाठी चोळा. तुम्ही आता पूर्णपणे दिवसाची सुरुवात करायला तयार झाला आहात. खरबरीत कपड्याने चोळण्याने शरीराला ताजगी येते.

१६) भरपूर न्याहारी करा - दररोज न्याहारी करणारे दीर्घायुषी ठरतात. जीवनसत्त्वांनी भरपूर असा नाश्ता करा. दूध, लोणी, चीज वगैरेंनी युक्त तसेच अंडी व मटन घेतल्याने तुमची Blood Sugar हाय लेव्हलवर राहील. तुमची कार्यक्षमता, ताकद व स्वस्थपणा वाढण्यास मदत करते.

१७) संगीत ऐका - झोपेतून उठताना स्वत:ला आवडणारे संगीत ऐकता येईल अशी व्यवस्था करा.

१८) कडकपणा व डोकेदुखी पळवून लावा - उठून आपण बाहेर पाहतो व नंतर डझनभर डुलक्या घेत पडून राहतो. पांघरूण लपेटून घेतल्याने कार्बन डाय ऑक्साइड जास्त प्रमाणात घेतला जातो व ऑक्सिजन कमी मिळतो. म्हणून एकदा उठलात म्हणजे परत झोपू नका. पाठीत दुखत असेल तर एका बाजूवर पाय गुडघ्याजवळ घेऊन झोपा. किंवा गुडघ्याखाली मोठी उशी घेऊन झोपा. कणा दुखणे थांबते. संधिवात असेल तर गरम पाण्याची पिशवी घ्या.

१९) दिवसाची सुरुवात हव्याहव्याशा वाटणाऱ्या गोष्टीने करा - आपल्याला आवडणारी गोष्ट करण्यासाठी लौकर उठायला त्रास होत नाही. अशी एखादी गोष्ट सकाळी उठल्यावर करायचे आदल्या दिवशीच ठरवून ठेवा. आणि त्याची तयारी ठेवा. उदा. आपल्याला आवडणारे कपडे घालण्यासाठी काढून ठेवता येतील, उठल्यावर आवडते संगीत ऐकण्यासाठी त्याची कॅसेट काढून ठेवता येईल. या गोष्टी करण्याच्या ओढीने अंथरुणातून उठणे सोपे जाईल.

◆

३२. दुपारचा थकवा कसा घालवावा ?

दुपारचे ३ वाजलेत पण असे वाटते की ५ वाजलेत. तुमचे डोळे जड झालेले असतात. मन मरगळल्यासारखे झालेले असते. काय कराल? तुम्ही एक कप चहा किंवा कॉफी घ्याल. आइस्क्रीम खाल किंवा सोडा घ्याल. सिगारेट पेटवाल. ४ नंतर तुम्ही अजूनही थकून जाता. अस्वस्थ वाटते. १ ते ४ दरम्यान ही स्थिती केव्हाही येते. सुस्ती चढते. तुम्ही रेंगाळत काम करता हे मानसिक आहे. शास्त्रज्ञ याला (after eating dip) जेवणानंतरची सुस्ती असे म्हणतात. शरीराचे तापमान, ब्लड शुगर कमी होते. कामात कुचराई होते.

नाश्त्यामध्ये भरपूर प्रोटिनयुक्त आहार घ्या आणि लंचच्या वेळी हलका आहार घ्या असा तज्ज्ञांचा सल्ला आहे. रॉ फूड घेणे जास्त चांगले. दुपारी भरपूर आहार घेणाऱ्यांना चांगला निर्णय घेता येत नाही व दिलेल्या सूचना कळत नाहीत. प्रकाशाची बदलती तीव्रताही लक्षात येत नाही. दुपारी आळस चढण्याचे मुख्य कारण भारी लंच हे असते. कर्बोदकयुक्त पदार्थ जसे खजूर, केळी, अंजीर, असे पदार्थ घेऊ नयेत. लंचमध्ये सलाड घ्यावे. मोड आलेली कडधान्ये, मासे, दाणे वगैरे त्यात घ्यावे. काहीतरी गोड-गोड खाल्ले तर तुमची ब्लड शुगर एका तासात एकदम वाढेल व तुम्हाला शक्ती आल्यासारखे वाटेल. साखरेचे प्रमाण वाढल्याने पॅंक्रियाजमधून इन्शुलिन स्त्रवू लागेल व रक्तातील साखरेचे प्रमाण पुन्हा मूळ ठिकाणी जाईल व हळूहळू नॉर्मलवर येईल. आपल्यापैकी बऱ्याच जणांना यामुळे विशिष्ट त्रास होणार नाही. पण ज्यांना साखरेचे प्रमाण कमी-जास्त होण्याने त्रास होतो अशा लोकांना दमल्यासारखे व डोके हलके झाल्यासारखे वाटेल.

लाडू, केक, चॉकलेट यांसारखे गोड पदार्थ न खाता सुद्धा साखरेच्या पातळीत मोठे चढ-उतार होऊ शकतात. तुम्ही जर रिकाम्या पोटी एक सफरचंद खाल्ले तर रक्तातील साखर वाढते आणि थोड्या वेळाने साखरेची पातळी आधीच्या पातळीपेक्षाही थोडी कमी होते. तुम्ही जर एका सफरचंदाचा रस प्याला तर साखर वाढते आणि

थोड्या वेळाने साखरेची पातळी पूर्वीपेक्षा बरीच कमी होते.

एक ग्लास रसामध्ये ५ चमचे साखरेएवढे प्रमाण असते. दुधामध्ये प्रोटिन्स, कॅल्शियम व बी-विटॅमिन्स असतात. संत्र्याच्या रसामध्ये विटॅमिन सी असते. रसापेक्षा फळे खाणे चांगले.

वामकुक्षी

जगातील मेडिटेरिनियन आणि लॅटिन अमेरिकेत दुपारची विश्रांती ही नियमित घेतली जाते. लोक लंच टाइममध्ये घरी जातात. चार वाजेपर्यंत झोप काढून संध्याकाळी परत कामावर येतात. आपल्या संस्कृतीत दुपारची वामकुक्षी असायची पण हल्ली झोप ही रात्रीच घ्यायची असा शिरस्ता आहे. जे लोक दुपारी झोप घेतात त्यांना आठ तासापेक्षा कमी झोप पुरते व ते लोक लवकर उठू शकतात. रात्री उशीरा झोपणे बरोबर नाही.

झोपेसाठी सगळ्यात महत्त्वाची वेळ ही रात्री १० ते १२ पर्यंत होय. आपल्या शरीराची तालबद्ध गती चालू असते व या वेळेत चांगली झोप झाल्याचा फायदा दुसऱ्या दिवशी होतो.

शक्यता आहे की तुम्हाला झोपेपेक्षा व्यायामाची गरज जास्त आहे. लहानसा व साधा व्यायाम करणे जास्त गुणाकारक ठरते. कॉलेजमधली मुले लंचनंतर लॉनवर खेळत असतात. तो झोप उडवण्यासाठी उत्तम उपाय होय. कोणताही हलका व्यायाम चालेल. दहा मिनिटांचे जलद चालणे हे उत्तम ठरते. त्याच हवेत नुसते बसून राहणे आरोग्यदायक ठरत नाही. ताजी हवा व सूर्यप्रकाश घ्यायला बाहेर निघावे.

व्यायामामुळे शरीरातल्या पेशींना ऑक्सिजनचा पुरवठा होतो आणि त्याचीच जास्त आवश्यकता असते.

बसलेला असलात तर उभे राहा. उभे असाल तर थोडी मोकळी जागा शोधा. २५ उड्या मारा. ऑक्सिजन पुरवठा वाढेल.

थोडे विचित्र वाटेल पण प्रयत्न करून पाहा व मग हसा. पण १० वर्षांच्या मुलासारखे हे उड्या मारणे तुम्हाला

१) दुप्पट ऑक्सिजन शरीरात घ्यायला भाग पाडेल.

२) तुमच्या नसांमधून जवळजवळ दुप्पट रक्तप्रवाह सुरू होईल.

३) मेदाचे रूपांतर ब्लड शुगरमध्ये होईल.

४) Metabolic rate २५ ते ७५ टक्क्यांनी वाढेल.

◆

३३. हे वाचा व गाढ झोपा

खालील वाक्ये मनोवैज्ञानिक शास्त्राप्रमाणे स्वत:ला शिक्षण देण्यासाठी तयार केलेली आहेत. स्वत:वर जादू करणारी, प्रगत स्नायू शिथिलीकरण तंत्राला अनुसरून तयार केलेली आहेत एवढे माहीत असले म्हणजे पुरे! झोपेतून उठल्यावर त्यांची उपपत्ती शोधू या.

तयार व्हा! रात्र होऊ द्या. शरीरातून साद निघू द्या "झोपण्याची वेळ झाली आहे" तापमान ६४° इ वर सेट करा. गरम पाण्याने स्नान करा. ग्लासभर गरम दूध घ्या. प्रकाश मंद करा. बाथरूमला जाऊन या. नेहमीप्रमाणे आरामशीर झोपा. पुस्तक समोर धरा. कादंबरीसारखे सहज वाचा. ज्ञान मिळविण्याचा हेतू ठेवू नका. शब्द मनात रेंगाळू द्या. एक एक शब्द हळूहळू डोक्यापुढून सरकू द्या.

"अजून सावकाश!" मनाला सूचना द्या. कोणताही प्रश्न तुम्हाला सोडवायचा नाहीये. उद्याचे उद्या बघता येईल. होय! म्हणत राहा. तुम्ही काय वाचता ते समजण्याचा प्रयत्न न करता स्वीकारा, फक्त होय म्हणा. ओळींच्या मध्ये झोप रेंगाळू लागेल. झोप लागो किंवा न लागो, फक्त होय म्हणत राहा. खोल श्वास घ्या. छाती लयीमध्ये वर- खाली होऊ द्या. या शब्दांमध्ये दीर्घ श्वास फिरू द्या. श्वासाकडे बारकाईने लक्ष द्या. आता डोळे मिटा व श्वास व उच्छ्वास समजण्यापुरते जागृत राहा. दहा सेकंदही लागतील. डोळे उघडाल तेव्हा श्वासोच्छ्वासाचा मंद प्रवाह जास्त स्थिर झालेला आढळेल. जसजसे वाचाल तसतसे डावीकडून उजवीकडे शब्द फिरू लागतील.

अशी कल्पना करा की समुद्रकिनाऱ्यावरच्या स्वच्छ पांढऱ्या रेतीत तुम्ही झोपलेले आहात. वर निरभ्र आकाश आहे. आता प्रत्येक स्नायू जेवढा ताणता येईल तेवढा ताणा. उजवे मनगट कोपरापर्यंतचा हात, खांद्यापर्यंतचा हात, स्नायू आवळले जातील व दुखू लागतील. श्वासाचा मागोवा घेत राहा. हळू उच्छ्वासाची वाट पाहा. हळूहळू स्नायू सैल पडतील. जडता येऊ लागेल. त्याचा अनुभव घ्या. दिवसभरात

अशी स्थिरता आली नसेल. आता झोपेचा कॉल आलाय असे समजा. डाव्या हाताने हीच क्रिया करा. मग कपाळ, चेहरा मान आणि खांदे आखडून धरा. डोक्याला कोणीतरी जोरदार शाम्पू करतेय अशी कल्पना करा. जीभ टाळूला लावून रेटा. नाकाला पीळ पडू द्या. ओठ बंद करा. मागचे दात घट्ट आवळा. मानेचे स्नायू आखडून खांदे कानाकडे ढकलण्याचा प्रयत्न करा. तुम्ही श्वास रोखून धरलाय व स्नायू दुखू लागलेत. तोंड उघडले जाईल. डोके आपोआप बाजूला वळेल व तुम्ही निद्रादेवीच्या स्वाधीन होण्याच्या मार्गावर असाल.

बराच वेळ तुम्ही रेतीवर पहुडलेले आहात. लाटांचा खळखळाट ऐकायला येतोय. सूर्याची कोवळी किरणे तुमच्या अंगावर पडताहेत. प्रत्येक स्नायूमधील तणाव वितळतोय. विचारवलये शांत झालेली आहेत. हळूच पाठीची कमान करा. श्वास घेऊन रोखून धरा. पाठीचा कणा ताठ करा व छाती पुढे काढा. तणाव स्नायूतून निघून जाऊ देत. पाच अंक मोजा व श्वास सोडा. हळुवारपणाची झुळूक जाणवेल. शरीर एवढे जड व गरम पूर्वी वाटले नसेल. तुम्ही हलू शकत नाही. तुमच्या कमरेचे स्नायू पोट, कुल्ले सर्वच आवळून धरा. सगळे जखडल्यासारखे वाटतील. श्वास घ्या, रोखून धरा व सर्व स्नायू खेचा. खूप तणाव येऊ द्या. श्वास सोडून स्नायू सैल सोडा. खूपच हलके हलके वाटू लागेल. दगडासारखे निर्जीव वाटू लागेल. छातीचा भाता चालू राहील. श्वासोच्छ्वास ऐका, रोखून धरा व स्नायू ताणा. पाय सरळ करा व मनगटे वळवा. पायांची बोटे गुडघ्याकडे करून खेचा. घट्ट ठेवा. श्वास सोडा व त्यांना सैल होऊ द्या. पूर्ण सैलपणा येऊ द्या. श्वास स्थिर ठेवा.

शरीरात गरमपणा जाणवू लागेल. प्रत्येक स्नायू झोपेच्या अधीन होण्यास तयार आहे. आता तुम्ही डोळे मिटून झोपा. जर झोप लागली नाही तरच पुढचा भाग वाचा.

येथे मेंदूला बधिर करणारे काहीतरी रसायन तयार होत असले पाहिजे. नैसर्गिक झोपेच्या स्वाधीन करत असले पाहिजे. खोलवर श्वास घ्या. शक्य तेवढी जास्त हवा आत घ्या. खोलवर हवा घ्या व खोल सोडा. श्वास रोखून धरा. पुन्हा खोल श्वास घ्या व पुन्हा सोडून द्या. मग खोल श्वास रोखून धरा.

फुप्फुसे हवेने तुडुंब भरून घेणे, मग ती संपूर्ण रिकामी करणे आणि श्वास रोखून धरणे या क्रिया अफूसारखे काम करतात. डोळे मिटा आणि खोल श्वास घेणे, सोडणे, रोखून धरणे या क्रिया परत परत करत राहा. हे करताना अशी कल्पना करा की प्रत्येक श्वासाबरोबर पिवळ्या सोनेरी प्रकाशाचा झोत तुमच्या उजव्या पावलातून तुमच्या शरीरात शिरतो आहे. हा प्रकाश पावलातून वर वर जात मस्तकापर्यंत पोचून सगळ्या शरीरभर पसरतो आहे आणि उच्छ्वासाबरोबर डाव्या पावलातून बाहेर पडतो आहे. काही काळातच नेहमीसारखा श्वासोच्छ्वास करण्याची गरज तीव्रतेने भासू लागेल आणि काही क्षणांतच तुम्हाला झोप लागेल.

झोप लागली नाही तर तसेच स्वस्थ, सैलावलेल्या अवस्थेत पडून राहा. तुम्ही कल्पनेत ज्या समुद्रकिनाऱ्यावर निजला आहात त्या समुद्राची गाज ऐका, तिथल्या सुंदर सूर्यप्रकाशात नाहा. समुद्राच्या गाजेतून तुम्हाला कुजबुजल्यासारखे शब्द ऐकू येतील - मी झोपेपासून अगदी किंचित दूर आहे....झोप...झोप. तुमच्या प्रत्येक श्वासाबरोबर आणि उच्छ्वासाबरोबर तुम्हाला एकच शब्द ऐकू येईल - झोप...झोप.

आता पुस्तक मिटून ठेवा आणि सुंदर, सोनेरी समुद्रकिनाऱ्यावर पडून एकच विचार मनात ठेवा - झोप.

◆

विभाग सातवा

सर्व सूत्रे हातांत घेणे

३४. सक्ती ते मुक्ती व व्यसनाचे मूळ शोधणे

व्यसनमुक्ती संस्थामध्ये काम केलेल्या व मनोविज्ञान संशोधकांच्या मते मोठ्या व्यसनांप्रमाणेच लहानसहान व्यसने आणि सवयी तुमच्या सुखाच्या मार्गात धोंड होऊन बसतात. अतीकामसूपणा, परिपूर्णतेची तीव्र लालसा, दिरंगाई, साखर, कॉफी, सिगरेट यांचे व्यसन, अनीतीचे शरीरसंबंध यांचेही व्यसन जडते. हलकी व्यसने शरीरावर फार परिणाम करीत नाहीत. आजारपणे येत नाहीत पण दुष्परिणाम हळूहळू चालूच असतात. अतीकामसू माणसे मानसिक तणावामुळे, हृदय, रुधिराभिसरण आणि पोटातील इंद्रियांवर परिणाम करून घेतात. त्यांचे रक्ताभिसरण व पचनक्रिया बिघडते. दूरगामी परिणाम होतात. परिपूर्णतेच्या मागे लागणाऱ्यांना आणि सतत टाळाटाळ करणाऱ्यांनाही अशी दुखणी होतात. मदिरेच्या आहारी गेलेले ती सोडू शकतात पण सिगारेटचे व्यसन सोडणे खूप कठीण जाते. कॉफी आणि साखर यांवर जगणारेही अनेक आहेत.

यामागचे कारण काय ?

शरीर-मनाचा समतोल ढळलेला असला, ते अस्वस्थ असले की व्यक्ती व्यसनाधीन बनते. स्वत:ला विसरून जाणे हे मुख्य ध्येय असते. गहन चिंता, अस्वस्थता, असुरक्षितता व समाधानासाठी सतत बाहेर भटकणारा जीव व्यसनांना बळी पडतो. त्यांची सुधारणा करावयाची असे म्हणण्यापेक्षा त्यांचे स्वत:शी नव्याने संबंध प्रस्थापित करावयाचे असेच म्हणावे लागेल. रुग्णाला ‘‘आपण चांगले आहोत’’ ही भावना रुजवून दिली पाहिजे. त्याचे मन घडीघडी बदलत असते.

आपण अशा समजात राहतो की जेथे बाहेरून उत्तेजन मिळते. आपण आपल्यावर सतत नाराज असतो. आपण जसे आहोत तसे स्वीकारण्यापेक्षा आपण अधिक काहीतरी आहोत असे दाखविण्याची सवय जडते. ही सवय बदलून स्वत:ला स्वीकारण्याची सवय लागली म्हणजे आपण जास्त Relaxed, स्वत:विषयी आत्मविश्वास असणारे, समाधानी व स्वयंपूर्ण आहोत ही जाणीव निर्माण होते.

आपणा स्वत:मध्येच संपूर्ण शहाणपण दडलेले आहे ह्याची ओळख होते.

व्यसनाधीनतेविषयी नवविचार Addiction - non growth

ॲडिक्शन म्हणजे वाढ न होणे - एकाच प्रकारची कामे यंत्रमानवासारखी करत राहणे. कोणी मुद्दाम व्यसनाधीन होत नाही. व्यसनाधीनतेसाठी झोपेच्या आहारी गेल्यासारखे, विचार बंद केल्यासारखे वागावे लागते. क्षणोक्षणी आपली बुद्धी जागृत ठेवणे म्हणजे मानसाचे नवनिर्माण.

Addiction - attachment व्यसनाला चिटकून राहणे

आपण कोण आहोत ही जाणीव विसरून ज्याला चिटकून राहतो ते व्यसन. त्यापासून दूर जाण्याच्या कल्पनेने आपण अस्वस्थ, बेचैन होतो. जणू काय हात किंवा पाय आपण गमावून बसतोय असे वाटते. दु:खाचे मूळच हा मोह आहे. भावनात्मक गुंतागुंत सोडविण्यासारखी आहे. दुसऱ्यांची काळजी करायला हवी.

Addiction - postponement म्हणजे दिरंगाई

पुनरावृत्ती म्हणजे जादूई मोह. काल केले, आज करतोय व उद्याही तेच होणार आहे. परत परत तेच - असे व्यसन वाढत जाते. जितके जास्त वेळा कराल तितकी त्याची पाळेमुळे खोलवर रुजतात. तुम्हाला वेगळे काहीतरी करावयाचे असते. पण नेहमी ते उद्यावर ढकलले जाते. उद्या मी निश्चितपणे सुधारेन. जास्त ज्ञान संपादन करीन. जास्त ताकद अजमावीन. उद्या कधीच उजाडत नाही. बदल आत्ताच होतो. हा क्षण महत्त्वाचा आहे.

लहान लहान गोष्टी, सूचकता व व्यसनमुक्तीचे तंत्र यांमुळे आपण Relax होऊ शकतो. दाबून ठेवलेली दु:खे बाहेर पडतात. अनुभव कटू असतात पण होकारात्मक असतात. मेडिटेशन किंवा इतर तणावमुक्तीचे तंत्र वापरून आपण हलके होतो. तुमच्या खोलवरच्या भावना अनुभवा. थोडे त्रासदायक वाटेल पण त्यामुळे फायदाच होईल.

आपणहून तिथे कसे पोहोचूया ?

मनन किंवा दुसरे रिलॅक्सेशनचे टेक्निक ही महत्त्वाची जादू तुमच्याजवळ आहे. एकदा तुम्ही सर्व कोलाहलातून शांत झालात की काही वेळ तुम्ही शांतपणे डोळे मिटून विचार करू शकाल. तुमच्या अंतरात्म्याचा आवाज ऐकू शकाल.

तुम्हाला खाद्य पदार्थांची आवड असेल तर आवडीचा पदार्थ घेऊन बसा. कॉफी आवडत असेल तर कॉफीचा मग घेऊन अंतर्मुख व्हा. काही कारणांनी निराश झाला असाल तर त्या निराशेचा विचार करा. तुम्हाला प्रश्न विचारू द्या. काळजीपूर्वक काय म्हणायचेय ते ऐका.

थोड्याच वेळात दु:ख, भूक, निराशा सर्व विरघळून जातील व त्या जागी तुमच्या मनात नवीन विचार येऊ लागतील. जणू काय तुमचे डोळे उघडून नवीन

दृष्टी प्राप्त होईल.

याशिवाय आणखी कितीतरी नवीन उपाययोजना आहेत यावर. आशावादी बनणे, नकारात्मक विचार झटकून टाकणे. तणावपूर्ण जगात आनंदाने जगणे यांसारखी तंत्रे पण याच पुस्तकात इतरत्र दिलेली आहेत.

◆

३५. तयार व्हा! सज्ज राहा व मार्गक्रमण चालू करा

तुम्ही बरेच दिवसांपासून वजन कमी करायचे, सुडौल बनायचे, धूम्रपान बंद करायचे किंवा नवीन नोकरी शाधायची असे बेत करीत असाल. पण प्रत्यक्षात काय करता? या सर्व गोष्टींसाठी ते महत्त्वाचे आहे. जडपणा सोडून कामाला लागायला हवे. जे प्रयत्न करतात त्यांना वय झाले असे वाटत असावे, किंवा आळस चळलेला असावा. ते ज्या पद्धतीने काम करत असत तसे आता होत नाही असे त्यांना दिसून येते. ते आहारात बदल करतात व व्यायामाचा कार्यक्रम अंगिकारतात. आपण नक्कीच काहीतरी करायला हवे हे त्यांना पटले पाहिजे. आयुष्यात बदल केला पाहिजे हे पटले म्हणजे त्याप्रमाणे आहार व व्यायाम यांत बदल केला पाहिजे. ज्याच्यावर तुम्ही विश्वास ठेवू शकता असा माणूस शोधून काढला पाहिजे व त्याप्रमाणे बदल घडवून आणला पाहिजे.

अपेक्षित बदल - सुधारणा कार्यक्रम हा अपेक्षित बदल घडून येण्यासाठी असतो. स्वत:च्या समाधानासाठी किंवा सामाजिक अपेक्षा परिपूर्ण करण्यासाठी हा प्रयत्न असावा. ध्येय साध्य करण्यासाठी प्रेरणा हवी. सतत प्रयत्नशीन राहायला हवे. त्यासाठी पंचसूत्री कार्यक्रम पुढे दिला आहे.

१) सहज, सोपे व कमी वेळात यश देणारे ध्येय ठरवा. त्यासाठी तुम्हाला काय हवे आहे? आहारात बदल, व्यायामाचा कार्यक्रम की नवीन कार्यक्षेत्र? ते निश्चित ठरवा. आपले ध्येय साध्य करण्याचा मार्ग सापडत नसेल तर पुस्तकांचा आधार घ्या. दिलेला सल्ला नीट वाचा व त्याप्रमाणे वागा.

वास्तववादी बना. ध्येयपूर्तीसाठी जीवनशैली बदला. मनाची आशावादी ठेवण व धैर्य यांच्या बळावर यश मिळवा. एका रात्रीतून कुरूप किड्यातून सुंदर फुलपाखरू बनत नाही.

एकादी स्त्री डोकेदुखी, सांधेदुखी किंवा जास्त वजन असण्याचा प्रश्न घेऊन आली तर तिला एकदम मांसाहार बंद करायला सांगत नाहीत. कडधान्ये खा,

व्यायाम करा, व्हिटॅमिन्स् घ्या, मेडिटेशन करा असा सल्ला देत नाहीत. हळूहळू सुरुवात केली जाते. एका वेळी एकच प्रश्न हाताळण्यासाठी सल्ला दिला जातो.

एका तरुणीचे उदाहरण पाहूया. जेव्हा ती कॉलेजमध्ये गेली तेव्हा तीन महिन्यांत २० पौंड वजन वाढले. ग्रॅज्युएट होण्यापूर्वी काही वजन कमी केले. तिला जेव्हा "आरोग्यमय आहार" विकण्याच्या स्टोअरमध्ये नोकरी लागली त्या वेळी तिने आहारविषयावरची पुस्तके वाचली व लोकांच्या प्रश्नांना चांगल्या पोषक आहाराविषयी मार्गदर्शन करू लागली व स्वत:चाही आहार कसा सुधारावयाचा याची माहिती मिळविली.

तिने मांसाहार कमी केला व तिची प्रकृती एकदम सुधारली. वजन कमी झाले. उत्साही वाटू लागले.

नंतर तिला वर्तमानपत्र कचेरीत नोकरी लागली. नंतर तिचे लग्न झाले व तिच्या पतीने आणि तिने मूल होऊ द्यायचे असे ठरविले. तेव्हा तिशीनंतर गरोदर राहणाऱ्या स्त्रियांसाठी जो ट्रेनिंग प्रोग्रॅम असतो तो तिने केला व अजून वजन कमी केले. स्वाभिमान आणि मूल उत्तम, सुदृढ व्हावे या इच्छेने ती प्रयत्न करत राहिली.

२) जो मदत करील असा मित्र किंवा ग्रुप जोडा. माणसाला संगत हवी असते. ध्येय साध्य करण्यासाठी प्रोत्साहन देणारा ग्रुप असेल तर बरे वाटते. एकाच ध्येयाने प्रेरित होऊन धडपडणारे असतील तर ते एकमेकांना मदत करू शकतात. ग्रुपने कामे करण्यात मजा असते.

३) एक-दोन महिने प्रयोग करून पाहा. स्वत:ला सवय लागायला वेळ द्या. कोणतीही नवीन गोष्ट अंगवळणी पडायला कमीत कमी २१ दिवस लागतात असे शास्त्रज्ञ सांगतात. जर साखर सोडून द्यायची असेल तर शरीर ही सवय स्वीकारेल असा सराव करा. सहज साध्य होईल असेच ध्येय ठेवा. कार्यक्रमात मनासारखे यश आले नाही तर नाराज होऊ नका. स्वत:ला बरे वाटू लागले की पूर्वीच्या सवयी आपोआप सुटतात.

४) बदल स्वीकारण्यास तयार राहा. चूक होण्यासाठी काही अंशी जागा ठेवा. व्यायाम किंवा आहार असा काटेकोर नसावा की थोडासा फेरबदल चालणार नाही. फार कडक निर्बंध पाळले जात नाहीत. एकाद्या दिवशी व्यायामाला सुट्टी द्यावी. एकादे दिवशी आइस्क्रीमचा आस्वाद घ्यावा. ज्याची गरज नाही असे पदार्थ कमी केले म्हणजे त्यांची आठवणही होत नाही. स्वत:वर विश्वास ठेवून आशावादी कार्यक्रम ठेवावा. एका गृहस्थाने पैजेवर सिगारेट सोडली व किती दिवस ही प्रतिज्ञा टिकवू शकतो हे पाहिले. १३ वर्षे त्याला टिकविता आली.

एका स्त्रीने योगाचा कार्यक्रम सुरू केला. हळूहळू १३ पौंड वजन कमी झाले. तिने जो योगाला पोषक आहार घ्यायला सुरुवात केली त्यामुळे पूर्वीच्या खानपानाच्या

सवयी ती विसरून गेली. एक प्रयोग म्हणून हे सर्व केले. बदलावेसे वाटेल तेव्हा बदलताही येईल.

५) तुम्ही नवे स्वरूप धारण कराल ते कसे असेल त्याची कल्पना करा. तुम्ही कसे दिसावे, तुमची फिगर कशी असावी याविषयीचे फोटो मासिकांमधून काढून तुम्ही सहज दिसतील असे लावून ठेवा. ही कल्पना जरा जुनी वाटेल पण तुमच्या ध्येयसिद्धीसाठी त्याचा खचित उपयोग होईल. शारीरिक परिणाम दिसू लागला म्हणजे ध्येयाप्रत वाटचाल चालू राहते. माझे शरीर जोपर्यंत नीटनेटके असते तोपर्यंत मी नाराज होत नाही. शरीर उतरत नाही किंवा सर्दी-खोकला होत नाही.

◆

३६. साखरेचा मोह टाळा

जर घरात काही गोड-धोड दिसले नाही तर तुम्ही अस्वस्थ होता का? होत असाल तर तुम्हाला गोडाची चटक आहे असे म्हणता येईल.

जर खमंग गोड वस्तूचा वास आल्याबरोबर तोंडाला पाणी सुटत असेल तर तोंडात नक्कीच गोड दात रुतलेला असला पाहिजे. तुम्हाला साखरेची चटक लागली आहे असे म्हणता येईल. लोकांना साखर, मध, मद्य, लाह्या किंवा दूध कशाचीही आवड असते. त्यातल्या त्यात गोडाची जास्त. कोठेही काही गोड पदार्थ दिसला की गोडघाशी मंडळी त्यावर हात मारणार. हे किती हानिकारक आहे हे त्यांना पटवून देणे म्हणजे महाकर्मकठीण असते. त्यामुळे दात खराब होतात हे त्यांना माहीत असते. त्यामुळे वजन वाढते, (डायाबेटिस) मधुमेहाचा त्रास होऊ शकतो, संधिवाताचा त्रास होऊ शकतो. तरी हे लोक हॅरॉइन घेणाऱ्या लोकांसारखे पाहिजे तेवढे गोडावर हात मारतातच.

ही गोडाची सवय सोडू शकतो आपण! कमी साखर खाणे किंवा अजिबात साखर न खाणे हे शक्य आहे असे तज्ज्ञांचे मत आहे. ही सवय कशी घालवायची यासाठी डॉक्टर लोक वापरत असलेले गुप्त तंत्र आपण पाहूया. गोडाशिवाय दिवस कसा घालवावा यासाठीचे उपाय आपण पाहूया!

ही सवय घालविण्यासाठी आपणाला खूप जागरूक व्हावे लागते. नोंदवही ठेवावी. आठवडाभर तुम्ही काय खाता व पिता त्याची नोंदवही ठेवावी. गोड पदार्थांच्या खाली खुणा करा व दुसऱ्या आठवड्यापासून एकेक वस्तू कमी करत जायचे. मोठी माणसे जेवढ्या कॅलरीज घेतात त्याच्या २५ टक्के कॅलरीज साखरेतून घेतल्या जातात. लहान मुलांसाठी हे प्रमाण ५० टक्के असते. तुमची साप्ताहिक गोडाची नोंदवही मार्गदर्शक ठरेल.

घरातून सर्व गोड पदार्थ नाहीसे करा

याचा अर्थ सर्व प्रश्न सुटले असा नाही. सर्व गोड वस्तू, सरबते, मुरंबे घरातून

दूर करा. शुद्ध मधाची लहानशी बाटली घरात ठेवली तरी पुरे. जेवणांच्या मधे थोडे थोडे खा. साखरेची चटक हे एक दुष्ट चक्र आहे. साखर खाल्ली की रक्तातील साखरेचे प्रमाण वाढते. त्यामुळे शरीर लगेच इन्शुलिन सोडते आणि साखरेची पातळी कमी होऊन परत साखर खावीशी वाटू लागते. काही लोकांना निराशा, डोकेदुखी, विक्षिप्तपणा किंवा वाईट स्वप्ने पडणे यांचा त्रास होतो. ब्लड शुगरचे प्रमाण नियंत्रणात ठेवणे हे उत्तम. दोन जेवणांच्या मधे थोडे थोडे खाणे हा यावर उत्तम उपाय आहे. दाणे, कच्च्या भाज्या, फळे, चीज, उकडलेली अंडी ही मधल्या नाश्त्यात घ्यावीत. दोन ते तीन तासांनी थोडे थोडे खाल्ले तर गोडाचे वेड आपोआप कमी होईल. नेहमीच्या जेवणात तुमचा आहार कमी होईल व सकाळी एकदम ताजेतवाने राहाल. एका बाईने आपला अनुभव सांगितला आहे की, ती स्टोअरमधील कॅन्डीबारकडे आशाळभूतपणे पाहात असे पण ऑफीसात येताना तिने दाणे बरोबर आणले. खूपच चवदार वाटले. जेव्हा जेव्हा कॅन्डीची आठवण येते तेव्हा ती दाणे खाते.

संयुक्त कर्बोदके जास्त घेणे

मोड आलेली कडधान्ये व पालेभाज्या या गोड खाणाऱ्यांच्या यादीत शेवटी असतात. जास्त मिठाई खाणे आरोग्यास हानिकारक असतेच पण त्यात जीवनसत्त्वांचाही अभाव असतो. त्यामुळे अजून गोड खावेसे वाटते. हे विषचक्र आहे. पोषक तत्त्वांवर अवलंबून राहणे हे जास्त फायदेकारक ठरते. संतुलित आहार गोड खाण्याचा अट्टाहास कमी करू शकेल. दररोजच्या आहारात प्रथिने भरपूर आहेत याची खात्री करा. प्रमाणातच असावीत. जास्तही नकोत. फक्त शेंगादाणेच खाऊ नका. बदाम, तीळ इ. खाण्यात असावेत.

व्यायाम करून गोडाचे वेड कमी करा

ब्लड शुगर जास्त प्रमाणात असेल तर व्यायामाने वजन कमी करता येते. कमी असेल तर वाढवता येते. उड्या मारणे, जॉगिंग, भरभर चालणे यांतून किंवा जोरबैठका काढूनही मनाची घडण तयार होईल. गोड खाण्याची इच्छा झाली तर लगेच व्यायाम करू नका. दररोज व्यायाम करण्याची सवय ठेवा.

दररोज आवश्यक ती जीवनसत्त्वे पोटात जाऊ द्या

ब्लड शुगरचे प्रमाण योग्य ठेवण्यासाठी 'बी' व्हिटॅमिनची गरज असते. धान्ये, मोडाची कडधान्ये, गव्हाचे सत्त्व यांमधे ''बी'' भरपूर असते.

क्रोमियम, मँगेनीज आणि जस्त योग्य प्रमाणात घेणे

ब्लड शुगर प्रमाणात ठेवण्यासाठी वरील तीन धातूंची गरज असते. गोड आवडणाऱ्यांच्या आहारात यांचा तुटवडा असतो. क्रोमियममुळे इन्शुलिनचे कार्य नियमित होते. झिंक व मँगेनीज ब्लड शुगर प्रमाण नियंत्रणात ठेवते. जस्तामुळे गोड

खाण्याची ओढ कमी करता येते.

मांसाहार शक्यतो टाळा

लाल मांसापेक्षा मासे किंवा पक्षी खाण्याने साखर खाण्याची प्रवृत्ती कमी होते. जेवणाच्या शेवटी स्वीट डिश खावीशी वाटत नाही. फळे खाल्ली तरी समाधान होते. डेझर्टची जरूर वाटत नाही.

पाकिटांवरचे लेबल काळजीपूर्वक वाचा

काही टूथपेस्टमध्येही साखर असते. कॉर्न सिरप, फ्रक्टोज, डेक्स्ट्रोज किंवा मध असे घटक असलेली लिस्ट असेल तर समजावे यात साखरेचे प्रमाण भरपूर असणार. अशा गोष्टी टाळाव्यात. सर्व लेबल्स काळजीपूर्वक वाचावीत.

व्हेंडिंग मशीनचा उपयोग

नाणे टाकले की पॅकेट मिळते अशा मशीनच्या उपयोगामुळे गोड खाणाऱ्यांना नुकसान होते. कॉलेजमधील कित्येक विद्यार्थी दुपारचे जेवण सोडून फास्ट फूड किंवा थंड पेये पिण्यात गर्क असतात. कॅन्डी आणि चुईंगगम हे त्या खालोखाल विद्यार्थ्यांना आकर्षून घेतात. कॉफी, पॉप कॉर्न, बटाटे चिप्स, दही, फळे, चॉकलेट आणि दूध यांवर त्यांचे लक्ष असते.

फलाहार-सर्वोत्तम आहार

फळांमुळे ताकद येते, तहान भागते आणि खाण्याची भूक शमते. घरात नेहमी ताजी फळे असू द्या. गाडीमध्ये बरोबर फळे असू द्या. गाडी चालविताना तुम्हाला खाण्याची सवय असेल तर फळे खा. फळांमध्ये जीवनसत्त्वे असतात व तुम्हाला दमदार वाटते. तहान निसर्गतः भागते. सोडा वगैरे पिण्यापेक्षा फळांचा (गोड न केलेला) रस घ्या, सोड्याऐवजी लिंबू-पाणी घ्या.

ही सगळी पथ्ये / नियम पाळले तर बक्षिस म्हणून एखादे दिवशी मनसोक्त गोड खायला हरकत नाही. आपल्याला आवडणाऱ्या गोडापासून सतत वंचित राहावे लागण्याची भावना त्यामुळे कमी होते.

◆

३७. धूम्रपान सोडा

तुम्हाला सिगारेटची सवय असेल व तुम्ही ती सवय सोडू इच्छित असाल तर अभिनंदन! ही पहिली पायरी आहे व हे व्यसन झुगारण्याच्या मार्गावर तुम्ही वाटचाल कराल. सोडण्याची इच्छा होणे हे महत्त्वाचे आहे.

ही सवय सोडणे हे काही फार कठीण काम नाही. दुसरी जेवढी कामे करता त्यांपेक्षाही कितीतरी जास्त वेळा सिगारेट पिण्याचे काम तुम्ही आयुष्यभरात करत असाल. बुटाच्या नाड्या सोडणे, बांधणे, खाणे-पिणे यांपेक्षा सिगारेटस् जास्त वेळा पेटवल्या जातात. दिवसातून २० ते ३० वेळा सिगारेट पेटवत असाल तर ती एक तुमची जीवनशैलीच होऊन बसली आहे असे म्हणावे लागेल. धूम्रपान बंद करण्याचा निश्चय केला असेल तर किती काळ केले याला महत्त्व नाही. एका परदेशी स्त्रीने ३० वर्षे धूम्रपान केले. दररोज एक ते दीड पाकीट ती ओढत असे.

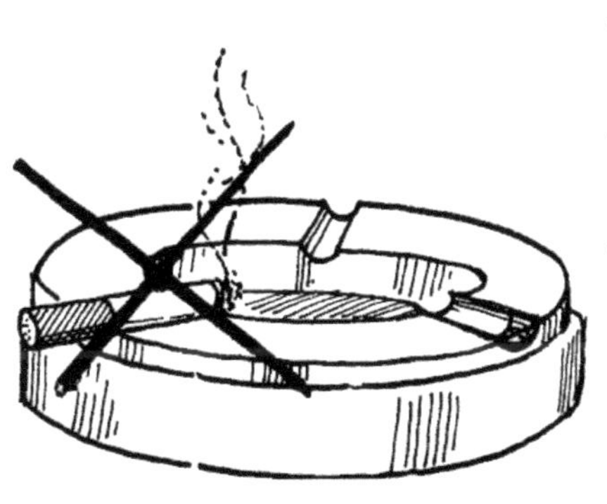

ती म्हणते, "मला सिगरेट प्यायला आवडते. त्याची चव आवडते." तिच्या वार्षिक तपासणीत फुफ्फुसाचे ट्यूमर झालेले आढळले. कित्येक दिवस सिगरेटी पिण्याने कॅन्सर असावा असा तिचा अंदाज होता. जर कॅन्सर नसेल तर मी परत कधीही सिगरेट पिणार नाही असा तिने निर्धार केला. तिचे ऑपरेशन झाले. ट्यूमर विषारी नव्हते. तिचे धूम्रपान पूर्ण सुटले. सोडायचे म्हटले तर कोणतेही व्यसन सुटू शकते असे ती म्हणते. प्रथम जेव्हा सिगरेट सोडली तेव्हा स्वप्नात तिने खरोखरच सिगरेट प्यालीय असे वाटायचे. धूम्रपानाची जेव्हा जेव्हा इच्छा होई तेव्हा तेव्हा मी दुसरा

काही तरी विचार करी. वर्षानंतर तिला अजिबात इच्छा होईनासे झाले.

आरोग्याच्या चिंतेने काही लोकांना धूम्रपान सोडावेसे वाटते पण काही पर्वा करत नाहीत. काहींच्या मित्रांनी सिगरेट सोडलीय म्हणून तेही पिणे बंद करतात. त्यांना जमते, मग आपल्याला का जमू नये या भावनेतून तेही धूम्रपान बंद करतात.

चार प्रकारचे शौकीन

एकदा तुम्ही धूम्रपान सोडायचे नक्की केले म्हणजे तुम्ही ते कसे सोडावे याचा विचार करू लागल. तुम्ही कोणत्या प्रकारचे शौकीन आहात त्यावर उपाय अवलंबून असेल. चार प्रकारचे शौकीन आढळून येतात.

१) सवयीने धूम्रपान करणारे - सवयीने सिगारेट पिणारे फोन करताना, कॉफी पिताना, मद्यपान करताना, किंवा जेवणानंतर सिगारेट पेटवतात. अशा माणसाला तुम्हाला "तुम्हाला सिगारेट सोडायची आहे" अशी सतत आठवण करून द्यावी लागेल. सिगारेटचे पाकीट चिकटपट्टीने किंवा रबरबॅन्डने घट्ट बांधून ठेवा म्हणजे आपण दुसरी सिगारेट घेतोय हे त्याला जाणवेल. तो वेगळ्या ब्रॅन्डची सिगारेट मोकळ्या हातात घेईल किंवा वेगळ्या पाकीटात ठेवील. त्याला वारंवार "तुम्ही सिगारेट सोडणार आहात" याची आठवण करून द्यावी लागेल.

२) मजेखातर धूम्रपान करणारे - मजेसाठी किंवा एकाग्रता यावी म्हणून सिगारेट पिणारे त्यात आनंद मानतात. याला पर्याय म्हणून जॉगिंगला जाणे किंवा फिरायला जाणे हा पर्याय वापरता येईल. त्याला तो पर्याय आवडला पाहिजे.

३) तणाव आल्यावर किंवा निराश झाल्यावर धूम्रपान करणारे - या प्रकारच्या व्यक्तींना व्यसन सोडणे खूप जड जाते. त्याला व्यसनमुक्ती करविणाऱ्या तज्ज्ञांची मदत पण घ्यावी लागते.

४) मानसिक किंवा शारीरिक चटक लागलेले - हे लोक हुक्की आली की गॅलरीत जाऊन सिगारेट पेटवणार. कमी करून करून दिवसाच्या पाच वेळापर्यंत येतील. पण पार्टीत वगैरे गेले की परत सुरू करणार. त्यांना एकदमच बंद करावे लागणार.

एकदम बंद करायचे म्हणजे या लोकांना अस्वस्थ होणार. प्रथम ज्या वेळी बंद करतात त्या वेळी त्यांना खूप हताश वाटते. त्यांना खूप इच्छा होते धूर काढण्याची मानसिक रीत्या ते अस्वस्थ होतात. चडफडतात. सुस्ती चढते. अरुची वाटते व झोपण्याची प्रवृत्ती बळावते.

एकाद्याने एकदम धूम्रपान सोडायचा निश्चय केला तर "केव्हापासून?" हा महत्त्वाचा प्रश्न उभा राहतो. फार लवकर किंवा फार उशिराची तारीख नसावी.

रजेचा काळ हे व्यसन सोडायला उपयोगी पडेल. पर्वतारोहणाला जाऊन हे व्यसन सोडणे जास्त सोपे.

लेनिनने म्हटले आहे, ''मी स्वत:ला असे कधीही म्हणालो नाही की मी सिगारेट पिणार नाही. त्याचा खूप परिणाम झाला असता. त्याऐवजी मी लहानसे ध्येय समोर ठेवायचो. एक आठवडाभर मी सिगारेट घेणार नाही व त्याप्रमाणे वागलो. त्यानंतर महिन्यांची शपथ घेतली. त्यानंतर तीन महिनेपर्यंत हा निश्चय पाळला. नंतर सहा महिने---'' याप्रमाणे टप्प्याटप्प्याने निर्णयाची मुदत वाढवता येते.

कुटुंबीयांचा पाठिंबा खूप महत्त्वाचा असतो. ते मदतरूप बनतात. जे मित्र पिणारे असतात तेही तुमच्या सान्निध्यात आले तर धूम्रपान करायला कचरतील.

काही लोक धूम्रपान सोडविण्यासाठी व्यसनमुक्ती गृहात प्रवेश घेतील. आपल्याबरोबर दुसरा कोणीतरी धूम्रपान सोडणारा असावा असे आपल्याला वाटते.

अंतिम उपाय

एका गृहस्थाने आपल्या सवयी लिहून ठेवल्या व जेव्हा सिगरेटची आठवण झाली तेव्हा दहा मिनिटे थांबून फक्त अर्धीच सिगरेट ओढायचे. दोन आठवड्यांनंतर अजिबात बंद केले. एके दिवशी त्यांना आठवण झाली व काही सुचेनासे झाले. त्यांना काही आठवेना.

काहींना वाटते आपण सिगरेट सोडण्यात फार उशीर केलाय. ६० किंवा ७० वय झाल्यावर सिगारेट सोडणारेही ज्यांनी चालू ठेवली आहे त्यांच्यापेक्षा जास्त जगतात. तरुणांपेक्षा म्हातारी माणसे सहजपणे व लवकर सिगरेट सोडू शकतात.

◆

३८. तुम्ही कॉफीचे व्यसनी आहात काय ?

मनोभावनांविषयी चर्चा करणारे हे पुस्तक कॅफीनमुळे शरीरावर काय परिणाम होतो याचा अभ्यास केल्याशिवाय अधुरे राहील. कॅफीन हे मध्यवर्ती नाडी संस्थेवर परिणाम करणारे, रक्ताभिसरण व पचनसंस्थेवर परिणाम करणारे, अॅड्रेनलाइन स्त्रवणारे व स्नायू ताणणारे द्रव आहे. त्यामुळेच चहा, कॉफी व कोलामधून हे मिळते म्हणून जगभर याचा वापर होतो. पण 'अति सर्वत्र वर्ज्ययेत्' हेच खरे सूत्र आहे.

काही लोकांना कॉफीमुळे लगेच उत्तेजना मिळते. हात थरथरू लागतात व शरीरात कंप जाणवतो. एक कप कॉफी घेतल्याबरोबर एक तासाच्या आत परिणाम जाणवतो व तो ५/६ तास राहतो. ब्लड शुगर प्रमाण वाढते. शरीरातील इन्शुलिनमुळे ते कमी होते आणि एकदम गळून गेल्यासारखे होते.

ज्यांना एक कप कॉफी पुरत नाही त्यांच्या जास्त कॉफी घेण्याने (दिवसातून ५/६ कप) कॅफिनिझम नावाचा सिन्ड्रोम जाणवू लागतो. त्यामुळे निराशा येते. अस्वस्थता, चिडचिड, डोकेदुखी, स्नायूंचे लचकणे व हृदयस्पंदने वाढणे असे त्रास होतात. तुम्हाला चिंता वाटणे साहजिक आहे. कॅफेनची ही सवय घालवणे जरूर आहे.

Quit Cold Turkey - एकदम सोडून द्या

हे म्हणणे सोपे आहे. दुसऱ्याच दिवशी सोडाल पण शरीराला सवय जडलेली असते. शरीर बंड करून उठेल. शेवटचा चहा-कॉफीचा कप सोडून १८ तास उलटले म्हणजे डोके दुखू लागते. डोके गच्च झाल्याचा भास होतो व भयंकर डोके दुखू लागते. जास्तीत जास्त तीन-चार तास त्रास होतो. यावर उपाय म्हणून एकादा ॲस्पिरिन घेईल. पण अशा काही गोळ्यांमध्ये कॅफीनच असते डोकेदुखी थांबेल. पण नंतर अस्वस्थता, आळस व काळजी वाढत जाणार आणि कॉफीची गरज भासणार. त्यापेक्षा नंतर अस्वस्थता, आळस व काळजी वाढत जाणार आणि दोन-तीन दिवस कळ काढली तर चांगला परिणाम दिसू लागेल. दोन-तीन आठवड्यांत

कॉफी-चहा सोडण्याचे फायदे दिसू लागतील. गाढ झोप लागेल. तणाव कमी होईल. खूप रिलॅक्सड वाटेल व उत्साहात दिवस जाऊ लागेल.

हळूहळू कमी करा

प्रत्येक आठवड्यात एकेक कप कमी करणे हे जास्त सोयीस्कर पडेल. जेवढी आपली ओढ जास्त त्या प्रमाणात कमी केल्याने त्रास होतो. एका माणसाला दररोज १५ कप कॉफी लागायची. त्याने कॉफी सोडल्यावर आठवड्याच्या शेवटी भयंकर डोकेदुखी सतावू लागली. कशा प्रकारे कमी करायचे हे प्रत्येकाने आपल्या अनुभवाने ठरवायचे.

चहा-कॉफी सोडणाऱ्यांसाठी उत्तेजनार्थ बक्षिसे ठेवा

आपणच स्वत:साठी बक्षीस योजना नक्की करावी. स्वत:साठी नवीन ड्रेस घ्यावा. तुम्हाला व्यसन सोडण्यासाठी ज्यामुळे उत्तेजन मिळेल ते बक्षीस म्हणून ठरवावे.

तुमचा दिनक्रम बदला

तुम्ही दिवसभरात किती कप चहा / कॉफी पिता? केव्हा जास्त हवीहवीशी वाटतात ही पेये? उठल्याबरोबर बेडटी लागतो का? जेवणानंतर लागतो काय? मित्राबरोबर, कामावर असताना सारखे पिता काय? याची उत्तरे पाहून मग कार्यक्रम ठरवा. उशिरा उठण्याने कॉफी पिणे टाळता येत असेल तर थोडे उशिरा उठा. जेवल्यानंतर पिण्याची सवय असेल तर जेवण झाल्याबरोबर बाहेर निघून जा. मित्रांना तुम्ही कॉफी सोडलीय हे माहीत असू द्या व त्यांच्याकडे जाल तेव्हा कटाक्षाने टाळा. तेही तुम्हाला आग्रह करणार नाहीत. नवीन जीवनक्रम आखून सवयी बदलल्या तर हे व्यसन सुटेल.

पर्यायी पेये शोधा

बाजारात मिळणारा Herb Tea, वनस्पती चहा हे यावर पर्यायी पेय आहे. हरेक औषधालय किंवा किराणा दुकानात हा चहा मिळतो. निसर्गत:च यात कॅफीन नसते. साध्या चहात नसलेली पोषक जीवनसत्त्वे या चहात असतात. Rose hip tea मध्ये 'सी' व्हिटॅमिन असते. Dandelion tea मध्ये 'ए' व्हिटॅमिन असते. सर्व हर्बल टीमध्ये alfaalfa, hibiscus, cinnamone, lime, orange peal & mint असे उपयुक्त घटक असतात. तुळसीपत्रांचा चहा पुदिन्याबरोबर घेणे चांगले. तुम्ही स्वत: ही झाडे लावू शकता व आपणास अनकूल तो चहा बनवू शकता. वसंत ऋतूमध्ये किंवा पावसाळ्यात ही रोपे पटकन लागतात व आपण भरपूर पाने मिळवू शकतो.

खरोखर चहाचीच टेस्ट हवी असेल तर कॅफीनमुक्त काळा चहा निर्माण केला जातो, तो घ्यावा. तो १०० टक्के शुद्ध नसेल पण कॅफीन अल्प प्रमाणात असते.

कॉफीचीच तुम्हाला आवड असेल तर कॅफीनमुक्त कॉफीही मिळते. ती बनवू शकता. कॉफीला दुसरा पर्याय म्हणजे एखाद्या वनस्पतीची मुळे, बिया (वाळलेल्या) भाजून दळणे. खरी कॉफी अशीच बनवतात. चिकोरी हा कॉफीला एक लोकप्रिय पर्याय आहे. पण वाटल्यास तुम्ही गाजर, मका, बार्ली, गहू यांसारख्या पदार्थांचा उपयोग करून पाहू शकता.

Learn to relax

एका पदवीधर तरुणाला चहा-कॉफीचे खूप वेड होते. त्याला Relaxation technique मुळे ही सवय कमी करण्यात खूप मदत झाली. दररोज २० मिनिटे (दोन वेळा) ध्यान करू लागला. हे सुरू करण्यापूर्वी तो ६०० ते १००० मिलिग्राम कॉफी पीत असे. Relaxation therapy चालू केल्यावर त्याचे कॉफीचे प्रमाण २०० मिलिग्रामवर आले.

◆

३९. दिरंगाई टाळणे

ज्या गोष्टी अवघड असतात, करायला कठीण असतात त्या उद्यावर ढकलण्याची आपली प्रवृत्ती असते. पण ही दिरंगाईची सवय घातक ठरते. प्रत्येक कामात अशी दिरंगाई होऊ लागली तर आपले खूप नुकसान होण्याचा संभव असतो. कित्येक यशस्वी व कर्तबगार माणसे दिरंगाईच्या सवयीमुळे खोटेपणा व चिंतेच्या भोवऱ्यात सापडतात.

दिरंगाईची सवय लागली तर आयुष्यातील अनमोल वर्षे निघून जातात. अमर्याद शक्ती, भावना व वेळ नाहक खर्च होतो. अप्रिय गोष्टींची भीती, शंका-कुशंका, आणि क्षीण सहनशीलता यांमुळे माणूस मद्यपान, निराशा व चिंता यांच्या गर्तेत सापडतो. चालढकल करण्याच्या सवयी घालविण्याचा प्रथम उपाय म्हणजे स्वत:चे निरीक्षण करणे. स्वतः अंतर्मुख व्हावे व कोणत्या कारणास्तव आपण आजचे काम उद्यावर ढकलत आहोत ते शोधून काढायला हवे.

संशयी (Stewers) व काम करणारे (doers)

सुरुवातीला आपल्या दिरंगाईची कारणे शोधणे अवघड जाईल. दिरंगाई करण्यात किरकोळ सबबी असतात. खास अडचणी नसतात. स्वत:विषयी खात्री नसल्यामुळे आपण खोटे खोटे मनाला समजावून गोष्टी लांबणीवर टाकतो. स्वत:विषयी साशंकता व त्रास टाळण्यासाठी क्षीण सहनशक्तीमुळे हताशा येते. "हे मी करू की नको"! असे स्वत:ला साशंकतेने विचारत गोष्टी लांबणीवर टाकल्या जातात. असे संशयी लोक काम करू शकत नाहीत. स्वत:ला दोषी ठरवून टीका करत बसतात. डळमळता आत्मविश्वास व अपयशाची भीती यांमुळे हातपाय गाळून बसतात. पूर्णत्वाची उच्च ध्येय ठेवून दिरंगाईच्या परमोच्च सीमेवर पोहोचतात व काहीही करू शकत नाहीत. प्रयत्न तोकडे पडत असल्याने ते दिरंगाई करतात. परिपूर्णतेसाठी प्रयत्न करणे चुकीचे नाही पण त्यासाठी कामात उशीर होतो किंवा ते होतच नाही. काम सुरू करताना जी चिंतेची भावना असते त्यामुळे अस्वस्थ होऊन ते कामच

करत नाहीत व ही टोचणी टाळण्यासाठी ते काम लांबणीवर टाकतात. अडचणी जास्तच गंभीर दिसू लागतात व टाळाटाळ करण्याचीही सवय जडते.

कामाला सुरुवात करण्यातील त्रासदायक गोष्टींमुळे भिऊन काम करायचेच बंद करतात. अडचणींना भयंकर स्वरूप देऊन काम टाळण्याची वृत्ती बळावते. काम लांबणीवर टाकले जाते. कोणत्याही कामाला किती वेळ लागेल याचा अंदाज अशा लोकांना नसतो त्यामुळे खोटी भीती मनात बाळगून काम लांबणीवर टाकतात.

स्वत:ची फसवणूक केली जाते. अशा लोकांना प्रथम कोणत्या कारणांनी ते कामे लांबणीवर टाकतात ते लिहायला सांगतात. ''मी खूप दमलोय.'' ''मला विश्रांती पाहिजे.'' ''मला मूड आल्याशिवाय मी काम करणार नाही.'' ''उद्या मला भरपूर वेळ आहे'' अशा प्रकारच्या सबबी असतात. काही लोक प्रोजेक्ट पूर्ण करायला लागणारा वेळ त्यांच्याजवळ नाही म्हणून चालू करत नाहीत. जसजसा वेळ मिळेल तसतसे काम करत जावे म्हणजे हळूहळू पूर्ण होईल. मन गुंतत गेले म्हणजे मन लागेल व कामाचा वेग वाढेल.

१) चालढकल करणारे जागतिक पातळीवर विचार करतात. तसे करू नये. शक्य होणाऱ्या लहान लहान विभागांत वाटणी करून काम करावे.

२) काम लगेचच करण्याचे धोरण ठेवावे. पुढे करू अशा यादीत काम ढकलू नये. त्यामुळे वेळ व शक्ती वाया जाते.

३) एकदा कामाला वेग आला की शक्ती दुसऱ्या प्रोजेक्टकडे वळवा. बरेच दिवस लांबणीवर टाकलेले पत्र लिहायला घ्या. शून्यापासून सुरुवात करण्यापेक्षा हे बरे वाटेल.

४) त्यानंतर चांगले काम करून स्वत:ला बक्षीस द्या. कंटाळवाणे काम करून झाल्यावर हलकेफुलके काम हाती घ्यावे.

५) नित्याची कामे संपल्यावर उरलेला वेळ इतर कामांना द्यावा व प्रत्येक अर्ध्या तासाने किती काम झाले याची नोंद ठेवावी व सतत पाठपुरावा करून हाती घेतलेले काम पूर्ण करून मगच विश्राम घ्यावा.

चालढकल करण्याची वृत्ती घालवा

जे काही करावयाचे असेल ते पूर्ण करण्याची वृत्ती ठेवा. चालढकल करू नका. नाही तर हीच सवय आयुष्यभरासाठी लागेल. प्रत्येक वेळी निराशाजनक परिस्थितीला तोंड द्यायला लागेल. हयगय करण्यापेक्षा प्रत्येक वेळी तुम्ही कृती करा. जी गोष्ट तुम्हाला दिरंगाई करायला कारणीभूत होते तिच्यावर हल्ला करा. ती वृत्ती समूळ उखडून टाका.

कामे पुढे ढकलण्याविरुद्ध तुम्ही हा जो लढा सुरू कराल त्यात तत्काळ निकालांची अपेक्षा करू नका. ही सवय लवकर जाणार नाही. थोडा फायदा झाला

तरी प्रयत्न चालू ठेवा. आपल्या प्रगतीचे कौतुक करा व हळूहळू मिळणाऱ्या यशाकडे आशा लावून काम करत राहा.

पूर्ण आशावादाने आपण आपली ही सवय पूर्णपणे काढून टाकू या आशेने प्रयत्न करत राहावे. जन्मजात चिकटलेल्या सवयी लवकर जात नाहीत. पण यासाठी कोर्स केला तर शेवटी शेवटी आत्मविश्वास निर्माण होतो की आपण या सवयी बदलू शकू.

काही तज्ज्ञ दिवसाची सुरुवात एक यादी बनवून करावी असे म्हणतात. "आज मला काय काय पूर्ण करायचे आहे?" व एकेक काम पूर्ण झाले म्हणजे वेळेचा सदुपयोग झाल्याचे समाधान होऊन घाई - गडबड न झाल्याचे समाधान होईल. वेळेचे आयोजन करण्याचा मुख्य उद्देश आहे आपणाला काम करण्याचा आनंद मिळावा व आपण केलेला संकल्प तडीस नेण्यास मदत व्हावी. अशी यादी केल्याने चालढकल करण्याची प्रवृत्ती जात असेल तर जरूर अशी यादी करा.

◆

४०. कामापेक्षा जीवनाचा आनंद महत्त्वाचा

अतीकामसू माणसे सुखी नसतात. भावनात्मक उद्रेक टाळण्यासाठी किंवा तणाव घालविण्यासाठी ते कामात मग्न होतात. काही लोक कामात पुढाकार घेणारे असतात. दुसरे सुरक्षित राहून चढओढ करत असतात. काही सतत दुय्यम पातळीत राहणे पसंत करतात. सतत कामात मग्न असणारे लोक काम केव्हा बंद करायचे हे समजत नाहीत. काम आणि विश्राम यांचा मेळ घालणे त्यांना जमत नाही. थकवा त्यांना माहीत नसतो. ते काम करतच राहतात.

खूप दबावाखाली काम करणारे, उच्च पदस्थ अधिकारी हे कार्यदक्ष असतात. शाळेतील मुले, गृहिणी व प्रौढ माणसे सर्वच आपापल्या परीने कार्यदक्ष असतात. जर कामात आनंद येत असेल व भरपूर स्वातंत्र्य असेल तर आजारी पडण्याचे काही कारण नाही. केव्हा थांबायचे हे ज्यांना माहीत असते ते कार्यदक्ष असूनही सुखी असतात. ते आयोजन करून सुटीचा आनंद उपभोगतात.

अतिउत्साही गृहिणी

एक अतिउत्साही गृहिणी असते. आपल्या मुलीला साफसफाई करणे, इस्त्री करणे अशी कामे सांगण्याऐवजी स्वत:च करीत असे. मोलकरीण ठेवणेही तिला पसंत नसे. मोलकरणीने काम केलेले तिला पसंत नसे कारण ते तिच्या मनाप्रमाणे होत नसे. घर स्वच्छ असूनही ती परत परत साफ करीत असे. ती मुलीशी जास्तच नरमाईने वागत असावी. त्या स्त्रीला शेवटी मानसोपचार तज्ज्ञाची मदत घ्यावी लागली. कारण सततचा थकवा, विनाकारण रडू येणे, वजन कमी होणे, भयंकर डोके दुखणे अशा विकारांनी ती बेजार झाली. वैद्यकीय तपासण्यांमधे तिला कुठलाही आजार झालेला नसल्याचे आढळून आले. तिची दुखणी टोकाच्या कामसूपणामुळे निर्माण झालेली होती.

एक ५५ वर्षांचे गृहस्थ आठवड्याला ६५ तासांपेक्षा कमी काम करत नसत व सतत पाच वर्षे एकही दिवस सुट्टी घेतली नव्हती. आपण दमलो हे सांगायला

त्यांना लाज वाटे. ''कामात नसलो म्हणजे मला पाप करतोय असे वाटते'' असे ते म्हणत. अतीकामसू माणसे अगदी दमेपर्यंत काम करत असतात.

कष्टाळू माणूस कामाचा आनंद मिळवत असतो. त्याला अतीकामसू म्हणता येणार नाही. खूप वेळ काम करण्याने माणूस कधीही आजारी पडत नाही. कामात स्वातंत्र्य असेल व आनंद मिळत असेल तर आजारी पडण्याचे काही कारण नाही. निरोगी व कष्टाळू माणूस इतर अतीकामसू माणसापेक्षा केव्हा काम थांबवायचे ते जाणतो. थकवा ओळखू शकतो व विश्रांती घेतो. सुट्टीचे आयोजन करतो. कुटुंबासमवेत वेळ घालवतो. मित्रमंडळींत मजा करतो व नियमित व्यायाम करतो. कामाबरोबर इतर विश्रांतीचे मार्गही असतात.

रिकामपणची कामगिरी

शीघ्रकोपीपणा Neurotic थोडेसे वेगळेपणाचे वाटते पण काहींना कामाचा वेळ फुकट दवडायला आवडत नाही. वीक एन्डला ते उदास होतात. सहलीला गेले तरी लवकर परत येतात. काम हेच त्यांचे समाजमान्य, आयोजित व सुरक्षित कार्यक्षेत्र असते.

आरामाचा अर्थ आहे, स्वातंत्र्य, विचारशीलता, निवड! पण त्यासाठी वेगळी रचना करावी लागत नाही. हेतूपूर्वक आयोजन किंवा निर्मितीचा उद्देश नसतो. मोकळेपणाचा अर्थ आहे कामातून सुटका व विशाल दृष्टिकोनातून केली गेलेली आवड. भारदस्त व्यक्तिमत्त्व असणाऱ्याला अशी मोकळीक साधणे अवघड जाते.

तुम्ही ज्या वेळी काम करत नसता त्या वेळी विश्रांती घेऊन जास्त काम करण्यासाठी तयार होत असता. फुरसतीचा वेळ म्हणजे तुम्ही स्वत:विषयी संशोधन करू शकता. जास्तीत जास्त समाधान मिळवून मजा करू शकता.

◆

विभाग आठवा

स्वतःची जाणीव उंचावणे

४१. स्वतःला ओळखण्याचे नवीन तंत्र

मानसशास्त्रज्ञांच्या मते स्वप्न म्हणजे बेसावधपणाचा राजमार्ग! त्रस्त मनाच्या आतील खळबळींचा शोध घेणे म्हणजे ही रात्रीची भ्रमंती होय. स्वप्न हे आपल्या मानसिक व भावनिक अवस्थेचा नकाशा आहे. आपण लक्ष द्या किंवा देऊ नका पण स्वप्ने आपणास मदतरूप ठरतात. त्यांचा जीवनात उपयोग करून घेतला पाहिजे. जागरूकतेचे नवीन परिमाण आपण जीवनक्रमाला लावून घेतले पाहिजे.

डॉ. गारफिल्ड या चार दशकांपासून मानवी स्वप्नांचा अभ्यास करीत आहेत. ते म्हणतात की आपल्या स्वप्नांकडे अधिक लक्ष देऊन आपण आपले व्यक्तिमत्त्व उंचावू शकतो. स्वप्नांचा कसा उपयोग करून घ्यायचा हे त्यांनी विशद केले आहे. सृजनात्मक स्वप्ने नवीन आत्मविश्वास निर्माण करतात. व्यक्तिमत्त्व उंचावते व तणावास अधिक क्षमतेने तोंड देण्याचा, कठीण प्रश्नांची उकल शोधून काढण्याचा व सृजनशक्तीचा जास्तीत जास्त विकास कसा होईल याचा मार्ग दाखवितात.

आपणांस स्वप्न का पडते? असे तुम्ही विचाराल. या विषयावर बरेच संशोधन चालू आहे. सूर्योदय-सूर्यास्त, उजेड-अंधाराशी निगडित असे शरीरात जे तापमानाचे बदल दिवसभर आपण अनुभवतो त्याचा परिपाक म्हणजे स्वप्न! असे एक मत आहे. त्याचे कार्य काय? याचा नक्की पत्ता लागलेला नाही. रात्री तीन-चार वेळा जी काही स्वप्ने पडतात, त्यांवर त्या दिवशीच्या आणि पूर्वीच्या काही दिवसांतील घडामोडींचा पगडा असतो. स्वप्नांत अनेक गोष्टींचा समावेश असतो. आजूबाजूचे वातावरण, शारीरिक अवस्था यांवर स्वप्न निर्भर राहते. म्हणूनच हा एक संशोधनाचा विषय झाला आहे.

दिवसभराच्या शरीराच्या विविध हालचालींत शरीराच्या तापमानात जे फरक पडतात, त्याच्या परिणामस्वरूप स्वप्न पडत असावे. काही शास्त्रज्ञांच्या मते स्वप्न पडणे हे मेंदूला माहिती साठवून ठेवण्यासाठी मदत करते. अशी अनेक कारणे दाखविली जातात पण नक्की काय होते याचा अजूनही निष्कर्ष हाती आलेला नाही.

साधारणत: रात्रीतून तीन-चार वेळा हा जो स्वप्नांचा दौरा चालू असतो त्यामध्ये ४५ दिवसांत घडलेल्या घटनांचा समावेश असतो. आपल्या भावना, अपेक्षा व आशा-आकांक्षा यांचा स्वप्नांच्या स्वरूपावर परिणाम होतो. ही प्रक्रिया असते. रात्री झोपताना तुम्ही जसे विचार करत असाल त्यांची प्रतिमा स्वप्नावर पडते. तुम्ही खडकावर आपटला असाल तर स्वप्नात तुमचा अंगठा मुडपल्याचा भास होईल. तापमान एकदम कमी झाले तर तुम्हाला अंटार्क्टिक प्रदेशात असल्याचा भास होईल.

शास्त्रीय आधार

"स्वप्नांविषयीच्या कथनाला शास्त्रीय आधार आहे काय?" असे विचारले असता शास्त्रज्ञ 'फारसे पुरावे नाहीत' असे उत्तर देतात. पण "ओली स्वप्ने" (Wet dreams) म्हणून जो प्रकार आहे त्यात पुरुषांचे स्वप्नात वीर्यस्खलन होते हे अनेकांनी अनुभवले आहे. त्याचा अर्थच असा आहे की काहीतरी कंट्रोल असला पाहिजे. स्वप्नातही सत्याची जागृती असते. अनैच्छिक कृती घडू देत नाही ते सबकॉन्शस माइंड!

वाईट स्वप्नांचा आपल्या मानसिकतेवर परिणाम होतो काय? सिनोई जातीचे लोक स्वप्न हे आपल्या जीवनाचा केंद्रबिंदू मानतात. स्वप्नांना खूप महत्त्व देतात. त्यावर ते जीवनाची आखणी करतात, निर्णय घेतात व क्रियाशील स्फूर्ती मिळवतात. स्वप्न हा त्यांचा मार्गदर्शक असतो.

हल्ली हल्ली स्वप्न व होणाऱ्या मुलांचा जन्म यांचे नाते सांगणारे उदाहरण घडले आहे. गरोदरपणात जास्त काळजीखोर स्वप्ने पडली तर स्त्री शक्यतो लवकर सहज प्रसूत होते. वाईट स्वप्ने मानसोपचाराची कामे करतात. प्रसूतीविषयी स्त्रीच्या मनातली काळजी व भीती स्वप्नात व्यक्त झाल्यामुळे मनावरचा ताण हलका होऊन प्रसूती सुलभ होते. स्वप्नांशी एकरूप होऊन खूप चांगला परिणाम साधता येतो.

सृजनात्मक स्वप्न म्हणजे काय? असे विचारले तर स्वप्नात संपूर्ण सहभागी होणे, स्वप्नातील घटनांमधे भाग घेणे हे जास्त उपयोगी असते. निष्क्रिय राहून स्वप्न पाहात राहिलो तर आपण बळी पडतो व दु:खी होतो. पण राक्षसाचा प्रतिकार केला, लुटारूला पकडण्याचा प्रयत्न केला, बलात्कार करणाऱ्यावर तुटून पडलो तर भावनिक समाधान मिळते. स्वप्न ही जणू काय रंगीततालीम असते.

स्वप्न आठवण्यासाठी काही सूचना

१) झोपण्यापूर्वी मनाला सूचना द्या की तुम्ही तुमचे स्वप्न नीट आठवाल ३/४ वेळा आठवण करून द्या.

२) नैसर्गिकपणे जागे व्हाल अशी वेळ ठरवा. कुठलीही बेल वा बझर न ऐकता नैसर्गिक जाग येते त्या वेळी स्वप्न आठवा.

३) जागे आल्यावर डोळे मिटून शांत पडून राहा. प्रतिबिंबे डोळ्यासमोर तरळू द्या. नित्यनेमाची कामे न आठवता रात्रीच्या स्वप्नात काय पाहिले, काय अनुभवले ते जसेच्या तसे आठवा. कोणताही दबाव न आणता आठवा.

४) काही आठवत नसेल तर आपल्या ओळखीचे चेहरे, जवळच्या माणसांचे चेहरे आठवा. त्यातून स्वप्नाची सांगड घालू शकाल.

५) हे सर्व झाल्यावर पोझिशन जरा बदला. त्यामुळेही आणखी काही आठवेल.

६) आठवणीत आहे तोपर्यंत स्वप्न लिहून ठेवा.

नवीन संशोधनानुसार तुमच्याजवळ स्वप्न आठवायला दहा मिनिटांपेक्षाही कमी वेळ आहे. त्यानंतर पुसट कल्पना राहतात. समजा अर्ध्या रात्री स्वप्न पडले तर परत झोपी जाण्यापूर्वी ते लिहून ठेवा. सकाळी आठवणार नाही.

स्वप्नाला शब्दस्वरूप देता आले तर मनाला खूप आनंद होतो. मित्राला स्वप्नातील प्रसंगाचे वर्णन करा. कायमसाठी ही माहिती तुमच्या खजिन्यात राहील.

◆

४२. भावनांना शब्दस्वरूप देण्याची सवय

आपणा प्रत्येकामध्ये प्रतिमा व आठवणी यांचा प्रचंड प्रवाह दडलेला असतो. तो आपल्या आंतरिक जीवनाचा ओघच असतो. जेव्हा आपण त्यात प्रवेश करतो, तेव्हा तो आपणास हवे तिकडे घेऊन जातो. त्याला आकर्षक मुलामा दिलेला नसतो. जसे घडले तसे आपण पाहतो. हे सगळे गूढ रम्य वाटेल, पण जेव्हा प्रत्येक जण आपले अनुभव, गोष्टी, आठवणी पाने भरभरून लिहितो व मजेदार गुपिते कागदावर उतरवतो उघड करतो, तेव्हा जगाशी त्याच्या असलेल्या संबंधांविषयीची अंतर्दृष्टी त्याला प्राप्त होते. हे काही स्वत:चे आत्मचरित्र नसते पण फक्त पूर्वस्मृती जागृत होऊन झालेल्या आठवणी असतात. ठळक स्मृतींना उजळा दिलेला असतो. त्यावरून कसलेही अनुमान बांधायचे नसते. फक्त अंतर्प्रवाहात डुबकी मारायची असते. अशी डुबकी मारली की आयुष्यात निश्चितपणे बदल घडून येतो.

भावना शब्दरूप करण्याआधी अंत:प्रवाहात उडी मारायला शिकवणारी शिबिरे अमेरिकेत काही ठिकाणी भरवली जातात. यात भाग घेणारांना सुरुवातीला काही वेळ शांतपणे ध्यान करायला सांगितले जाते आणि मग त्यांना प्रश्न विचारला जातो, "तुमच्या जीवन-प्रवासात तुम्ही आता कुठे आहात?"

याची अनेक उत्तरे संभवतात. कोणाला त्यांचा आयुष्याचा प्रवास खडतर आहे असे वाटत असले तर एखादा खडबडीत रस्ता आठवेल, एखाद्याला तो हिरवळीवर बसला आहे असे वाटेल, तर एखाद्याला लांबलचक रस्ता डोळ्यांसमोर दिसेल.

जे वाटते ते लिहून काढायला सांगितले जाते. प्रश्नाला उत्तर-स्वरूप ज्या भावना निर्माण होतात त्या कागदावर उतरवायला सांगतात. त्यानंतर आयुष्यातल्या महत्त्वाच्या पायऱ्यांविषयी लिहायला सांगितले जाते. या पायऱ्या म्हणजे घटनाच असतील असे नाही. कोणाच्या बाबतीत त्या वेगवेगळ्या व्यक्ती असतील तर कोणाच्या बाबतीत ते शिक्षणातले टप्पे असतील.

त्यानंतर स्वीकारलेले आणि सोडलेले मार्ग कोणते होते ते लिहायला सांगितले

जाते. आपल्याला काय करायचे होते आणि आपण काय करतो आहोत, कोण बनायचे होते आणि कोण बनलो यांविषयीच्या मनातल्या भावना लिहून काढायच्या असतात.

अशा प्रकारे आपल्या जीवनाविषयी, त्यातल्या खाचखळग्यांविषयी, आनंदाने किंवा नाईलाजाने स्वीकाराव्या लागलेल्या पर्यायांविषयी मनात साठून असलेल्या आठवणी, प्रतिमा, विचार, भावना कागदावर लिहून काढताना स्वत:ची अधिक चांगली ओळख होऊ लागते. स्वत:शी आणि इतरांशीही जवळीक वाढते.

◆

४३. उत्कृष्ट कामगिरीसाठी उत्तम वेळ

प्रत्येक चांगल्या गोष्टीसाठी सीझन हवा असतो. निसर्गातील प्रत्येक कामासाठी चांगली वेळ हवी असते, हे तुम्ही विसरून चालणार नाही. खाणे, झोपणे, काम करणे किंवा व्यायाम करणे यासाठी योग्य वेळ हवी असते. शरीराचा रक्तदाब, तापमान, रक्त व साखर यांचे प्रमाण, हार्मोन्सच्या लाटा, हृदयस्पंदने, दुःखद मनोवृत्ती व भावनात्मकता यांची एक आतंरिक लय असते. चढ-उतार असतो. शरीरातील उत्तेजन टोकाशी असण्याची, मनोवृत्ती प्रसन्न असण्याची ठराविक वेळ असते. त्याचप्रमाणे शरीर-मनाचे कार्य मंदावण्याचीही वेळ असते.

आपण ज्या क्षणाला जे असतो तेच सतत राहात नाही. काही ठराविक दिवशी आपण अतिशय आनंदी असतो तर इतर वेळी रडत कुढत जीवनक्रम चालू असतो.

आपली उत्तम कार्यशक्तीची वेळ ओळखणे

माणसाच्या अंतरंगात उठणारे तरंग हे ज्या त्या व्यक्तीच्या प्रकृतीवर अवलंबून असतात. काही लोक खूप उत्तेजित व उत्साही होऊन लवकर उठतात, कामाला लागतात पण तितक्याच लवकर फिके पडतात. काही आरामात उठतात, तयार होतात व उशिराने कार्यक्षमतेचे शिखर गाठतात. आपले शरीर नेहमी ९८.६°इ या तापमानावर स्थिर नसते. १.५ degrees पर्यंतचा फरक त्यात पडत असतो. सकाळी कमी, दुपारी व संध्याकाळी जास्तीत जास्त असते. शरीराचे तापमान उच्चतम असेल त्या वेळेस शक्ती, जागरूकता, शारीरिक क्षमता, मानसिक सावधानता जास्तीत जास्त असते. आपली शारीरिक-मानसिक क्षमता केव्हा जास्त असते याची कल्पना काहींना असते.

काही उपयुक्त सूचना

१) भोजन - तुम्ही काय खाता नि केव्हा खाता हे तितकेच महत्त्वाचे असते. आधुनिक संशोधनानुसार तुम्ही राजासारखा नाश्ता करा, राजपुत्रासारखे लंच घ्या व रात्रीचे जेवण भिकाऱ्यासारखे (अल्पसे) असू द्या. खाल्ल्यानंतर ७ तासांनंतर

पचनक्रिया शिगेला पोहोचते. जर संध्याकाळी ६ वाजता जेवलात तर तुम्ही झोपता त्या वेळी पचनक्रिया मंद असते. पचवलेले अन्न रक्तप्रवाहाला अवरोध निर्माण ठरू शकते. भरपूर नाश्ता, मध्यान्हीचे मध्यम जेवण, व रात्री हलके जेवण हे उत्तम.

२) प्रेम करणे - आपण पुनवेच्या रात्रीची वाट पाहतो. लैंगिक वासनांवर चंद्राचा प्रभाव असतो असे दिसते. स्त्रियांच्या बाबतीत मासिक रजोदर्शनानंतर ही भावना वाढत जाऊन १५ व्या दिवसापर्यंत उच्चतम असते. त्यानंतर ती कमी कमी होते. कोणता दिवस आपल्या प्रेयसीला भेटण्यासाठी उत्तम हे सांगण्याएवढा अभ्यास अजून झालेला नाही.

३) व्यायाम - संध्याकाळच्या वेळेस ज्या वेळी शरीराचे तापमान जास्त असते, त्या वेळेस नवीन विक्रम करण्यास व्यायामपटूंना सुलभ पडते. दुपारचे चार ही उत्तम वेळ. या वेळेस तुमचे पोट रिकामे असते म्हणून श्वसनक्रिया, योगाभ्यास, स्ट्रेचिंग किंवा चिंतन / मनन यांसारखे व्यायाम करणे चांगले. या वेळी तुम्ही जास्त लवचिक असता. झोपण्यापूर्वी व्यायाम करू नये. झोप नीट येत नाही.

४) निर्णय घेणे - तत्परता व सतर्कता या शरीराच्या तापमानाबरोबर बदलत असतात. त्यावरून महत्त्वाचे निर्णय घेण्यासाठी योग्य वेळ ज्याचे त्याने ठरवायची असते.

५) मद्यपान - जोपर्यंत मद्य रक्ताबरोबर शरीरात मिसळून फिरत असते तोपर्यंत त्याचा परिणाम होतो. ते फिरण्याची वेळ ही दिवसाच्या वेळेनुसार बदलते. दारूचा ग्लास मध्यरात्रीपासून सकाळपर्यंत जेवढा परिणाम करील तेवढा दुपार ते मध्यरात्रीपर्यंत करणार नाही.

६) सृजनात्मक क्रिया - रात्रीच्या झोपेत तुम्ही साधारण दर ९० मिनिटांनी स्वप्नशृंखलेत अडकलेले असता. दिवसाही हे चालूच असते. साधारण ९० मिनिटांची पूर्ण जागरूकता आणि ९० मिनिटे दिवास्वप्नात रमण्याचा काळ, असे आलटून पालटून चालू असते.

७) औषधोपचार - तुम्ही कोणत्या वेळेला औषध घेता यावर त्याचा शरीरावर होणारा परिणाम जास्त अवलंबून असतो. डॉक्टरांच्या सल्ल्याप्रमाणे घेणे जास्त चांगले.

८) पाठांतर करणे - रात्री जागरण करून अभ्यास करण्यात जास्त विद्यार्थी आनंद मानतात पण ही वेळ लक्षात ठेवण्यासाठी अयोग्य असते. पहाटे चारची वेळ त्यापेक्षा बरी. पण या वेळी केलेले पाठांतर दीर्घ काळ लक्षात राहत नाही. सकाळी ९ ते ११ आणि दुपारी ३ ते ४ ही वेळ सर्वांत उत्तम असे आढळून आले आहे.

मध्यांतरासाठी उत्तम वेळ म्हणजे दुपारच्या जेवणानंतरची डुलकीची वेळ - वामकुक्षीचा समय - काहीही नवीन लक्षात ठेवायचे नाही अशी वृत्ती या वेळी असते.

◆

विभाग नववा

जे काय करायचे ते चांगलेच करा

४४. उच्चतम शिक्षण

आपल्या बोटांपैकी १० टक्के बोटेच कामात येऊ लागली तर फक्त एकाच बोटावर सर्व भार पडेल. पेन उचलण्यापासून चॅनेल बदलण्यापर्यंत सर्वच कामे अवघड होऊन बसतील. तुम्ही निराश व्हाल. काही करायचे धाडस करणार नाही. प्रत्यक्षात तुम्ही शरीराच्या एका भागाचा दहावा हिस्साच वापरत असण्याची शक्यता आहे. हा भाग म्हणजे मेंदू.

हे खरेच आहे. शास्त्रज्ञ म्हणतात, मेंदूचा लहानसा भागच माणूस वापरतो. इतर भाग जसाच्या तसाच राहतो. त्यामुळेच पुष्कळ लोक अभ्यास करायचे, लक्षात ठेवायचे व शिक्षण टाळतात. शिक्षण म्हणजे शिक्षा नव्हे. गंमत म्हणून, सहज, आनंद निर्माण होण्यासाठी ज्ञान मिळवणे हे जीवनात यशस्वी होण्यासाठी खूप उपयुक्त ठरते. पूर्णपणे मेंदूचा उपयोग करून घेतला तर!

मेंदूच्या दोन्ही बाजू उपयोगात घ्याव्यात. गेल्या तीस वर्षांच्या अभ्यासातून मेंदूला दोन भाग असतात हे सिद्ध झाले आहे. दोन अर्धगोल असतात. ते भिन्न प्रकारे कार्य करतात. डाव्या अर्धगोलाचा सर्वसाधारण शिक्षणात उपयोग केला जातो. डावा गोलार्ध हकीगतीवर कार्य करतो. तर्कशुद्ध, प्रत्येक मुद्यावर विचार करून कार्य करतो. उजवा अर्धगोल भावना, आवड-निवड, कल्पकता, मनाचे मनोरे आणि अंतर्ज्ञान यांवर काम करतो. जेव्हा दोन्ही गोलार्ध अभ्यासात मग्न होतात तेव्हा अभ्यास सहज, सोपा, जलद व मजेशीर होतो. तरुण पिढीपासून आपण काही शिकू शकू. तरुण मेंदू सहजपणे आकलन करू शकतो. पण माहिती कशा प्रकारे दिली जाते यावर हे अवलंबून असते. लहान मुले मातृभाषा जशी शिकतात त्यात व आपण परकी भाषा शिकतो यात खूप फरक आढळून येईल. शिकण्याची समर्थता येण्यासाठी शिथिलीकरणाची कुशल कला आत्मसात केली पाहिजे. त्यामुळे ज्ञानग्रहणाची क्षमता वाढते. उत्कंठा असेल तर लगेच नवीन माहितीचे आकलन होते व स्मरणातही राहते. एखादी गोष्ट शब्दांमधून शिकताना मनात तिचे कल्पनाचित्र

काढले तर ती पक्की लक्षात राहते.

मन शांत करण्यासाठी मनन करण्याची गरज असते. जे मनन करतात त्यांची स्मरणशक्ती तल्लख होते हे प्रयोगानिशी सिद्ध झाले आहे. शिक्षण कुशलता पण मनन करणाऱ्यांमध्ये इतरांपेक्षा जास्त दिसून येते.

अभ्यासासाठी उपयुक्त संगीत

योग व रिलॅक्सेशन तंत्र हे अभ्यास सुरू करण्यापूर्वी वापरायचे असते. अभ्यास करताना संगीत ऐकणे हे मन शांत करण्यास खूप मदत करते. मंदमधुर संगीत ऐकत रिव्ह्यू करताना संगीत तुम्हाला रिलॅक्स करू शकते. कोणतेही हळुवार संगीत चालेल. Soothing music, मंद सुमधुर संगीत खूपच आश्चर्यकारक परिणाम साधून पार्श्वभूमी तयार करते. कोणते संगीत शांतवणारे वाटते हे शेवटी प्रत्येकाच्या आवडीवर अवलंबून असते.

संगीतामुळे मेंदू संतुलित अवस्थेत राहून तुम्ही माहिती सहज ग्रहण करू शकता, संग्रहित करू शकता व हवे तेव्हा परत आठवू शकता. तुमची सृजनशीलताही वाढते.

अन्न

उत्तम अन्न हा स्मरणशक्तीचा मूलाधार आहे. अन्नानेच मेंदू तल्लख होतो असे नाही. भरपूर शुद्ध हवेचीही गरज असते. माणूस जर हवा नसलेल्या कोंदट दालनात बसून आठवण्याचा प्रयत्न करू लागला तर त्याला नीटसे आठवणार नाही, कारण त्याला भरपूर प्राणवायू मिळणार नाही. खोल व लयबद्ध श्वास घेणे अभ्यास करताना खूप गरजेचे आहे. मन जागरूक व तणावरहित राहते.

तुम्ही जर मानसिक कल्पकता, ताणरहित मन, आरामदायक संगीत, उत्तम खुराक आणि खोलवर श्वास हे तंत्र अवलंबिले तर तुमची शिकण्याचीच काय पण जगण्याची पात्रताही उंचावेल. जीवन म्हणजे शिक्षण आहे. दोन्ही वेगळी होऊच शकत नाहीत. जो निरोगी व आनंदी आहे तोच जीवनातून काय शिकायचे याचा धडा घेतो.

स्मरणासाठीच्या उपाययोजना

तुमच्या लक्षात राहात नसेल, तुमचे घड्याळ, किल्ली, पेन या वस्तू शेवटी कोठे ठेवल्या हे लक्षात राहात नसेल तर त्याबरोबर चित्र, अंदाज किंवा शारीरिक अनुभूती यांचा उपयोग करावा. बक्षीस मिळालेले तिकिट तुम्ही विसरलात तर तिकिट हातात असतानाचे प्रसंग आठवा. ते माझ्या हातात होते व सही करायला मागितले. खिशावर हात आपटून अनुभव करा व त्याच वेळी मी ते खाली ठेवले हे आठवेल.

विसरण्याची सवय घालवायची असेल तर जे आठवायचे त्याबरोबर दुसरी काहीतरी आठवण जोडण्याचा प्रयत्न करा. उदा. जर तुम्ही महत्त्वाचे कागदपत्र ड्रॉवरच्या तळाशी ठेवत असाल तर जेव्हा वाकाल तेव्हा पाठीच्या कण्याची आठवण ठेवा. कागदपत्राची आठवण करा आणि ड्रॉवरवर हात ठेवा व क्षणभर

मनात आठवण साठवून ठेवा.

जर लोकांसमोर एखादे सादरीकरण (Presentation) करायचे असेल तर प्राचीन ग्रीक लोक करीत तसे करा. तुमचे भाषण तुमच्या घरासारखे आहे असे समजा. भाषणाचे सुरुवातीचे परिच्छेद हे घराच्या प्रवेशद्वारासारखे आहेत, मुख्य भाग म्हणजे घरातल्या मुख्य खोल्या, स्वयंपाकघर, जेवणघर, दिवाणखाना इ. आहेत असे समजा. भाषणाचा शेवटचा भाग म्हणजे घराचे मागचे दार. भाषण करणे म्हणजे प्रवेशद्वारातून घरात शिरून, घरभर फिरून, शेवटी मागच्या दाराने बाहेर पडतो आहे असे समजा.

जर एकादी संख्या लक्षात ठेवायची असेल तर प्रथम त्याकडे लक्षपूर्वक पाहा! रंगात पाहणे जास्त बरे. काहीतरी विशिष्ट पद्धतीने संख्या लक्षात ठेवा. टेकडीच्या दगडावर पांढऱ्या रंगाने ठळक अक्षरात लिहिलेली, सुवर्णाक्षरांत पुठ्ठ्यावर लिहिलेली मन:चक्षूंसमोर पाहा. जर महत्त्वाची माहिती तुम्हाला तुमच्या मेंदूत भरायची असेल तर ती माहिती ज्या पानावर असेल ते पान लक्षात ठेवा. किती वेळा आठवू शकता ते प्रयत्न करून पाहा. ''ते पानाच्या डाव्या बाजूला शेवटी लिहिले आहे.'' किंवा ''पुस्तकाच्या शेवटी आहे'' हे चित्र तुमच्या मनात हवे. मग ती माहिती आठवणे सोपे जाते.

नीट विचार करू शकत नाही ?

सरळ व ताठ बसा! मेंदूला होणाऱ्या रक्तपुरवठ्यावर चिमटा लागतो काय? दुसऱ्या अवयवांपेक्षा ३० पट जास्त मेंदूला रक्तपुरवठ्याची गरज असते वाकून बसण्यामुळें पाठीच्या कण्यातून जाणाऱ्या धमन्या आवळल्या जातील व अपुरता रक्तपुरठा होईल. त्यामुळे विसराळूपणा व वेंधळेपणा जाणवेल. विशेषत: वयोमानानुसार या गोष्टी होतील. तुमच्या म्हातारपणी असे वाकणे ही वाईट सवय म्हणावी लागेल.

तुम्हाला शक्य आहे

''आपण स्मार्ट जन्मलो नाही'' असे स्वत:ला सांगणे योग्य नाही. तुमची बुद्धिमत्ता वाया घालवण्यासारखे आहे हे! अशा नकारार्थी विचारांमुळे तुम्ही ज्ञानाला मुकता आणि आठवण्याचे चांगले मार्ग विसरता. वयाबरोबर हे वाढत जाते. तुम्ही समजता त्यापेक्षा कितीतरी जास्त बुद्धी तुमच्याजवळ आहे व तुम्ही ती समजता त्यापेक्षा खूप जास्त प्रमाणात वापरू शकता. शिकण्याचा कार्यक्रम निरनिराळ्या तंत्रांचा मिळून होतो. म्युझिक ऐकणे, शांततेचा अनुभव करणे, चिंतनासाठी खाजगी रूम व खोल श्वास घेणे यांमुळे Released awarenessची आभा (aura) तयार होते. मग विद्यार्थ्यांना सूचना दिली जाते. ''तू हे उत्तम प्रकारे करू शकशील.'' तो यशस्वीपणे पार पडल्याचे चित्र मन:चक्षूंपुढे ठेवतो. त्याच्या यशाची गाथा गायली जाते. स्वत:ची प्रतिमा तयार करतो.

◆

४५. प्रश्न सोडविणे सोपे कसे ?

शरीर व मनाची तीन नवीन तंत्रे

कोणाचेही लक्ष आपणाकडे खेचून घ्यायचे असेल तर हास्य चेहऱ्यावर आणा. कोणत्याही कामामध्ये तरफ व टेकू यांचा उपयोग दैनंदिन व्यवहारात केला जातो. स्मितहास्य हे तरफेसारखे किंवा टेकूसारखे काम करते. आपण संगणकाच्या युगात वावरत आहोत. पण आपण फक्त आकडेमोडीविषयी बोलत नाही आहोत. ज्या वेळी तुम्ही मुलांशी नीट वागू शकत नाही, आराम करू शकत नाही, अशा वेळी तुम्हाला काय करावे सुचत नाही, तुम्हाला नवीन विचार हवा असतो. जीवनात संकटे ही येत राहणार! पण प्रश्न नीट सोडविण्याची काही तंत्रे अवलंबिली तर तुम्ही चुटकीसरसी प्रश्न सोडविता व जीवनप्रवाह सुरळीत चालू होतो.

क्रियाशील दिवास्वप्न पाहणे

पुष्कळांच्या मते दिवास्वप्न म्हणजे वेळ व्यर्थ दवडणे असा असतो. "बसून राहू नका. काहीतरी करीत राहा." असे आपले बुजुर्ग नेहमी सांगत असत. कारण निष्क्रियता हा सामाजिक गुन्हा आहे, हे त्यांना पटले होते. स्वप्न पाहण्याने आपले जीवन समृद्ध बनते. जास्त क्रियाशील बनतो आपण! आपले शरीर व मनोवृत्ती निरोगी बनते. तुमची कल्पकता, मार्गदर्शक कल्पनाशक्ती तुम्हाला जबरदस्त शक्ती प्रदान करते. कितीही कठीण प्रश्न असू दे, तुम्ही उत्तर शोधून काढताच. माणसे सर्व प्रकारच्या समस्यांचे गाठोडे डोक्यावर घेऊन फिरत असतात. वरिष्ठांकडे पगारवाढ व प्रमोशन मागायचे असते. जावई पुढच्या महिन्यात येणार म्हणून चिंतित असतात. ते प्रश्न सोडविण्यासाठी खूप डोके खाजवीत असतात. कारणमीमांसा शोधत बसतात. बऱ्यावाईट परिणामांचा विचार करत नसतात. नेहमी प्रश्नांच्या दोन बाजू दिसतात पण उत्तर सापडत नाही.

समजा तुम्हाला नोकरी बदलायची आहे. या प्रश्नाचा विचार करू या. तुमचा एक जुना मित्र तुम्हाला अती उत्तम आव्हान पेलण्याची संधी देणारी सर्व्हिस सुचवितो

तेव्हा क्षणभर तुमच्या मनात विचार येईल, बदलून टाकावी नोकरी! रात्री शांतपणे विचार केल्यावर असे दिसून येते, कितीतरी गोष्टी अज्ञात आहेत. कंपनी नवीन आहे. जर कधी बंद पडली तर? नवीन साहेब कसा आहे माहीत नाही. खाष्ट निघाला तर? सध्यापेक्षा वेगळ्या जबाबदाऱ्या आहेत. त्या पेलू शकलो नाही तर? आकर्षक वाटणारी संधी सर्वनाशास कारणीभूत झाली तर?

सध्याची नोकरी फारशी आशादायक नाही. पुढे येण्याची संधी नाही. सोडायची इच्छा आहे पण पगार चांगला आहे व सुरक्षितता पण आहे. दोन्ही बाजूंनी विचार केला व तुमच्या मनाचा गोंधळ उडालाय! मनावर ताण आला आहे. निर्णय घेऊ शकत नाही.

आता कल्पनेच्या भरारीचा आधार घेऊया! डोळे मिटा व जास्तीत जास्त वाईट काय होईल याचा विचार करा.

पहिला दिवस - तुम्ही ऑफिसमध्ये आलात. कामाचा ढीग पडलाय टेबलावर. साहेब रागावलेले आहेत. तुमच्या जबाबदांऱ्याविषयी निर्णय घ्यायला तयार नाहीत. तुमचा सेक्रेटरी तुमच्या विरुद्ध आहे. तुम्ही टेबलावर जाता पण कामात काहीच प्रगती करू शकत नाही. सुटण्याच्या वेळेपर्यंत इकडे तिकडे चकरा मारता. काहीही निष्पन्न होत नाही. जड मनाने घरी येता. मूड गेलेला असतो.

दुसरा दिवस - नोकरीवरून काढून टाकल्याची ऑर्डर टेबलावर दिसते. हे शांत मनाने पाहिले असता अशी भयानक परिस्थिती येईल असे स्वप्नात तरी आले होते का?

नेहमी जास्तीत जास्त वाईट काय होईल असा विचार करण्याने आपण आपली खूप चिंता दूर करतो. अगदी टोकाला जाऊन विचार करा. आहे याच नोकरीत अजून १० वर्षे काढली पाहिजेत असे समजा. आता त्यात आव्हानात्मक व पूर्तता न करण्यासारखे वाटले तर काय करणार? काय जास्त वाईट आहे. नव्या नोकरीतील अनिश्चितता की जुन्या नोकरीतील सुरक्षितता? शांतता?

तुमचे दिवास्वप्न चांगल्या बाजूचा विचार करू दे. नवीन नोकरीत जास्त महत्त्वाच्या जबाबदाऱ्या तुम्ही उत्तम रीतीने पेलत आहात. मित्राने वर्णन केले त्यापेक्षाही खूपच चांगली स्थिती आहे. तुमचे वरिष्ठ खूपच क्रियाशील व हुशार आहेत व तुम्हाला आपला खास माणूस म्हणून हाताखाली घेताहेत. तुमचे काम त्यांना आवडते. ते कौतुक करतात.

हाच तोडगा तुम्ही सध्याच्या नोकरीत अवलंबिला तर? काही अनपेक्षित संधी मिळाली व तुम्ही उच्च पदावर गेलात तर? कोणती परिस्थिती तुम्हाला आवडेल?

अर्थात या होकारात्मक व नकारात्मक कल्पनेच्या भराऱ्या अव्यवहार्य असतील. तुमची भीती व उत्सुकता, आशा-आकांक्षा व अपेक्षा यांची सांगड घाला. तुमची सगळी चिंता हरवलेली असेल व काय निर्णय घ्यायचा ते ठरवाल. तेव्हा दिवास्वप्नामुळे आपण स्वत:ला जवळून पाहू शकतो. भविष्याचे बेत व ध्येये निश्चित करायला मदत होते. पी.एस. Effective Problem Solving या पद्धतीचा वापर करून तुम्ही तुमच्या समस्या सोडवून शकता.

प्रमिला २५ वर्षांची तरुणी आहे. एका टेक्स्टाइल कंपनीत सेल्स एक्झिक्युटिव्ह म्हणून काम करतेय. कामात मजा येतेय पण भविष्याविषयी चिंतित आहे. सिनियर सेल्स मॅनेजरचे प्रमोशन मिळायचे चान्सेस कमी आहेत. कंपनी फार काही नीट चालत नाहीये! प्रमिलाने डिझाइनमध्ये जास्त लक्ष घालायला सुरुवात केली पण डिझाइनची खरी माहिती नव्हती. दुसरीकडे जाण्याचा विचार मनात आला पण स्टेट सोडून दुसऱ्या प्रांतात जावे लागेल असे होते. पतीच्या नोकरीमुळे तिला हा विचार सोडून द्यावा लागला. एक वेळ नोकरीवर लाथ मारण्याचा विचार केला पण उत्पन्न थांबेल व संसारात असलेली देणी फेडणे एकटीच्या पगारावर फेडण्यासारखे नव्हते. त्यामुळे तोही विचार सोडून दिला.

ती आपली मैत्रीण उर्मिलेला भेटली. तिने विचारले "मुख्य अडचण काय आहे? पहिली गोष्ट मला काय पाहिजे याचा नीट विचार कर. कागदावर लिहून काढ व काय व्हावे असे तुला वाटते ते लिहून काढ." प्रमिला क्षणभर विचारात पडली. थोड्या वेळाने तिने लिहिले, "मला कापड व्यवसायात फॅशन डिझाइनमध्ये नाव कमवायचे आहे." उर्मिलाने तिला "पण मी" अशी दुसरी पायरी सांगितली. "मला जे काही मिळवायचे आहे त्यात काय अडचण आहे. महत्त्वाचा मुद्दा फक्त लिही."

प्रमिलाने लिहिले, ''मी सध्या विक्री विभागात आहे. त्यात डिझाइनचा संबंध येत नाही. डिझाइनमध्ये जायचे म्हणजे मला नोकरी बदलावी लागेल. दुसऱ्या शहरात जावे लागले. माझे पती हर्षद मला ती परवानगी देणार नाहीत कारण त्यांची चांगली नोकरी आहे.'' येथे Effective Problem Solving (EPS)तंत्राची गरज आहे. पेन्सिल घ्या व ''पण मी'' But I खोडून ''आणि मी'' And I हे शब्द लिहा. ''हे का करायचे?'' उर्मिला समजावते. ''चला पुढे जाऊ या.''

सध्या मनातील पण दूर करायचा. प्रमिलाला फॅशन डिझाइनच्या क्षेत्रात जायचेय आणि ती सध्या विक्रीच्या क्षेत्रात आहे. ज्यात डिझाइनचा संबंध येत नाही. किती साधा प्रश्न आहे हा!

आशावादी विचारसरणी

आता प्रमिलाने फक्त आशावादी व्हायचे. आपल्या नवीन कार्यात अडथळे येतील. गंमत म्हणून काय काय करावेसे वाटते ते लिहायला लागायचे. उर्मिला उपदेश करते ''तू जादूई शक्ती धारण कर. मोकळेपणाने फिर व विचार कर. आशेचे किरण दिसू देत. विचार करून बेत लिही.''

प्रमिलेने लिहून काढले.

१) मी माझी मैत्रीण दामिनी देशपांडेला मला नवीन नोकरी देण्याची विनंती करू शकते.

२) मी फॅशन डिझाइनचा कोर्स करू शकते.

३) माझ्या पतीला नवीन गावी सहज चांगली नोकरी मिळेल आणि तेथे ५०० वर कापड गिरण्या असतील.

४) माझ्या नवऱ्याला लॉटरी लागेल व तो माझ्यासाठी कपडे बनविण्याची फॅक्टरी उघडू शकेल.

५) मी ज्याला ज्याला भेटले त्यांनी मी बुद्धिमान व आशावादी आहे असे सांगितले व वाखाणणी केली.

६) मी जगात कोठेही विमानाने जाऊ शकेन. उत्तमोत्तम कपडे व सूत खरेदी करू शकेन व माझ्या फॅक्टरीच्या शोरूममध्ये विकू शकेन.

७) माझी विशाल दृष्टी जगभर फिरू शकेल व माझे हात दूरवर पोहचू शकतील व जगातले उत्तम डिझाइन प्रथम काबीज करून मी प्रथम विक्रेती म्हणून नाव कमावीन.

८) छान! आता खालच्या पातळीवर ये! खूप साधा विचार कर. माझ्याकडे २०,००० डिझाइनर्स आहेत व भरपूर विणकर आहेत. मला पाहिजे ते पॅटर्न मी निवडून बनवू शकते व विकू शकते.

९) मी मुंबईहून दिल्लीला विमानाने लंच अवरमध्ये जाऊन येऊ शकेन व नवीन

कपड्यांच्या ऑर्डरी मिळवू शकेन.

१०) माझ्याच शेजारी असलेली Crystal Apparels कंपनीही खूप छान कपडे बनविते व त्यांच्यासाठी मी दिल्लीला जाऊन नवीन ऑर्डरी मिळवू शकेन.

या सगळ्या चमत्कारिक कल्पना व आशा करायच्या. उर्मिला म्हणाली, "चल एक आशा वाचायला सुरुवात कर. प्रत्येक आशा तुझ्या डोक्यात क्षणभर आदळू दे. काही मजेदार प्रतिक्रिया होतील त्या ऐक. तुला जी चांगली वाटेल ती उचल."

प्रमिला शेवटची इच्छा निवडते. एकदा तुम्ही आपली आवड निश्चित केली म्हणजे मग ती प्रत्यक्षात उतरविण्यासाठी काय करायचे ते ठरवा. क्षणभराने प्रमिलेने ठरविले, "मी डिझाइनच्या क्षेत्रात जाणार नाही. विक्रीतील कौशल्य वापरून डिझाइनरला मदत करीन."

स्वप्न साकार करण्यासाठी काय काय करायचे ?

EPS सिस्टिमच्या उच्चतम बिंदू म्हणजे स्वप्न कसे कसे साकार करायचे ? इच्छेचे कल्पनेत रूपांतर करायचे. इच्छा प्रत्यक्षात उतरवायची म्हणजे काय करायचे ? कागद-पेन्सिल घेऊन बसा.

प्रमिलाने लिहून काढले -

१) उत्तम डिझाइन करणाऱ्या व्यक्तीबरोबर काम करून तिचे ज्ञान उद्योगात उपयोगात आणावयाचे.

२) डिझाइनसाठी जाहिरात करायची व जे प्रतिनिधित्व करू शकतील अशांची निवड करायची. चार दिवस रात्री उशीरापर्यंत काम करण्याची बॉसकडे परवानगी मागावयाची म्हणजे पाचव्या दिवशी दिल्लीला जाता येईल.

३) नवीन डिझाइनर्स शोधायचे आणि बॉसला विचारायचे की नियमित विक्री करणारे आपले सेल्समन त्यांचा माल विकू शकतील का ?

पुढची पायरी आपण वास्तवलेच्या अगदी जवळ जातो. कल्पनेची वास्तवता तपासून पाहणे. कार्य करण्याची शक्याशक्यता विचारात घ्या व आपणास आवडते काम करा. कोणत्याही प्रकारात फक्त तीन जोरदार मुद्दे असतील व फायदे असतील ते नोंदवून ठेवा व पाठलाग करा.

प्रमिलाला आपली दुसरी कल्पना आवडली आणि जोरदार पुष्टी देणारे मुद्दे नोंदवून ठेवले. नवीन दिशा सापडली व तिचा पाठलाग सुरू केला. बॉसला चारच दिवस काम करण्याची परवानगी मागितली. प्रमाणात पगार कपात करू दिली. जास्तीचे प्रोत्साहन म्हणून तिने कपडे बनविण्याचे कंत्राट मिळाल्यावर ते कंपनीला देण्याचे मान्य केले.

नवीन क्षितिजांचा शोध

प्रमिलेला चार समर्थन करणारे नवीन मुद्दे सापडले. ती डिझाइन करण्यापेक्षा

चांगले डिझाइन निवडू लागली. मुंबई-दिल्ली विमानाने २ तासांचा प्रवास! धंदा विशेष चालत नसल्याने बॉस तिचा १ दिवसाचा पगार कापून घेत असे. यात येणाऱ्या अडचणी म्हणजे चांगले डिझाइनर मिळणे अवघड जाईल व बॉस सहकार देणार नाही हे शक्य होते, पण तिला फायदाच होणार!

तुम्ही आता तुमचा प्लॅन लिहून काढा. काय संभाव्य अडचणी आहेत त्या लिहून काढा. प्रमिलेचा प्लॅन व्यवस्थित आकाराला आला. प्रथम आपल्या पतीबरोबर याविषयी चर्चा करणार व आपल्या बॉसबरोबर ट्रायल घेणार. त्याला जर मान्य असेल तर प्रत्यक्षात कसे काम करायचे याविषयी विचार करणार. नवीन डिझाइनर मिळविणार व प्रत्यक्षात काम सुरू करणार!

विरोध कोठे होईल? जो मार्ग आखला आहे त्यात काही अडथळे आहेत का? पुढचे तुमच्या कार्यक्षमतेवर व नशिबावर अवलंबून असणार. EPS यश देईलच असे नाही. नवीन दिशा, नवनवीन संधी आणि नवीन प्राब्लेम्स हे ओघाने आलेच. तुमच्या प्रत्येक कृतीने नवीन परिस्थिती निर्माण होणार. ती पूर्ण न होणारी प्रक्रिया असणार. EPS च्या प्रत्येक स्नायूमध्ये सुप्त शक्ती असते. प्रत्येक प्रश्नाला उत्तर सापडेलच असे नाही. पर्यायी योजना काय करायची हे त्यावरून समजते

आता एका विक्री कर्मचाऱ्याचा अनुभव आपण लक्षात घेऊ. या त्याला त्याच्या वरिष्ठाची विक्री कर्मचाऱ्यांची पुनर्रचना करण्याचा बेत पसंत पडला नाही. दोघांत भांडण जुंपले.

प्रश्न समजून घेणे

भावनिक संघर्ष त्याच्या पोटात विरून गेला व तेथेच राहिला. कामावरून घरी परतताना ही गाठ तशीच राहिली. शब्दश: प्रत्येक वाक्य आठवून तो त्याविषयी विचार करू लागला. प्रश्नावर विचार करू लागला. तो बारजवळ थांबला व थोडेसे मद्य घेतले.

मद्याचा अंमल उतरल्यावर त्याने आत्मसंशोधन सुरू केले. मानसशास्त्रज्ञांकडून शिकला होता ती पद्धत अजमावण्याचा प्रयत्न करू लागला. अंतर्मुख होऊन मनातले संभाषण बंद केले. बुद्धिवाद व इतर आवाजांनी जे घणाघात होत होते ते थांबविले. त्याच्या नोकरीचे व भावी आयुष्याचे काय होणार याचा विचार करू लागला. काय वाईट आहे, कुठे खुपतेय, ते तपासले. "काहीतरी बिनसले आहे. भिंतीवरील चित्र वाकडे झाल्यासारखे, पुस्तक उलटे ठेवल्यासारखे काहीतरी चुकतेय, ही भावना मनात होती. शब्दांत उतरविण्याचा प्रयत्न केला पण जमेना थांबणे योग्य शब्द सापडत नव्हते. शेवटी अयोग्य - Inappropriate हा एकच शब्द योग्य वाटला. पोटात घट्ट झालेले स्नायू सैल झाले. त्याचा बेत उलटला म्हणून तो अस्वस्थ झाला होता. तो आशा करत होता. काहीतरी जादूमय उत्तर सापडेल.

मूर्खासारखे वागत होता.

त्याचा प्रश्न सुटलेला नव्हता. पण नक्की काय होतेय हे थोडे थोडे समजू लागले होते. कामाविषयी नवी दृष्टी प्राप्त होत होती. लक्ष केंद्रित करणे हे मानसोपचाराचे उत्तम साधन आहे. यावर दुसऱ्याच्या देखरेखीची गरज भासत नसते. यशापयश हे उपचार करण्याने कोणते तंत्र वापरले यावर अवलंबून नसते. तर तो माणूस काय करीत आहे यावर अवलंबून असते. यशस्वी व्यक्ती वेगळा दृष्टिकोन ठेवताना आढळली. शारीरिक संवेदना काय होत आहे याविषयी त्यांनी स्पष्ट सांगितले. प्रश्न घेऊन ते विचार करू लागले. त्याचे पृथक्करण म्हणून तो प्रश्न हाताळला व लक्ष केंद्रित करण्यावर भर दिला. शरीर हे एक संगणकच आहे. ते तुम्हाला सर्व माहिती पुरवू शकेल.

केंद्रीकरणाच्या सहा पायऱ्या आहेत

१) जागा करणे - आपले सर्व प्रश्न बाजूला ठेवा. आणि मनात जागा निर्माण करा. सर्व चिंता सोडून शांतपणे विचार करा. मैत्रीपूर्ण वातावरण तयार करा. तुम्ही तुमच्या शरीराशी संवाद साधणार आहात, जे तुम्ही यापूर्वी कधी केले नसेल. तुमच्या छातीत, पोटात, आतड्यांमधून काय संवेदना येत आहेत ते जाणून घ्या. "माझे जीवन कसे काय चाललेय? आता माझ्यासाठी महत्त्वाचे काय आहे? मला अगदी छान वाटत नाही आहे याचे काय कारण आहे?" असे प्रश्न विचारा आणि शरीराची प्रतिक्रिया जाणून घ्या किंवा तुम्ही असे म्हणत राहा, "सर्व काही ठीकठाक आहे. काहीही भानगड नाही. काय होतेय याची मला जराही चिंता नाही." जवळून लक्ष द्या. जर कोठे काही खटकत असेल तर शरीर लगेच प्रतिसाद देईल. शरीराची जाणीव अनुभवा, पण त्यात वाहून जाऊन नका. ते बाजूला ठेवा व म्हणा, "आणखी काय?" अनेक प्रतिसाद मिळतील तुम्हाला!

२) झालेली जाणीव - सर्वांत महत्त्वाचा प्रश्न घ्या. एक चिंता पुढे येऊ द्या. त्यात गुरफटून जाऊ नका. त्याच्या मागे उभे राहात प्रश्नाचे गांभीर्य पाहा. शरीरात काय संवेदना, जाणीव होतेय? कुठे जाणीव होत आहे? तरीसुद्धा प्रश्न अस्पष्ट असेल, पण होणारी संवेदना किंवा जाणीव स्पष्ट झाली पाहिजे.

३) प्रश्नावर उपाय - आता या प्रश्नातून एक शब्दप्रतिमा, म्हण उभी राहू दे. "खूप चिवट, विचित्र, जळफळाट, खूप अस्वस्थता, वाटत असेल खूप जोर देतोय. ठीक आहे. नशिबामुळेच! पुन्हा सर्व गोंधळ! मला यशस्वी होऊ देत नाही." अशा स्वरूपाचे शब्द असतील किंवा ती एखादी प्रतिमा असेल, आवाज असेल, गाण्याचे शब्द असतील. घाई करू नका. योग्य शब्द, प्रतिमा आवाज येईपर्यंत, योग्य मार्ग मिळेपर्यंत शांत बसून राहा.

४) प्रतिध्वनी - मिळणारा आवाज किंवा प्रतिमा विचारात घ्या. तुमच्या

जाणिवेशी ती मिळवा. बरोबर असली तर तुम्हाला सुटकेची जाणीव होईल. नाही जमली तर दुसरा शब्द किंवा प्रतिमा येण्याची वाट पाहा. योग्य मॅचिंग झाले तर काही क्षण त्यातच राहा. शरीराला होत असलेली सहजतेची, सुटकेची जाणीव (Feeling of release) होऊन योग्य उपाय सापडल्याचा आनंद होईल.

५) विचारा - मॅचिंग झाल्यास हलके झाल्याची जाणीव तुम्ही अनुभवत असाल. मग सहाव्या पायरीवर जा. नाहीतर परत स्वत:ची जाणीव नीट होऊ द्या. ''तुम्हाला एवढी काळजी का वाटतेय?'' याचा विचार करा. प्रथम तुम्हाला फटाफट उत्तर मिळेल. पण शरीराची साथ नसेल हे सगळे मानसिक असते. तुमचे मन घाईने उत्तरे देतेय. तुम्ही परत मनातल्या मोकळ्या जागेत जा. जाणवलेल्या संवेदनेशी संपर्क साधा आणि प्रश्न विचारा. या वेळी आणखी दोन प्रश्न विचारल्यास उत्तर मिळायला मदत होते. वाईटात वाईट काय आहे? आणि, ते ठीक कसे करता येईल?

६) उत्तर मिळणे - कदाचित तुम्हाला मिळालेला संदेश, उत्तर तुम्हाला मान्य नसेल. पण ते नाकारू नका, टीका करू नका, त्याच्यावर विचार करा. गरम पाण्याच्या टबमध्ये डुंबत राहिल्यासारखे उत्तरामध्ये डुंबा. त्या संदेशावर विचार करा. उत्तरावर टिप्पणी किंवा विरोध करू नका. प्रश्न थांबू द्या. लगेच दुसरा संदेश येईल. खूप वेगळ्या दिशेने तुम्ही विचार कराल. ही दिशा कदाचित् मिळालेल्या उत्तराला नाकारल्यामुळे असेल. म्हणून मूळ उत्तर लगेच नाकारू नका.

शेवटी परत १/२ पायरीवर जायचे आहे की हे बंद करायचे, हे ठरवा.

मन व शरीर दोन्ही एकत्र कामाला लावायचे. नेहमी आपल्या मनासाखे होतेच असे नाही. जेथे गाडी अडकली असेल तेथे काय भानगड आहे, म्हणून परत परत विचारायचे. शरीराच्या व आत्म्याच्या आवाजाला कान द्या. आपला आतला आवाज, सृजनशीलता आणि गरज यांची सांगड घालण्याची, शरीर-मनाची सांगड घालण्याची गरज हल्लीच्या आधुनिक समाजात फार आहे आणि केंद्रीकरणाने ते साध्य होऊ शकते.

◆

४६. तुम्हाला नक्की काय म्हणायचे आहे ?

विचार व भावना व्यक्त करण्याचे कौशल्य ज्याच्यात आहे त्याला लोक ओळखतात व तो स्वत:ला जवळून पाहू शकतो. दुर्दैवाने सरळ व प्रामाणिक वार्तालाप दुसऱ्याशी करणे हे बहुतेकांना अवघड झाले आहे. स्त्रिया साधारण लाजणाऱ्या, गूढ स्वभावी व अस्पष्ट वक्त्या असतात. आपणास काय सांगायचेय हे फक्त स्त्रियांसाठीच नाही पण सर्वांसाठी महत्त्वाचे आहे.

प्रथम ऐकण्याचा प्रयत्न करा

आपण आपले म्हणणे दुसऱ्याला पटवून देण्यासाठी आधी ऐकण्यापासूनच सुरुवात करायची असते. खात्रीपूर्वक पटवून देण्यासाठी बोलण्यात आपली कल्पनाशक्ती व भावना यांची गरज असते.

एकदा तुम्ही दुसऱ्याचे म्हणणे नीट ऐकायला शिकलात, समजून घेऊ लागलात म्हणजे त्यांनाही तुमचा मुद्दा आवडू लागेल. यातच तुमचा अर्धा विजय आहे. तुमची नैसर्गिक प्रवृत्ती तुमचा विरोधक कसा चूक आहे हे दाखविण्याची असेल. या प्रवृत्तीचा आपल्या सर्व शक्तिनिशी प्रतिकार करा व त्याच्याशी सहमत व्हा. कठीण आहे हे पण करण्यासारखे आहे. त्याच्या म्हणण्यातील हवा काढून टाका म्हणजे तुम्ही जिंकलात असे समजा. त्यालाही आपण विजयी झालो अशी भावना होईल. बॉसला शांतपणे आपण बरोबर आहोत हे पटवून देता आले पाहिजे. न दुखवता सांगता आले पाहिजे. दुसऱ्याला कमी न लेखता, भावना न दुखावता आपला मुद्दा पटवून देता आला पाहिजे. त्यात धमकी, अतिशयोक्ती किंवा निर्णय नसावा.

शरीराचे संकेत, मुग्ध भाषा

फक्त शब्दांनीच आपण संकेत देऊ शकतो असे नाही. जांभई देणे, भेदक नजर टाकणे, वरचेवर घड्याळ पाहणे हे अप्रत्यक्ष सूचना देण्यासारखे आहे. शब्दापेक्षा फार मोठे काम करून जातात या गोष्टी. चेहऱ्यावर हे भाव उमटतात. आम्ही लाजतो, हसतो, उड्या मारतो; आपण स्वत:विषयी खूप माहिती मिळवू शकतो.

दुसऱ्याविषयीही माहिती मिळते.

मूक भाषा

जेव्हा पती ऑफिसातून येतो, कपडे बदलता बदलता पत्नीला "हाय" म्हणून प्रेमाने स्वागत करेल व ऑफिसमध्ये घडलेल्या गोष्टींची हकीगत सांगेल, त्या वेळी पत्नीने वेळ काढून अजून विचारपूस करायला हवी. यातूनच त्यांची संध्याकाळ कशी जाणार आहे, याचा संकेत मिळतो.

आलिंगन, चुंबन व स्नेहपूर्ण आविर्भाव यांतून सुप्त संकेत मिळतो. त्यामुळे आपापसांतील संघर्ष टाळता येईल. ओठ मुडपणे ही राग प्रदर्शन करण्याची खूण असते. राग आला म्हणजे आपण दातओठ खातो. एकदा एक तरुण आपल्याला सतत होणाऱ्या चिंतेविषयी पत्नीला माहिती देत होता. त्याबरोबर दोघांचे सहजीवन किती सुखाचे आहे व त्याला किती प्रेम मिळते हे सांगत होता. मात्र सांगताना सारखी लग्नाची अंगठी बोटातून काढी व परत घाली. पुढच्या संभाषणातून त्यांच्यातल्या दडपलेल्या कुरबुरी बाहेर आल्या की ज्या नंतर सोडवल्या.

झोपेत बोलणे

तुमच्या झोपण्याच्या पद्धतीवरून तुमच्या पत्नीविषयीच्या भावना प्रगट होतात. व लग्न-जीवनातील प्रश्न सोडविण्यास मदत होते. आपण झोपेतही आपल्या शरीराचा उपयोग आपल्या सहचारिणीला आपल्या भावना सांगण्याचे काम करण्यासाठी करतो. प्रेमळ पति-पत्नी परस्परांकडे तोंड करून आलिंगनाच्या अवस्थेत घरट्यातील पाखरांसारखे चिकटून झोपतात. तुम्ही जर हात पसरून अंथरुणावर झोपलात म्हणजे तुम्ही वरचढ होण्याची इच्छा धरता असा अर्थ होतो. तुम्ही जर पाठीवर झोपलात तर तुम्हाला बरे वाटतेय असे सुचवाल. झोपण्याच्या पद्धतीतील बदल हे पार्टनरच्या जीवनात काहीतरी बदल होतोय हे सुचवते. व त्यामुळे होणारा संघर्ष टाळता येईल. तुम्ही शरीराने आकर्षक असाल तर लोक अनुमान करतील की तुम्ही इतरांपेक्षा वेगळे आहात. आकर्षक माणसे जास्त उत्साही, भावनाशील, दयाळू, जागरूक व यशस्वी असतात. विद्यार्थ्यांमध्ये जास्त उमदे विद्यार्थी बळकट, नम्र, उत्साही व प्रतिसाद देणारे असतात.

कपडे काय दर्शवितात?

कपडे जागतिक भाषेत बोलतात. एखाद्या स्त्रीने करड्या सूटच्या आत फिकट गुलाबी ब्लाऊझ घातलेला असेल तर स्त्रीत्वाची उत्कट भावना असावी. याउलट सिल्कचा सूट असेल आणि आत करड्या रंगाचा स्वेटर घातला असेल तर ती बाहेरून सुंदर दिसेल, पण आतून नाराज असेल. याउलट शिल्पज्ञ किंवा वास्तुशास्त्रज्ञ कॉर्डचा सूट, टाय व शर्ट घालून बसला असेल तर त्याने डिझाइन केलेल्या इमारतींचे अंदाज खोटे ठरणार नाहीत. खर्च वाढणार नाही.

तुम्ही जरी तंतोतंत तुमचे विचार प्रकट केले तरी ते ऐकणारा ते ग्राह्य धरीलच असे नसते. समोरच्या माणसाच्या मूड व दुराग्रह यांमुळे तुम्ही दिलेले संदेश विकृत स्वरूपात घेतले जातील. एका माणसाला मुळाक्षरे घोकायला सांगितली असता ऐकणाऱ्यांपैकी एकाला ते दुःखदायक वाटले. दुसऱ्याला भीतिदायक भासले तर तिसऱ्याला प्रेमळ वाटले. जे आपल्याला वाटले ते स्पष्टपणे चेहऱ्यावर दाखवू शकतात, त्यांच्यावर मानसिक दडपण कमी येते व आयुष्यभर ते तणावरहित जीवन जगू शकतात.

◆

४७. यशस्वीपणे वजन कमी करण्याचे मानसशास्त्र

तुमचे कोणी मित्र जे नेहमी डाएटिंग करतात. पण ज्यांचे वजन कमी होत नाही, त्यांना विचारा की वजन हवे तेवढे कमी झाल्यावर त्यांचे आयुष्य कसे असेल असे त्यांना वाटते? बहुधा ते सांगतील की त्यांचा आयुष्याकडे पाहण्याचा दृष्टिकोन बदलेल. त्यांचा पोषाख डिझाइनरसारखा होईल. ते स्वत:चे खरे मित्र बनतील. जीवन हवे तसे बनेल.

वजन कमी करण्याची जी अद्यावत माहिती आहे तिच्याप्रमाणे जेव्हा माणूस नकारात्मक वृत्ती सोडतो तेव्हाच त्याला या कामात यश येते. काही लोक एक तर खूप खातात किंवा अजिबात खात नाहीत. दोन्हींचा मध्य साधत नाहीत. याला light bulb thinking असेही म्हणतात. कारण दिवा चालू असतो किंवा बंद असतो. त्याप्रमाणे एक तर खूप खातात किंवा अजिबात खात नाहीत.

दुसऱ्या प्रकारचे लोक असतात ते हे "अशक्य स्वप्न आहे" असे समजतात. प्रत्यक्षात होऊ न शकणारी अपेक्षा ठेवून जे प्रयत्न करतात, ते यशस्वी न झाल्याने स्वत:ला गुन्हेगार समजतात. एका बाईंनी आपल्या मुलीच्या लग्नापर्यंत २५ किलो वजन कमी करायचे ठरविले व तेही फक्त १ महिन्याच्या अवधीत. पण ते शक्य झाले नाही. फक्त १० किलो वजन कमी झाले. तिला आपण अयशस्वी झाल्याची टोचणी सतावते.

स्वत:वर कडक निर्बंध लादणाऱ्या लोकांचा तिसरा वर्ग असतो. मानवी स्वभावाप्रमाणे ते त्यांच्याच्याने पाळले जात नाहीत व ते स्वत:ला माफ करू शकत नाहीत.

चवथ्या प्रकारचे लोक टोकाची विचारसरणी असलेले असतात. काही लोक घोड्यासारखे खाऊन अगदी मॉडेलसारखे रेखीव शरीर असलेले दिसतात. त्यांचा द्वेष हे लोक करतात. "सडपातळ" विचार करा. आशावादी दृष्टिकोनच फक्त उपयोगी नाही. त्यासाठी आशावादी कल्पनाचित्रणाचीही मदत घ्यायला हवी. ज्याप्रमाणे

उच्च रक्तदाबवाले आपला रक्तदाब हवाईला जाण्याच्या विचाराने कमी करतात, कॅन्सरचे रोगी पांढऱ्या रक्तपेशींद्वारे होणारा ट्यूमर सेल्सचा विनाश मनःचक्षूंनी पाहून संतुष्ट होतात त्याप्रमाणे. सुरुवातीला आत्मविश्वास बळकट करणे व स्वाभिमान उंचावणे हे वजन कमी करण्यापेक्षा जास्त महत्त्वाचे असते. वजन कमी करणाऱ्यांनाही सकारात्मक कल्पनाचित्रण करायला सांगितले जाते. आपले वजन २० पौंड कमी झाले आहोत अशी कल्पना करायची. मग डोळे मिटायचे आणि पोहण्याचा पोशाख घालून आरशासमोर उभे आहोत अशी कल्पना करायची. वजन कमी झाल्यावर पोहण्याचा पोशाख आपल्याला कसा दिसतो? आता छान कपडे घालून बाजारात, मित्रमंडळींत गेल्यावर कसे वाटेल? सगळे काय म्हणतील? असा विचार करून त्याचा आनंद घ्यायचा.

एक नूर आदमी दस नूर कपडा

ज्याला वजन कमी करावयाचे आहे त्याला पोशाख महत्त्वाचा असतो. ज्यांचे वजन सतत कमी-जास्त होत असते, अशा लोकांना वेगवेगळ्या मापांचे कपडे शिवावे लागतात. पुरुषांना १५,१६,१७ इंच गळा असलेले तर स्त्रियांना ७ ते १३ इंचांचे माप असलेले ड्रेस शिवावे लागतात. स्वतःचा नक्की साइज ठरविणे अवघड जाते. मोठ्या साइझचे कपडे फेकून दिले पाहिजेत. जोपर्यंत ते आपल्या कपाटात असतात तोपर्यंत आपण वजन कमी करू शकू याची खात्री माणसाला नसते. कपड्यांमुळे आपली वृत्ती बदलते.

चरबी वाढण्याने बुद्धिमांद्य येते. बरेचसे मनोवैज्ञानिक असे मानतात की खादाडपणा हा विनाशास कारणीभूत ठरतो. आपणालाच वजन वाढल्याने स्वतःचा राग येतो. ज्या वेळी माणूस नाराज असतो, तेव्हा खाण्यावर सपाटा चालू असतो. दुःखाचे मूळ शोधण्यापेक्षा खाणे हे जास्त सुखदायक असते. सुरक्षितता शोधण्याची ती एक अपरिपक्व विचारसरणी असते. ज्या वेळी माणूस त्रस्त असतो त्या वेळी खाण्यापिण्यात मन रमवतो. त्याचा लठ्ठपणा म्हणजे दुःखविरोधक आवरण असते.

लठ्ठ असणे आरामदायक असते. वजन कमी होऊन सडपातळ होण्यात नवीन समस्या उभ्या राहतात. वजनदार माणसे अतिशय भावनावश असतात. अप्रामाणिकपणा त्यांना हेरता येतो व तिथून ते माघार घेतात. ज्यावर नियंत्रण आहे, अशा परिस्थितीत राहणे पसंत करतात. शरीराचे आकारमान ते काबूत ठेवू शकतात व लठ्ठपणा त्यांना एक प्रकारचे सुरक्षा-माध्यम देतो.

स्थूल शरीराच्या तरुण मुलींना त्यांच्या आया नेहमी जाडेपणाबद्दल नावे ठेवत असतात. त्याच आया मुलींना खाण्याचा आग्रहही करत असतात. मुलीला त्यामुळे स्वतःचा व आईचाही राग येतो. खादाडपणामुळे रागाला वाट मिळते. दुसऱ्यावर विजय मिळविण्यात एक प्रकारचा सुप्त आनंद असतो. पण त्याचबरोबर स्वतः

दु:खीही होतो आपण!

बऱ्याच स्थूल लोकांना भावनिक अडचणी असतात व त्यांचे दबलेले संघर्ष सोडविणे गरजेचे असते. काही सल्लागार त्यांना तुमचे चुकतेय असा सल्ला देतात, त्यामुळे त्यांची प्रगती खुंटते. तर मग कोणते तंत्र जास्त चांगले ठरेल? नकारात्मक विचार करणाऱ्यांचे जे चार वर्ग आहेत, त्यांमध्ये समाविष्ट न होण्याचा प्रयत्न त्यांनी केला पाहिजे. आपल्या प्रश्नाचे उत्तर बालपणात शोधण्याचा प्रयत्न करू नये. वेगवेगळ्या माणसांना वेगवेगळे तंत्र अनुकूल ठरते. जर स्थूल माणसाने आपली मनोवृत्ती आशावादी केली नाही. तर प्रगती अशक्य आहे.

स्वत:वर प्रेम करणे हा महत्त्वाचा प्रश्न आहे. स्थूल माणसांनी आपल्या शरीराचा राग करण्यापेक्षा अभिमान ठेवला पाहिजे. यशस्वीपणे वजन कमी करण्याचा हा पायाभूत मार्ग आहे. स्वत:विषयी कमीपणाची भावना असण्यातून खादाडपणाची सवय जडते आणि जेव्हा ते माघार घेतात तेव्हा त्यांनी सतत ''मला माझ्या शरीरयष्टीचा अभिमान आहे. मला सुखाने जगायचे आहे'' असे म्हणत राहिले पाहिजे.

◆

४८. डोक्याचा उपयोग करून उत्तम खेळाडू कसे बनायचे ?

तणाव कमी करण्याचे तंत्र

होतेय ते होऊ द्या, असे म्हणून शारीरिक क्रिया सहज होऊ द्या. स्नायूंवर ताण आणून काहीही करू नका. स्नायूंवर येणारा ताण उत्तम कामगिरीत अडथळा आणतो. शक्तिपात होतो. चिंता वाढवतो. उत्तम कार्य केव्हा होते? जेव्हा मन व शरीर हे तरंगत असतात, कार्याचा आनंद लुटतात. आपण लहान मूल असताना जसे करत होतो, अनुभवात पूर्णपणे दंग असतो, परिणामाचा विचारच करत नाही, हे खरे शिथिलीकरण होय. आपण प्रत्येकजण याला समर्थ असतो. झोपेत आपण २४ तासांच्या कामाचा ताण हलका करत असतो. काम करताना अनुभवला जाणारा विश्राम (Relaxation) झोपेस कारणीभूत होत नाही. उलट अवर्णनीय असा आनंद होत असतो.

पहिली पायरी

बदलती अवस्था अनुभवणे. अवस्थाबदल ही अतिशय आवश्यक बाब आहे. मनाची काम करण्याची तयारी, उच्च कोटीची जाणीव, शरीरात होणाऱ्या विविध क्रियांचे अनुभव, बाहेरच्या घटनांविषयी उत्सुकता नसणे, वाढती ध्यानमग्नता, काम करताना तुम्ही देत असलेल्या प्रत्येक सूचनेला प्रतिसाद देणे यांमुळे कार्य उत्तम रीतीने होते.

उच्च ध्यानमग्नता

काही मिनिटांतच स्वत:वर मोहिनी घालणे व प्रगत शिथिलता हे दुसरे मार्ग आहेत. एकांत जागी किंवा खुर्चीवर बसा. प्रत्येक सहज होणाऱ्या श्वासोच्छ्वासाबरोबर मोठ्याने ९०० पासून मोजायला सुरुवात करा. मोजताना पापण्यांवर लक्ष ठेवा. जड वाटू लागतील. ते बंद करायची घाई करू नका. ८४० येईपर्यंत थांबा. मोजत

असताना आपली (Relaxable position) व त्यातील आनंद अनुभवा. ४० येईपर्यंत शिथिलता अनुभवा व लयबद्ध श्वास चालू ठेवावा. खेळामध्ये भाग घेणाऱ्या खेळाडूंना विचारले, तर ते म्हणतात, "अजून थोडा वेळ याच अवस्थेत राहू देत. व्यायामाचा हा परिणाम आहे."

अजून तीन परिणाम

मनात ठरविले की काहीतरी दुसरे प्रभावी तंत्र वापरायचे की पुढे हे नवीन तीन शिथिलीकरणाचे व्यायाम आहेत. एक साधे उदाहरण घेऊया. २५ मैल अंतर ६० मिनिटांत सायकलवर तोडणे म्हणजे स्वत:च्या क्षमतेची पूर्तता करणे.

जेव्हा मानसिक अवस्था बदललेली असते त्या वेळी मानसिक दूरदर्शन पाहा. एखाद्या विशिष्ट माणसाला तुम्ही पूर्णपणे ओळखता. निरनिराळ्या प्रतिमा डोळ्यांसमोर उभ्या करता. आवाज, रंग, चित्रे, वेगवेगळे सुगंध कार्य कसे दिसतेय याचे चित्र उभे करून काम करा.

मानसिक तर्कशास्त्र

८/१० वेळा असे करा. तुम्ही स्वत:ला कार्य करताना पाहू शकाल. गंमत अशी आहे की जर प्रतिमा बनवू शकत असाल तर कामाला लागा. व्यर्थ वेळ दवडू नका. "स्लो मोशन". तुमचा प्रकल्प सिद्धीस जात आहे. मनाने कार्य करा व अनुभवा.

तीन नीवन उपाय

तुम्ही कौशल्य वाढविण्यासाठी नवीन तंत्राचा उपयोग करायला तयार आहात. ही तीन तंत्रे तुम्ही अजमवा व स्वत:चे मूल्यांकन करा. तुम्ही निश्चय करून कामाला लागलात तर यश खात्रीने मिळेल. स्वत:ला स्पर्धेत पूर्ण शक्तिनिशी लढा देतोय असे समजा. तुम्ही यशस्वी स्पर्धकांचे खेळ व त्यांतील नैपुण्य पाहिले असेल. लहानपणापासून अनेक स्वप्ने पाहिली असतील. दिवास्वप्ने पण पाहिली असतील. त्यात तुम्ही प्रतिमा, चित्रे, आवाज, रंग, वास व भावनांद्वारे उत्तम कामगिरी कशी खुलून दिसते हे पाहिले असेल. यशस्वी माणसाच्या जागेवर तुम्ही स्वत:ची प्रतिमा पाहून आनंद अनुभवता.

मानसिक तयारी

प्रत्यक्ष सरावापेक्षा मानसिक तयारी ही जास्त महत्त्वाची असते. टेकडीवर चढून जायला सायकलस्वाराला विरुद्ध वाऱ्याला तोंड द्यावे लागेल. रहदारीतून वाट काढायला, अडथळे ओलांडताना, संथ गती ठेवण्यात, कोपऱ्यावरची वळणे घेण्यात त्रास सहन करावा लागेल. अशा प्रकारचे चित्र वारंवार पाहात राहा.

भविष्यकाळासाठी तंत्रज्ञान

यशस्वी व्हायचे असेल तर स्वत:ला नेहमी यशस्वी समजावे लागेल.

◆

४९. मर्यादित धोका पत्करण्याची हातोटी

अत्यानंदाची गुरुकिल्ली!

साहस न करणे म्हणजे हरण्याची तयारी करण्यासारखे आहे. तुम्ही कोण आहात हे तुम्ही कधीही ओळखले नसेल व तुमची क्षमता अजमावली नसेल तर मर्यादित धोका पत्करणे योग्य आहे. अविचारी बनू नका.

योग्य साहस करणे प्रकृतीला मानवते. धीटपणाचा व सतेज डोळ्यांचा वापर म्हणजे जीवनाकडे बघण्याचा विशाल दृष्टिकोन होय. कामातील आनंद म्हणजे स्वत:च्या हुशारीचा पूर्णपणे उपयोग करणे. आपणाला पुढे जावयाचे असेल तर संधीचा फायदा घेतलाच पाहिजे. सुरक्षित व माहितीची जागा मागे सोडली पाहिजे. प्रत्येक धाडसामध्ये काही अनिश्चित तोटा हा असतोच. त्याची तुम्ही जरासुद्धा भीती बाळगली नाही तर हा धोका तुम्ही घेण्याजोगा नाही. कोणतेही साहस पूर्ण सुरक्षित नसते.

धोका पत्करण्याची सवय

धोका पत्करण्याचे व्यसन लावून घेऊ नये. मर्यादित प्रमाणात धोका पत्करावा. धसमुसळेपणा नको. पैसा किंवा प्रेम हरवणे, ताबा सुटणे, इजा पोहोचणे हे टाळावे. काही लोक तर भीती वाटण्याच्या जागा शोधून काढीत असतात. हा भित्रेपणाचा किंवा पळपुटेपणाचा मार्ग आहे. त्यांत धोका हा आहे की तुमची प्रगती खुंटेल. धोका व धसमुसळेपणा यांतला फरक जाणला नाही तर तो एक मूर्खपणाचा जुगार होईल.

Risk addict कसे असतात, त्याचे एक उदाहरण पाहूया. एक गृहस्थ आक्रमक, उत्साही आणि पोरकट होता. सर्व गोष्टी परफेक्ट करण्यात मानणारा. स्वत:विषयी खूप मोठे स्वप्न बाळगणारा होता. अधिकारी व्यक्तींचा राग करणारा, बाईलवेडा होता. खूप मद्यपान करायचा. त्याला स्वत:ला असे वाटायचे की आपण सर्वसामान्यांपेक्षा वेगळे आहोत आणि आपल्याच मर्जीप्रमाणे वागायचे. थोडक्यात म्हणायचे म्हणजे जहाजाच्या कॅप्टनसारखे वागायचा. स्वत:च्या आयुष्यातील काही

अनपेक्षित घटनांनी विचलित होऊन अकस्मात हा गृहस्थ स्वत:च्या कुवतीप्रमाणे मोठे धाडस करू पाहतो. खोटा आत्मविश्वास, चुकीचे गणित करतो व सर्वच हरवून बसतो.

धोकादायक नव्हे पण समृद्ध जीवन जगणे

भानावर राहून धाडसाचे जीवन जगणे हे आरोग्यदायक ठरेल. आपली कुवत ओळखून, धैर्य बाळगून आणि धोका प्रत्करण्याची योग्य जाणीव ठेवल्याने तुमचे जीवन आर्थिक समृद्ध बनेल. जीवनातील ताण-तणावांचा अभ्यास करून व शारीरिक आरोग्याचा अभ्यास करून शेकडो व्यवसाय संचालक, वकील व सैन्यातील अधिकारी यांच्या क्षमतेचा अभ्यास केल्यावर असे दिसून आले की ते तणावांना जास्त कणखरपणे तोंड देऊ शकतात. कोणताही बदल सहज स्वीकारू शकतात. जीवनातील अनेक संकटांना व धोक्यांना ते खात्रीने सामोरे जातात व यशस्वी होतात. प्रत्येक कठीण प्रसंगाला ते अर्थपूर्ण व योग्य प्रतिकार करतात. प्रमाणाबाहेर धाडस म्हणजे विमानातून बाहेर झेप घेणे म्हणजे वैमानिक होण्यास आवश्यक असलेल्या धैर्याचा सराव करणे. अडीचशेच्या वर एक्झिक्युटिव्ह लोकांचा अभ्यास केला असता असे दिसून आले की ते एका कामातून दुसऱ्या कामात आर्थिक संकट असले तरी आत्मविश्वासाने झेप घेऊ शकतात. भक्कमपणाच्या बाबतीत ते सामान्यांपेक्षा वरचढ होते. दोन वर्षांनंतर त्यांना त्यांच्या शारीरिक स्वस्थतेविषयी विचारले असता शेवटी असे दिसून आले की जे धडधाकट प्रकृतीचे होते त्यांचे आरोग्य उत्तम होते. त्यांच्या कामातील ताण-तणावांना त्यांनी खंबीरपणे झेलले होते. ताणाला फार महत्त्व नसते पण तो कशा वृत्तीने तुम्ही स्वीकारता यावर तुमचे यश अवलंबून असते. धीरगंभीर व सतेज चक्षूंनी समस्येकडे पाहण्याने त्यातून सहीसलामत सुटण्याचा मार्ग आपण सहज चोखाळू शकतो.

खूप जबाबदारीचे काम अधिक काळ करूनही यशस्वी होणारे लोक आनंदी दिसतात. नि तेच काम संथपणे करणारे, कोणतेही आव्हान नसलेले, पुनरावृत्तीचा कंटाळा आलेले लोक जास्त त्रस्त असतात. शारीरिक व मानसिक अस्वास्थ्य अनुभवतात. फॅमिली डॉक्टर आठवड्याला ५५ ते ६० तास काम करूनही कोणताही ताण-तणाव किंवा शारीरिक तक्रारी करत नाहीत असे आढळले.

वर्क सॅटिसफॅक्शनमध्ये महत्त्वाचा भाग म्हणजे स्वत:च्या बौद्धिक कुवतीचा व शारीरिक शक्तींचा जास्तीत जास्त उपयोग करणे हा असतो. अंगचे कौशल्य पणाला लावण्यात खरे सुख असते. अती उदासीनता व चिंता यांवर जर मात केली नाही तर मानसिक व शारीरिक कमकुवतपणा येऊ लागतो.

साहस कसे करावे ?

धोका पत्करण्याची जरूर काय? तुमच्यावर लादली गेलेली परिस्थिती बदलली

पाहिजे. सर्व काही ठीकठाक होईपर्यंत वाट पाहा. जेव्हा योग्य वेळ येईल व मार्ग मोकळा असेल तेव्हा तुम्ही जलद पाऊले उचला. स्वत:ला बाहेर खेचा व एकदा स्वीकारले म्हणजे थांबणे धोकादायक ठरेल. शेवटी पूर्णता होईपर्यंत परत मूळ जागी येऊ नका. परत याल तेव्हा आंनदी व उत्साहित असणार. कोणतीही जबाबदारी घ्यायलाच पाहिजे. पुढे दुसरे प्रश्न आहेतच. आव्हाने आहेत. विनयी होऊन वागणे, चांगल्यात चांगले काम करणे हे आपले कर्तव्य आहे.

◆

विभाग दहावा

भावनांचा उपयोग करून बरे होणे

५०. उत्तम आरोग्याचे यथार्थ चित्र !

कृत्रिम हृदयरोपण किंवा तांत्रिक हार्डवेअर यांच्याशी वैद्यक ज्ञानाचा काहीही सबंध नाही. खरे वैद्यक ज्ञान आपल्या शरीरात दडलेले आहे. आपण आपल्या शरीरावर काळजीपूर्वक नियंत्रण करून ताबा मिळविला व नैसर्गिक प्रतिकारशक्ती वाढविली तर खऱ्या अर्थाने आरोग्य सुधारले असे म्हणता येईल. या कलेत ज्या दिवशी आपण परिपूर्ण होऊ त्या वेळी औषधाची गोळी घेणे म्हणजे हातोड्याने अंडे तोडण्यासारखे हास्यास्पद वाटेल.

मन नि शरीर यांची अद्भुत शक्ती अनुभवण्यासाठी आपणास आपली विचारांची दिशा बदलावी लागेल. आजारपण व बरे होण्याचे नवे सोपे मार्ग काही तज्ज्ञ डॉक्टरांशी चर्चा करून सापडले आहेत. ते प्रश्नोत्तररूपाने देत आहे.

प्रश्न - आरोग्य विषयी वाढती दक्षता शरीरावर जास्त भर देत आहे. लोक उत्तम आहारावर भर देतात. पण त्याबरोबर अतिशय महत्त्वाचे आरोग्याचे परिणाम आपण विसरत आहोत असे तुम्हाला वाटते का?

उत्तर - होय. जरूर! आपण 'शरीर म्हणजे मानव' असेच सूत्र निर्माण केले आहे हे चूक आहे. आपले विचार, भावना आणि अंतर्दृष्टी म्हणजेही आपणच आहोत, जितके आपली हाडे व स्नायू आहेत. आपले सर्व लक्ष शरीरावर केंद्रित झालेले असते. आपण योग्य आहार, भरपूर जीवनसत्त्वे व उपयुक्त व्यायाम करू लागलो आहोत. आरोग्यमय शरीर जीवनाची ध्येये साध्य करण्यासाठी का उपयोगात आणू नये याचा विचारच होत नाही. आपल्याकडे गाडी आहे ती आपण सतत रिपेअर करत राहिलो. पॉलिश करून चकचकीत ठेवली व वापरलीच नाही तर ही गाडी काय कामाची?

आरोग्यमय शरीर ही अशीच गाडी आहे की जी योग्य त्या स्थळी नेते. आरोग्य हे साधन आहे. साध्य नव्हे! त्याच्या साहाय्याने आपण अर्थपूर्ण, समृद्ध जीवन जगू शकू.

आरोग्यमय जीवन

आपल्या म्हणण्याप्रमाणे कोण आरोग्यमय जीवन जगते या प्रश्नाचे उत्तर एका उदाहरणाने देता येईल. एका गृहस्थाला मानेखालील सर्व शरीराला पॅरेलेसिसचा झटका आला होता. पोलादी छातीच्या पिंजऱ्याने तो जगला. त्याला फक्त बोलता येत होते व बोटांची हालचाल करता येत होती. तरीसुद्धा त्याने अर्थपूर्ण, यशस्वी व हेतूपूर्ण जीवन संपादन केले. तो एक मानसशास्त्रज्ञ होता. त्याने Association of Transpersonal Psychology ही संस्था स्थापन केली व Journal of Transperent Psychology हे मासिक चालू केले. त्याच्या दृष्टीने मानसशास्त्र व जागरूकता यांत सुसंगतता मिळविण्याचा हा मार्ग होता. हा माणूस खरोखर आरोग्यमय होता का? हो, माझ्या मते होता.

आरोग्याची जेव्हा आपण व्याख्या करतो तेव्हा असलेल्या शारीरिक सामर्थ्याच्या आपल्या ध्येयसिद्धीसाठी किती उपयोग करून अर्थपूर्ण जीवन जगतो? असा प्रश्न डोळ्यांसमोर उभा राहतो. ज्याची प्रकृती उत्तम आहे पण त्याचा सार्थ उपयोग होत नाही अशा माणसापेक्षा अपंग असूनही खऱ्या अर्थाने जीवन जगतात ते खऱ्या अर्थाने जास्त निरोगी म्हणावे लागतील.

प्रश्न - काही लोक नेहमीच शारीरिक त्रास अनुभवतात व बरे होऊ शकत नाहीत कारण त्यांचे ध्येयच चुकलेले असते की जगण्याची जिद्दच संपलेली असते?

उत्तर - पुष्कळ लोक असाध्य रोगाने पछाडलेले असतात आणि जगण्याची आशा सोडलेली असते पण त्यापेक्षा दुर्धर रोगाने पछाडलेले असूनही खूप आशय ज्यांना सापडला आहे असे रोगी आनंदाने जगतात.

प्रश्न - तुम्हाला काय म्हणायचेय की आजार हे "वरदान" आहे?

उत्तर - प्रसंगवशात त्यातून खूप आशादायक परिणाम दिसतात. पौर्वात्य संस्कृती ज्या प्रकारे आजारपणाकडे पाहते ते खूप मार्गदर्शक ठरेल. आजारपण हे संकट नव्हे. त्यातून जीवनाची नवीन दिशा मिळण्याची संधी असते.

मनन/चिंतनाची वेळ

चिंतन करण्यास वेळ काढणे जरूर आहे पण हे आजच्या धकाधकीच्या जमान्यात फार कठीण होऊन बसले आहे. केव्हा थोडे थांबायचे हे पौर्वात्य संस्कृती बरोबर सांगते. आपल्यापैकी बहुतांश लोक २० वर्षांपूर्वीची मूल्ये गृहीत धरून जगत असतात. त्यांना कालानुसार सुधारण्यास वेळ मिळत नाही. आम्ही स्वत:ला विचारत नाही. आपण त्याच जुन्या-पुराण्या श्रद्धेवर जगत आहोत? नवीन काय महत्त्वाचे आहे? काय घेण्यासारखे आहे? काही गोष्टी सोडून देण्यासारख्या आहेत काय? आजारपण आले म्हणजे नाइलाजाने का होईना आपण या सगळ्याचा विचार करतो सफेद भिंती असलेल्या खोलीत आपणाला ठेवतात. भिंतींकडे बघत आपण पडलेले

असतो. हे आहे पाश्चिमात्य पद्धतीचे ध्यान!

प्रश्न - आपणास असे वाटते का? की ज्या वेळी आपण निरोगी असतो त्या वेळी जर मेडिटेशन केले असते तर आजारी पडणे शक्य नव्हते?

उत्तर - हे सिद्ध करणे अवघड आहे. पण माझ्या मते त्याला फारसे महत्त्व नाही. ज्या वेळी आपण आजारी असतो त्या वेळी जास्तीत जास्त वेळ रचनात्मक विचारांत घालवावा व जेव्हा प्रकृती मूळपदावर येईल त्या वेळी आपण त्याहून उंच पातळीवर जगू शकतो. शिकण्याची विनम्र वृत्ती व हट्ट सोडण्याची Let go! ही वृत्ती आपणाला नवे काहीतरी देऊन जाते.

प्रश्न - दिसायला खूप साधे वाटते पण ज्या वेळी गंभीर आजार होतो त्या वेळी एक अनामिक भीती, एक भयप्रद भावना निर्माण होते. आपण दुःखी होऊन चिंता करू लागतो. जास्तीत जास्त वाईट काय होऊ शकते ते होईल असे समजतो. आजारपणामुळे जे चांगले बदल होऊ शकतात ते स्वीकारण्यासाठी नकारात्मक वृत्ती कशी घालवावी?

उत्तर - चिंता करण्यात जाणारी शक्ती होकारात्मक प्रतिमांकडे वळविली तर खूप फायदा होतो. याला म्हणायचे कल्पनाशक्ती. प्रत्येकाला ती असते व विचार करण्याचा तो एक मोठा मार्ग आहे. जेव्हा आपण नकारात्मक प्रतिमा पाहू लागलो त्याला म्हणायचे 'चिंता'.

मी जर एकाद्या स्त्रीला सांगितले की तुमच्या स्तनामध्ये संशयास्पद गोळा आहे, पुढच्या आठवड्यात आपणाला ऑपरेशन करावे लागेल तर तिच्या मनात भीतिदायक विचारांची शृंखला चालू होईल. शरीराला कल्पना आणि सत्य यांतला फरक कळत नाही. जेव्हा नकारात्मक विचार येतात तेव्हा शरीरात प्रतिक्रिया दिसते. तुमचे हृदय धडधडू लागते. श्वासोच्छ्वासाची गती वाढते. तुम्हाला अक्षरशः घाम फुटतो.

कल्पकतेवर ताबा मिळविणे

प्रत्येक जण कल्पना करतो. मोकाट सुटलेली कल्पना ही बहुतेक वेळा नकारात्मक असते. तुमच्या कल्पनाशक्तीवर ताबा मिळविणे हे रचनात्मक, होकारात्मक व स्फूर्तिदायक ठरेल.

प्रश्न - कल्पनाचित्रण स्फूर्तिदायक, बलदायी कसे ठरू शकते?

उत्तर - व्यथेचे बळी ठरण्यापेक्षा त्यातून वाचणारा ठरणे हे जास्त हितकारक असते. कल्पना करतेवेळी माणूस आपले लक्ष आपल्या सुप्त शक्तीवर ठेवतो. अधिक स्वाभिमान व आत्मविश्वास मिळवून तो संकटातून बाहेर पडतो.

सबुरी (Patience)

आपण खूप उतावळे बनतो. बरे होण्याची क्रिया हळू असते. कळीमधून जसे फूल उमलते तसे. हातोडीचा घाव घालून तिला उमलवू शकत नाही. तरीसुद्धा

रोगावर घणाघात करायची आपणांस घाई असते. झटपट निकाल पाहिजे असतो आपणाला. ज्या वेळी लक्षात घेण्यासारखी सुधारण्याची चिन्हे दिसत नाहीत त्या वेळी आपल्या प्रतिकारशक्तीचा आपणांस संशय येतो. आणि प्रक्रिया झटपट करण्याचा आपण प्रयत्न करतो. पण बरे होण्याची प्रक्रिया सावकाश होणारी असते. कल्पनाचित्रण त्यात मदत करते.

सुप्त आकांक्षा

प्रश्न - प्रत्येक जण एकटाच जगत नसतो. लोकांशी आपला परस्पर संबंध, नवरा-बायको, डॉक्टर्स व मित्र हे आपल्या अनुभवाला आकार देतात. तुमच्या मते का आपण परस्परांच्या आरोग्यावर परिणाम करू शकू? असा महत्त्वाचा मार्ग कोणता?

उत्तर - एकमेकांच्या जबरदस्त कुवतीवर विश्वास ठेवून मी तुमच्याशी पूर्ण विश्वास आहे, तुमच्याजवळ भरपूर ताकद व प्रतिकारशक्ती आहे, असे माझ्या वगण्यातून प्रतीत झाले तर तुम्ही जरी तात्पुरते अशक्त दिसत असला तरीही बरे होण्याचा मार्ग तुम्ही शोधू शकाल अशी स्फूर्ती तुम्हाला मिळते. हा जो विश्वास आकांक्षा निर्माण करतो याचा चांगला किंवा वाईट दोन्ही परिणाम होऊ शकतात.

मी दुसऱ्याविषयी कसा विचार करतो आणि त्याच्याशी कसा वागतो हे अती महत्त्वाचे असते. आपली व दुसऱ्याची जबरदस्त कुवत ओळखता आली पाहिजे.

◆

५१. प्रथम करा रे मन बरे!

रोगमुक्त करणारा किंवा औषधोपचार करणारा यांपैकी कोणालाही विचारा, मन किंवा शरीराला आराम देणाऱ्या तंत्रात कोण अग्रेसर आहे? विचार हे आजाराच्या उपचारावर खूप परिणाम करतात. नकारात्मक विचारांच्या जाळ्यातून सुटून आपण बरे होण्याचा मार्ग शोधू शकतो. अंधारातून प्रकाशाकडे नेण्यास मनच मदत करते. काही डॉक्टर हातात हात मिळवून शेक हॅन्ड करण्यापेक्षा रुग्णास सरळ आलिंगन देतात व पेशंटने स्वत:ला नावाने हाक मारावी असा आग्रह धरतात. त्यामुळे एक प्रकारची आपुलकी निर्माण होते. I belong to you ही भावना निर्माण होते.

पीडायुक्त शरीराच्या रुग्णाला बरे करण्यासाठी त्यानेच त्याला व एकमेकांना मदत करून रोगमुक्त व्हावे ही त्यांची विचारसरणी आहे. मी फक्त तुम्हाला मार्गदर्शन करणार. तुम्हीच स्वत:ला बरे करावयाचे आहे. त्या बाबतीत काही तज्ज्ञांना प्रश्न विचारले असता त्यांनी दिलेली उत्तरे खाली नमूद करीत आहोत.

प्रश्न - मनोवृत्तीची जोपासना (Attitudinal healing) याची तुम्ही काय व्याख्या करता?

उत्तर - आरोग्याची व्याख्या "आंतरिक शांती" व बरे करणे म्हणजे भीती दूर करणे. मनोवृत्ती सुदृढ करावयाची म्हणजे निराशावादी, नकारार्थी भूमिका नाहीशी करून प्रेमाने ती भरून काढावयाची व आनंदाने जगण्याची कला हस्तगत करायची.

प्रश्न - काय तुमच्या मते आम्ही निर्भय झालो, आधिक प्रेमळ झालो म्हणजे आमची प्रकृती सुधारेल असे समजायचे काय?

उत्तर - होय, शरीर स्वस्थ म्हणजे स्थिर मनोवृत्ती! पण आम्ही याकडे दुर्लक्ष करतो व उत्तम आरोग्याचा तो एक परिणाम समजतो. खरे म्हणजे आत्मिक शांतता हाच आरोग्य उत्तम ठेवण्याचा पाया आहे.

प्रश्न - जीवघेणा आजार असेल तर प्रथम त्याला मन:शांतीची गरज असते. असे मानणे कठीण वाटते. बरे होणे व दुखण्यातून पार पडणे यासाठी लोक

तुमच्याकडे धाव घेतात असे नाही का वाटत तुम्हाला?

उत्तर - होय, बरोबर आहे. पण त्यांच्या मनात सगळ्यात वर महत्त्वाच्या जागी असते ती भीती. त्यांची मरणाची भीती. शारीरिक अवस्था काहीही असली तरी आंतरिक शांतता हा तुमचा मुख्य उद्देश असू शकतो. जे काही होणार असेल ते स्वीकारायला तुम्ही शिकू शकता.

प्रश्न - होकारात्मक वृत्ती किंवा आशावादी असण्याला काहीच महत्त्व नाही काय?

उत्तर - हो, जरूर महत्त्व आहे. 'जगात अशक्य असे काहीच नाही.' ही भावना मनात रुजविली पाहिजे. बरे होण्याची तुमची अमर्याद शक्ती आहे. मन बरे करणे ही नैसर्गिक क्रिया आहे. क्षमाशील वृत्ती ठेवून आपण काही गोष्टी 'जाऊ द्या झालं' म्हणून विसरून जायला शिकलो तर आपोआप मानसिक स्वास्थ मिळेल. जे काही होणार असेल त्याला सामोरे जायला तुम्ही तयार होता. आजारातून बरे होण्याची समर्थता व बरे होण्याच्या भावनेला नुसते चिकटून राहणे यांत फरक आहे.

नियंत्रण आणणे

नियंत्रण या शब्दावर विचार केलात तर असे दिसून येईल की भीतीने त्रस्त होऊन व आजारपणाने कंटाळून माणूस काय होतेय याचीच जाणीव विसरतो. याउलट अशा संभ्रमाच्या वेळी जर आपण मानसिक समतोल राखला, भीतीच्या ऐवजी प्रेमाने या गोष्टीकडे पाहू लागलो तर आपण आजारी पडण्याचीच गरज नव्हती असे तुम्हाला वाटू लागेल. जे काही आपण पाहतो व अनुभवतो त्याला आपणच जबाबदार आहोत ही जाणीव झाली पाहिजे.

प्रश्न - आपल्या मनात खोलवर रुजलेली श्रद्धा कशी बदलायची व बरे होण्याची मनोवृत्ती कशी जोपासायची?

उत्तर - भूतपूर्व गैरसमज व भीती तसेच अज्ञात भविष्याची चिंता सोडली पाहिजे. स्वत:वरचा किंवा माता-पित्यांचा किंवा देवावरचा आपल्या डॉक्टरवरचा राग काढून टाकला पाहिजे, की त्यांच्यामुळे तुमच्यावर आजारपणाची आपत्ती कोसळली आहे असे वाटते. या रागावर केंद्रित झालेले लक्ष स्वत:कडे वळवले पाहिजे. सद्य परिस्थितीकडे लक्ष ठेवून, दुसऱ्यांवर प्रेम करून, दुसऱ्यांकडून मदतीची अपेक्षा न करता दुसऱ्यांनाच मदत करून तुम्ही खरी मन:शांती मिळवू शकाल. आपली मनोवृत्ती बदलली की शारीरिक अवस्थाही बदलू लागते.

प्रश्न - चिंता, टोचणी, भीती व नकारात्मक वृत्ती यांत बरीच शक्ती खर्च होते आणि त्यामुळे तुमची बरे होण्याची क्षमता कमी कमी होते. हे खरे आहे काय?

उत्तर - नकारात्मक वृत्तीमधून असमर्थता उद्‌भवते. सर्व आयुष्य काय काय अशक्य आहे याचा विचार करत राहिलात तर जे शक्य आहे तेही हातून होत नाही.

सतत मनाला टोचणी लावून दु:खी राहिलात तर बरे होणे कठीण होऊन बसते. सकस व जीवनसत्त्वांनी भरलेले अन्नग्रहण करण्याइतकेच महत्त्वाचे आहेत विचार. नकारात्मक विचारांवरचा उतारा आहे प्रेम.

मनोवृत्तीतून इलाजाचे उत्तम उदाहरण

प्रश्न - सकारात्मक मनोवृत्तीमुळे बरे झालेल्या दुखण्याचे एकादे उदाहरण द्याल काय?

उत्तर - मला एका आंधळ्या बाईचे उदाहरण आठवते. तिने प्रथम प्रश्न विचारला, "मला माझी दृष्टी परत मिळेल काय?" त्यावर मी उत्तर दिले, "तुम्ही काही वर्षांपूर्वी माझ्याकडे आला असता तर मी नाही म्हटले असते. पण आता मला जे माहिती आहे त्यावरून मला असे वाटते की कोणताही रोग बरा होणे शक्य असते." मग मी तिच्या मनोवृत्तीवर उपचार करायला सुरुवात केली. माणसाची मनोवृत्ती बदलणे हे फार महत्त्वाचे आहे हे पटवून दिले. तपास करता असे अढळून आले की पूर्ण वेळेपूर्वी जन्माला आलेले मूल (Premature baby) ऑक्सिजनच्या पेटीत ठेवण्याची पद्धत पूर्वी प्रचलित होती. त्यामधून उद्भवलेला हा अंधपणा होता. तिला आपले आई-वडील व डॉक्टर दोघांचाही राग होता, जो अंध व्यक्तींना नेहमी असतो. आमच्या कार्यक्रमात भाग घेतल्यावर तिच्या ज्या तक्रारी होत्या त्या विसरून क्षमा करण्याची वृत्ती तिच्यात हळूहळू निर्माण होऊ लागली. त्याचबरोबर तिच्या शारीरिक व मानसिक वृत्तींत बदल घडून आलेला दिसला व सात महिन्यानंतर तिचा दिवसाचा अंधपणा पूर्णपणे नाहीसा झाला.

हे सर्व जादूसारखे वाटेल. महत्त्वाचा मुद्दा असा आहे की परत काही कारणाने तिची दृष्टी गेली तरी ती ते सहज स्वीकारू शकेल. प्रथम ती जेव्हा भेटली त्यापेक्षा ती आज खूप आनंदात आहे. ते केवळ तिला दिसू लागले म्हणून नव्हे पण तिला जीवनाचे मर्म उमगले व दुसऱ्यांना मदत करण्याची तिची इच्छा पूर्ण होऊ लागली. त्यामुळे तिचा आनंद द्विगुणित झाला. लक्षात असू द्या की दृष्टी परत मिळविणे हा एक उद्देश नव्हता. निराशावादी मनाचे उच्चाटन करून, जगण्याची जिद्द निर्माण करून मन:शांती मिळविणे हा मुख्य उद्देश होता.

निराशेकडून आशेकडे

प्रश्न - अधिक प्रेमळ व आशावादी बनण्यासाठी कधी कधी आपणाला खूप परिश्रम करावे लागतात. भयानक आजाराला तोंड द्यावे लागते. असे का?

उत्तर - मला वाटते, आपण मन:शांती मिळवू शकतो यावर तुमचा अगदी मनाच्या गाभ्यातून विश्वास असला पाहिजे. आपली श्रद्धा काम करते हे तुम्हाला जाणवले पाहिजे. दुर्दैवाने, कठीण प्रसंगांमध्येच या जाणिवा जागृत होतात.

प्रश्न - आपली वृत्ती बदलण्यामध्ये खूप परिणामकारक अनुभव आला असे

उदाहरण देऊ शकाल काय?

उत्तर - १९७५ मध्ये मी खूप निराश व उदास झालो होतो. वैयक्तिक अडचणींनी त्रस्त झालो होतो. पत्नीशी घटस्फोट घेतला होता. पाठीचे दुखणे बळावले होते. मद्यपानाची सवय जडली होती. त्याच वेळी माझ्या हाती एक पारमार्थिक बदल घडवून आणणारे पुस्तक आले. मी नास्तिक होतो. धर्मावर माझा विश्वास नव्हता. पण त्या पुस्तकात अशी काही जादू होती की त्याने माझ्या मनाची तार छेडली गेली. जगाकडे बघण्याचा एक वेगळाच दृष्टिकोन मला मिळाला. एक आध्यात्मिक दृष्टी प्राप्त झाली. माझ्या दुःखासाठी सर्व जगाला जबाबदार धरणारी माझी मनोवृत्ती बदलली. रुष्ट असलेला मी एक प्रेमळ माणूस बनलो व दुसऱ्यांना मदत करण्यातून अलौकिक आनंद मिळवू लागलो.

प्रश्न - मनोवृत्ती बदलून त्यातून यशस्वी होण्यासाठी देवावर विश्वास ठेवण्याची, देवाची आराधना, पूजा करण्याची गरज आहे काय?

उत्तर - जराही नाही! मनोवृत्ती बदलण्याची तत्त्वप्रणाली जगन्मान्य आहे. तुम्ही ख्रिश्चन असा, हिंदू, बौद्ध किंवा ज्यू असा, परमार्थ साधू शकता. मनोवृत्ती बदलण्याची प्रक्रिया आत्मिक स्वरूपाची असते. आध्यात्मिकता हा शब्द त्याची गुरुकिल्ली आहे. मन आणि शरीर यांमधील दुवा आहे तो.

प्रेम करा

त्यातच खरी शक्ती दडलेली आहे. एकदा तुम्ही त्याची नाडी पकडली की जागतिक अद्‌भुत शक्तीचा झरा तुम्हाला मिळाल्यासारखा आहे व या शक्तीपुढे अशक्य हा शब्दच तुमच्या शब्दकोशातून अदृश्य होईल.

प्रश्न - तुम्ही चमत्काराला मानता काय?

उत्तर - होय, मानतो. एक उदाहरण देतो. एक लहान मुलगा स्नायूंच्या कमकुवतपणामुळे आजारी असलेला भेटला. त्याचे आई-वडील तो थोडे दिवसांचा सोबती आहे असे मानत होते व खूप नाराज होते. मुलगाही उदास होता. त्याला बरे वाटेल असे काही घडेल का, याचा विचार आम्ही करू लागलो व त्यालाही विचारले. तो तत्काळ म्हणाला, "हेलिकॉप्टरमध्ये बसायला मिळाले तर मला आनंद होईल. व्हील-चेअरवर बसलेला, गर्भगळित झालेला मुलगा स्वतःला पक्षासारखा स्वच्छंदी व मुक्त आनंदात उडण्याची इच्छा धरतोय ही त्याची अपेक्षा योग्य वाटली. पण एका दिवसात हेलिकॉप्टर कुठून आणावयाचे? अवघड होते. पण प्रयत्न जारी ठेवले. एका खाजगी विमान कंपनीला फोन केला व थेट चेअरमनपर्यंत भेटून एक हेलिकॉप्टर मिळविले. विमानतळावर सगळीकडे कुतुहल जागृत झाले. लहान मुलगा, ज्याची विमानात भरारी मारण्याची इच्छा होती, असा लोळागोळा झालेला मुलगा प्रफुल्लित दिसत होता. प्रेमाची शक्ती अजब आहे. अशक्य असे काहीही

नाही. मनाने खंबीर व्हायला पाहिजे.

सुखाची गुरुकिल्ली

सुखाची गुरुकिल्ली कोणती असे विचारल्यास एका शब्दात उत्तर देता येते— क्षमा. दुसऱ्याने आपल्यावर केलेल्या अन्यायासाठी, अपराधासांठी त्याला क्षमा करायची. पण तेवढे पुरेसे नाही. त्याच्याबरोबर स्वत:लाही क्षमा करायला हवी - त्याच्याबद्दल मनात राग, द्वेष, दुरावा बाळगल्याबद्दल. तो वाईट आहे, दुष्ट आहे, अकार्यक्षम आहे असे मनातले विचार काढून टाकले पाहिजेत. त्याच्या व्यक्तिमत्त्वाची एकच बाजू आपल्याला माहीत झाली. पण दुसऱ्या अनेक बाजू त्याला आहेत की ज्या आपण ओळखत नाही हे जाणून त्याला बरे-वाईट ठरवणे, त्याचा न्यायनिवाडा करणे थांबवले पाहिजे. त्याला क्षमा केली पाहिजे. असे केले की आरोग्य सुधारू लागते.

भीती ही आपले आरोग्य बिघडण्याला कारण ठरू शकते. तिच्यावर मात करण्यासाठी वर्तमानात जगायला शिकले पाहिजे. पूर्वी घडलेल्या घटनांचा विचार करून भविष्याविषयी चिंता करणे, भीती बाळगणे सोडून द्यावे.

◆

५२. कॅन्सर (कर्करोग) यावर एक विचार

कर्करोगातून एकदम मुक्तता - एक आश्चर्य!

कॅन्सर किंवा इतर असाध्य रोगातून एकदम बरे होणे हा एक अद्‌भुत घटना आपण मानतो. नशीबाची देणगी समजतो. त्यामध्ये बरे होण्याची एक आंतरिक भावना निर्माण होत असते. जगप्रसिद्ध कॅन्सरतज्ज्ञ सैगल यांच्या मते ही काही आकस्मिक किंवा अद्‌भुत घटना नाही तर ही भावना स्वयंनिर्मित असते. डॉ. सैगल यांचा एक अभिनव प्रयोग आहे. प्रेम, औषधे आणि चमत्कार तसेच शांती, प्रेम व बरे होणे अशा दोन विचारप्रणाली त्यांनी आपल्या संशोधनपर पुस्तकातून मांडल्या आहेत. उत्तम उपाय म्हणून त्यांनी रोग्याची सुप्त मनोवृत्ती, तणाव कमी करून संघर्ष सोडविणे यामुळे आशावादी मनोधारणा होते. आशा व प्रेम यांतून एक प्रकारची प्रतिकारशक्ती निर्माण होते व दुखणे बरे करण्यास मदत करते. आजारपणाची मनोवृत्ती व बरे होण्याची इच्छाशक्ती यांसाठी ते क्लिनिक चालवतात. त्यांना काही प्रश्न विचारले असता त्यांनी दिलेली उत्तरे उद्‌धृत करीत आहोत.

प्रश्न - कॅन्सरसारखा दुर्धर रोग बरा करण्यास मानसिक सामर्थ्य उपयोगी पडते हे तुम्हाला कधी समजले?

उत्तर - माझ्या स्वत:च्या जीवनात आलेल्या दु:खामुळे या शक्तीची अनुभूती मला झाली. सर्जन म्हणून माझे जे कर्तव्य होते, त्यामुळे मी अस्वस्थ व दु:खी झालो होतो. डॉक्टर लोक रुग्णाला स्पर्श करीत नाहीत. पेशंटच्या वैयक्तिक प्रश्नांत ते सहभागी होत नाहीत. लोकांना आलिंगन देऊन आश्वासाने देत नाहीत. पण मी तर हे सर्व करीत असे. डॉक्टर म्हणून स्वत:ला समाधान वाटावे म्हणून मीही वर्क्सशॉपमध्ये जाऊ लागलो. तेथे मला माझे काही रुग्ण भेटले. ते म्हणाले, “तुम्ही चांगले डॉक्टर आहात. तुम्ही आमचे म्हणणे ऐकून घेता. आम्हाला मदत करता. पण तुमच्या भेटी -व्यतिरिक्तच्या वेळात आमच्या आजारपणाशी आम्ही मेळ साधून कसे जगावे?” त्यांचा आजारावर संपूर्ण काबू होता व काहींचा कॅन्सरसारखा जटिल रोग हळूहळू

नाहीसा झाला. ते रोगमुक्त झाले. या गोष्टी मी पूर्वी कधीही पाहिल्या नव्हत्या. त्यामुळे मला ते असंभव वाटत होते.

प्रश्न - हे मान्य करण्यात तुम्हाला काय अडचण होती?

उत्तर - जे बरे होत नाहीत अशाच रोग्यांचा आम्ही इलाज करतो. औषध हे उपयोगी पडेलच असे नाही. जे रुग्ण बरे होतात ते परत येत नाहीत. खरे म्हणजे अशांचाच अभ्यास करणे जरूर असते. असेच एकदा भाषण देत असता एक माणूस आला व त्याने मला त्याचे ओळखपत्र दिले. त्यावर त्याने लिहिले होते, ''दहा वर्षांपूर्वी तुमच्या जोडीदाराने माझ्या वडिलांचे ऑपरेशन केले होते. त्यांना पँक्रियाचा कॅन्सर होता व त्यांचे आयुष्य फक्त सहा महिन्यांचे होते. मला घरी जाऊन घरच्या मंडळींना याची कल्पना द्यायची होती. पण मी तसे केले नाही. कोणालाही काही बोललो नाही. नुकताच त्यांचा ८५ वा वाढदिवस साजरा केला होता. माझी आई अत्यंत आनंदात त्याच्या शेजारी बसली होती.

मी ऑफिसमध्ये जाऊन त्या माणसाची फाइल काढली. निदान करण्यात काही चूक असली तरी हा माणूस दहा वर्षांपूर्वीच स्वर्गवासी व्हायला हवा होता. मी ऑफिसमधल्या प्रत्येकाला सांगितले. ''हे पाहा, आहे की नाही चमत्कार? हा माणूस निवर्तला असे समजलो होतो कारण तो परत आलाच नाही.'' ऑफिसमधला कोणीही त्याच्याकडे जाऊन ''काय राव तुम्ही परत आला का नाहीत?'' असे विचारणारा नव्हता. आपण बरे होण्यासाठी काय केले? कॅन्सर बरा होण्यासाठी काय केले? हे आम्ही त्याला विचारलेच नव्हते.

कर्करोग नाहीसा होतो तेव्हा!

प्रश्न - वैद्यकीय भाषेत अशा केसला काय म्हणतात? रोग बरा कसा होतो?

उत्तर - डॉक्टरांच्या भाषेत याला अपवादात्मक उदाहरण म्हणावे लागेल. एका तज्ज्ञाचा फोन आला की, ''कॅन्सरची रुग्ण रोझी ही पूर्ण बरी झाली आहे. तिचा कॅन्सर पूर्णपणे बरा झाला आहे.'' रोझीला मी ओळखतो. तिला नर्सिंग होममध्ये मृत्यूची प्रतीक्षा करण्यासाठीच पाठवले होते. तिथे तिच्या जरुरीकडे कोणाचे लक्ष नसे. तिला खूप राग आला. तिने बंड करून नर्सिंग होममध्ये खळबळ निर्माण केली. ती रागवून घरी निघून गेली व तिचा कॅन्सर नाहीसा झाला.

दुसरे एक उदाहरण आतड्यांचा कॅन्सर झालेल्या बाईचे आहे. तिने नाना प्रकारचे उपचार केले. केमोथेरपी, रेडिएशन थेरपी, सर्जरी सर्व उपाय झाले पण कॅन्सर थांबेना. तिने हॉस्पिटल सोडले व मुलीच्या घरी राहू लागली. अगदी मरण्याच्या तयारीने! काही महिन्यांनी ती चेक-अपसाठी आली. पाहतो तर कॅन्सर गायब! तिने सांगितले, ''मी शंभर वर्षे जगायचे ठरवले! देवावर भरवसा टाकून सर्व विसरले व आहे ते जीवन मजेत घालवायचे ठरविले.''

प्रश्न - हे एवढे सोपे आहे का?

उत्तर - सोपे नाही हे कबूल! एक तर जीवनशैली बदलली पाहिजे किंवा ऑपरेशनला तयार राहिले पाहिजे. मेजॉरिटी म्हणेल, "ऑपरेशन सोपे आहे. त्यामुळे दु:ख कमी होते."

अपवादात्मक रुग्ण

प्रश्न - तुम्ही वर सांगितली ती अपवादात्मक रुग्णांची उदाहरणे आहेत काय?

उत्तर - साधारणत: १५ ते २० टक्के रुग्ण अपवादात्मक ठरतात. ते आजार स्वीकारून आपली जीवनशैली बदलतात. स्वत:ला बरे करण्यात तेही सहभागी होतात. ते डॉक्टरांशी एकरूप होऊन वैद्यकीय, मानसिक, पारमार्थिक अशा सर्व उपचारांमध्ये सहभागी होतात व बरे होण्यासाठी हर प्रयत्न करायला तयार असतात. जीवनसंघर्षाला तोंड देण्यास तयार होतात. ५० ते ६० टक्के लोक डॉक्टर सांगतील ती उपचार पद्धती स्वीकारतात व स्वत:ला संपूर्णपणे डॉक्टरांना सोपवून देतात. दुसरे २० टक्के लोक मृत्यूला तयार असतात. कारण त्यांचे जीवन संकटात असते. कॅन्सर म्हणजे अंत करण्याचा सोपा मार्ग असे ते समजतात. हे ते आपल्या मित्रांना नातेवाईकांना सांगत नाहीत. त्यांना आपण विचारले, "काय बरे आहे का?" तर "मरण्यासाठी कसून प्रयत्न चालू आहे." असे उत्तर येणार नाही. मी त्यांना खोचकपणे विचारणार, "खरोखरच मरायचेय का?" ते उपचार करायला नाखूश असतात हे मला माहीत आहे म्हणून. त्यांच्यापैकी काहीजण मग कबूल करतात.

प्रश्न - तुम्हाला असे म्हणयाचेय का? की कॅन्सर बरा होण्यासाठी आपली मनोवृत्ती खूपच महत्त्वाची असते?

उत्तर - होय नक्कीच. मी रोग्याला चार प्रश्न विचारतो व त्याची काय धारणा आहे ते ठरवितो. तुम्हाला १०० वर्षे जगायचेय का? तुमच्या दृष्टीने या रोगाचे काय महत्त्व आहे? तुम्हाला आजारी पडण्याचे कारण काय वाटते? तुम्ही आजारी होण्यापूर्वी १/२ वर्षे काय झाले?

पहिल्या प्रश्नाच्या उत्तरावरून तो भविष्याकडे कसा पाहतोय हे ठरविता येते. दुसऱ्यावरून तो आजाराला आव्हान म्हणून स्वीकारतोय का ते समजते. मागची पार्श्वभूमी लक्षात घेता वंशपरंपरागत आजार आहे का ते समजते. तिसऱ्या उत्तरातून आजार हा मानसिक कारणातून उद्भवलेला आहे का ते समजते. प्रेम किंवा शुश्रूषा करण्यासाठी ही हाक आहे की काय? कामातून किंवा जबाबदारीतून सुटका मिळवण्यासाठी तर हे आजारपण नाही ना? चौथ्या उत्तरातून त्याच्या जीवनात घडून आलेला बदल कळतो.

पुष्कळदा हा बदल तणावपूर्ण असतो. तो ताण मनात साठत राहिलेला असतो. तो दुसऱ्यापुढे उघड करण्याऐवजी वरवर आनंदात राहिल्याने या ताणातून दुखणे

उद्‌भवू शकते.

यंत्रणेला चालना देणे

प्रश्न - रोग बरा होण्यास कशामुळे मदत होते ते सांगाल काय?

उत्तर - बाहेरून हसरा चेहरा ठेवणारा पण मनात खंगणारा माणूस स्वतःचे आयुष्य कमी करत असतो. त्याची जीवनयंत्रणा थांबण्याच्या मार्गावर असते. डॉक्टर राऊंड घेताना पेशंटला तुम्ही कसे आहात असे विचारले तर म्हणतात, "छान, उत्तम!" पण ती खरी आनंदी नसतात. पती दुसऱ्या पत्नीबरोबर निघून गेलेला असतो. मुलगा अमली पदार्थांच्या आहारी गेलेला असतो. घराला आग लागलेली असते व तिला कॅन्सर झालेला असतो, तरी म्हणते "(fine) छान!" राग दर्शविण्यात कॅन्सरचे रुग्ण नाखूश असतात. तो आतल्या आत दाबला जातो व त्याचे रूपांतर द्वेषात होते. ज्याचा द्वेष करता त्याला त्रास न होता द्वेष करणाऱ्यालाच त्रास होतो. म्हणून राग न दाबता मोकळा करणे जरूर आहे असे आम्ही रुग्णांना सांगतो. एकत्र झाल्यावर त्यांच्या भावना उघड करण्यात सांगण्यात आले. संघर्ष कमी करून शांती मिळविण्यास शिकविले जाते. ९० टक्के लोकांना शांतता मिळविण्यासाठी ओरडावे लागते. रडावे लागते. काहीही करा पण भावनांचा उद्रेक, उमाळा बाहेर निघून जाऊ द्या. कोणतीही भावना दाबून ठेवल्याने दुसरेच काहीतरी निर्माण होते व आपणाला खूप त्रास होतो.

मन आणि शरीराचा संवाद

प्रश्न - आपली सजीव यंत्रणा काम करत राहावी म्हणून इतर कोणती पावले उचलावीत?

उत्तर - मन व शरीर यांतील दुवा सांधला पाहिजे व नवीन संदेश शरीराला पोहोचविता आले पाहिजेत. हे भावनांमधून व्यक्त करता येते. पेशंटला आम्ही सांगतो, तुम्हाला मरण पत्करायचे असेल तर खुशाल दुःखी राहा. नाही तर प्रेम, स्वीकार आणि क्षमाशील वृत्ती या होकारात्मक गुणांचा अवलंब करा. जगायचे असेल तर हसत राहा व प्रेम करत राहा. त्यामुळे प्रतिकारशक्ती असून शारीरिक स्वास्थ्याला ती टवटवीत करते.

दुसरा मार्ग आहे कल्पनेने मनाला दुःखावर फुंकर घालणारे सांत्वनात्मक संदेश देत राहणे. यासाठी मार्गदर्शक कल्पना सुचविल्या जातात. त्यासाठी तयार ध्वनिफिती मिळत नसतील तर तुम्ही स्वतः टेप करू शकता. कॅन्सरचे जे सेल्स आहेत त्यांना अन्नाचे कण समजा आणि श्वेतरक्ताचे कण हे पक्षी आहेत अशी कल्पना करा. कोंबडीची पिले समजा. डोळे झाकून शांतपणे भोजन करताय असे चित्र उभे करा. श्वेतरक्तबिंदू कॅन्सरच्या सेल्स्‌ना गिळून टाकताहेत अशी कल्पना करा. जितके ते जास्त सेल्स्‌ गिळतील तितके तुम्ही ताकदवान बनताय. अशा रीतीने रोग हा

मानसिक शक्ती वाढवायला मदत करतो.

प्रश्न - अशी ही कल्पनाचित्रे किती वेळा रंगवायची?

उत्तर - शरीरामध्ये अशा प्रकारचे युद्ध सुरू करायला नको वाटते. चढाई करणारे श्वेतकण कॅन्सर सेल्सना भराभर मारून टाकताहेत ही कल्पना शरीर हे युद्धभूमी बनावण्यासारखे आहे म्हणून रुग्ण अंतर्मनातून ही कल्पना करायला तयार नसतात. पण प्रकृती सुधारण्यासाठी हे सगळे करायलाच हवे.

औषधांचा साइड इफेक्ट टाळणे

प्रश्न - रोगावर हल्ला करण्याच्या कल्पनेपेक्षा रोग हळुवारपणे बरा करण्याची कल्पना का मनी धरू नये?

उत्तर - जसे खेळातील एक्स्पर्टस्ना प्रशिक्षण देऊन अधिक कार्यक्षम बनवतात, तशा प्रकारे शरीर रोगप्रतिकारास तयार करण्याचे काम कल्पनाचित्रणाने करावे. एखाद्या खुर्चीत शांतपणे बसून डोळे मिटावे. केमोथेरपी सुरू आहे आणि त्यामुळे कॅन्सर आकसून बारीक बारीक होतो आहे असे दृश्य डोळ्यांसमोर आणावे. या उपचारांमुळे तुम्हाला इतके बरे वाटते आहे की तुम्ही हॉस्पिटलमधून बाहेर पडून फिरताय असे पाहावे. असे वारंवार केल्याने तुमचे शरीर प्रत्यक्ष केमोथेरपीच्या वेळी उपचाराला उत्तम प्रतिसाद देईल. हा निर्णय तुमचा तुम्ही घेतला पाहिजे तरच त्याचा परिणाम दिसून येईल.

तुम्ही अशा डॉक्टरला भेटा की जे तुमचे नीट ऐकून घेतील व तुमच्या मदतीस उभे राहतील. मोकळेपणाने सर्व गोष्टी बोला व तुम्हाला अनुकूल वाटेल ती उपचार पद्धती स्वीकारा.

प्रश्न - बरेच डॉक्टर्स समूह उपचार पद्धतीला बरे होण्यासाठी महत्त्व देतात असे तुम्हाला वाटते का?

उत्तर - काही पेशन्टस् डॉक्टरांना अगदी शरण जात. ते सांगतील ती उपचार पद्धती स्वीकारतात. कोणतीही औषधे घ्यायला तयार असतात. काही डॉक्टर्स सुद्धा आपण सांगू तेच प्रमाण या वृत्तीने वागतात ते बरोबर नाही. आपण लोकांच्या जीवनाशी खेळतो आहोत हे ते विसरतात. तुम्ही जराही न घाबरता मनातील शंका डॉक्टरांना विचारल्या पाहिजेत.

प्रश्न - तुमचे डॉक्टर तुम्हाला बरे करण्यात समर्थ आहेत ही दृढ भावना रोग बरे करण्यात मदतरूप ठरते असे तुम्हाला वाटत नाही काय?

उत्तर - होय, नक्कीच उपयोगी ठरते. डॉक्टरवरील विश्वास व खात्री हे नक्कीच रोगमुक्तीस मदत करतात. डॉक्टरांना आडनावाने हाक न मारता त्यांच्या पहिल्या नावाने हाक मारावी, आलिंगन द्यावे व वैयक्तिक संबंध जिव्हाळ्याचे करावेत.

नियंत्रण व आशा

प्रश्न - रुग्ण बरे होण्यात डॉक्टरांचा सिंहाचा वाटा असतो असे म्हणतात ते का?

उत्तर - डॉक्टर दोन प्रकारे पेशंटला मदत करत असतात. एक तर उपचारावर त्याची पूर्ण श्रद्धा निर्माण करणे व दुसरे त्याला आशावादी बनविणे. आपण संपूर्ण बरे होऊ ही भावना जागृत करणे हे डॉक्टरांचे काम असते. खोटी आशा दाखवू नये. पण डॉक्टरांना खात्री असेल तर "तुम्ही नक्की बरे व्हाल" असे सतत सांगत राहिल्यानेही रुग्णाचे मानसिक सामर्थ्य वाढत जाते. कोणतेही डॉक्टर रोग किती दिवसांत बरा होईल हे नक्की सांगू शकणार नाही.

आशा ही जादूसारखे काम करते. प्रतिकारशक्ती वाढते. १९५७ साली एक किस्सा पेपरमध्ये प्रसिद्ध झाला होता. एका रुग्णाला क्रेबिऑझोन नावाचे प्रायोगिक स्तरावर असलेले औषध देण्यात आले होते. ते अतिशय उत्तम औषध आहे असा विश्वास त्या कॅन्सर पेशंटचा होता. त्यामुळे त्याचा कॅन्सर नाहीसा झाला. काही दिवसांनी वर्तमानपत्रात बातमी आली की हे औषध एवढे काही परिणामकारक नाही. ते वाचून त्याचा कॅन्सर परत डोके वर काढू लागला. त्याच्या डॉक्टरांनी त्याला सांगितले की क्रेबिऑझोनच्या सुधारित आवृत्तीचे डोस ते त्याला देत आहेत. अक्षरश: त्याला दर आठवड्याला पाण्याचे इंजेक्शन देण्यात येई. तरीसुद्धा त्याचा कॅन्सर बरा झाला. नंतर औषध नियंत्रण बोर्डाने (FDA) हे औषध परिणामकारक नसल्याने त्याचे उत्पादन बंद करण्याच्या सूचना दिल्या असल्याचे वर्तमानपत्रात प्रसिद्ध केले व ते वाचून तीनच दिवसांत तो रोगी मरण पावला. पेशंट कितीही सिरियस असू द्या, त्याला आशा देणे हे डॉक्टरांचे काम असते. मनाची ठेवण मजबूत असणे याला फार महत्त्व आहे. प्रत्येक रुग्णाने आजचा दिवस हा आपला शेवटचा दिवस आहे असे समजून आनंदाने राहावे. मन:शांती ढळू देऊ नये. दुसऱ्या दिवशी सकाळी तुम्हाला खूप बरे वाटेल. आला क्षण आपला करा.

कॅन्सर पेशंटचे डॉक्टरांना विनंतीपत्र (Bill of Rights)

प्रिय डॉक्टर साहेब,

मला काय झालेले नाही ते मला सांगू नका. मला कॅन्सर आहे का हे जाणण्यासाठी मी तुमच्याकडे आलो हे आपल्याला दोघांनाही माहीत आहे. मला हे माहीत पडले तर मला कशाशी लढा द्यायचा हे ठरविता येईल. मग घाबरण्याची जरूर नाही. तुम्ही जर सत्य लपविले तर तुम्ही माझा स्वत:ला मदत करण्याचा हक्क हिरावून घ्याल. तुम्ही मला कॅन्सर आहे असे सांगू का असे विचाराल तर ते मला फसविल्यासारखे होईल. न सांगण्यात तुम्हाला बरे वाटेल पण माझी ही फसवणूक होतेय याचेच मला दु:ख होईल. मी किती वर्षे जगेन हे तुम्ही सांगायची

गरज नाही. मीच ते ठरविणार आहे. हा रोग का झाला हे मला व माझ्या कुटुंबीयांना समजावून सांगा. आम्हाला सुखाने जगायला शिकवा. माझ्या शरीराच्या गरजा व माझे सकस अन्न यांविषयी माहिती द्या. या ज्ञानाचा योग्य उपयोग करून शरीर व मन कसे सुदृढ करायचे ते शिकवा. माझी व तुमची शक्ती एक करून मला बरे व्हायचे आहे. तुमचे व माझे प्रयत्न एकवटून मला खूप दिवस जगायचे आहे.

डॉ. साहेब तुमचे निराशात्मक विचार, तुमची भीती आणि तुमचा स्वाभिमान यांचा माझ्या प्रकृतीवर परिणाम होऊ देऊ नका. तुमच्या अपेक्षेपेक्षा जास्त यशस्वी होण्याची मला संधी द्या.

तुमची उपचारपद्धती व विश्वास यांच्याशी संपूर्ण सहकार करण्याची मला शिकवण द्या. कॅन्सर म्हणजे मृत्यू, क्लेश किंवा इतर अज्ञात भीती हा माझा समज आहे हे लक्षात ठेवा. मला दुसरी उपचारपद्धती आवडत असेल तर ती मान्य करा. रागावून मला सोडून देऊ नका. मी खूप आजारी पडले व तुमच्या उपचारपद्धतीची गरज भासली तर ती स्वीकारण्यास मदतरूप व्हा.

माझ्या अडचणींशी सहकार्य करायला मला व माझ्या कुटुंबीयांना शिकवा. तुमच्या प्रश्नांचा शांतपणे विचार करा व मला जरूर पडेल तेव्हा मार्गदर्शन करा. मी मोकळेपणाने तुम्हाला प्रश्न विचारू शकते. यामुळेच मी खूप दिवस जगेन. अर्थपूर्ण आयुष्य कंठीन. नवीन यश मिळविण्यासाठी मला आयुष्यभर तुमची गरज आहे.

◆

५३. जीवनेच्छा

जगण्याची महेच्छा ही सर्वांत शक्तिमान प्रेरणा आहे. ज्यामुळे माणूस सतत प्रयत्नशील असतो. चांगले व रोगमुक्त आरोग्य यांमधला हा महत्त्वाचा घटक आहे. अंतरीची ज्योत तेवत ठेवण्यासाठी भावना, प्रवृत्ती आणि वर्तणूक हे महत्त्वाचे घटक आहेत. ती सतत प्रज्वलित कशी ठेवायची आणि जर ती फडफडून विझण्याच्या तयारीत असेल तर तिला जागृत कशी ठेवायची हे माहीत करून घेण्यासाठी शरीर व मन परस्परसंबंध समजून घेणे अत्यावश्यक असते. ज्येष्ठ मनोवैज्ञानिकांच्या बरोबर चर्चा करताना काही प्रश्न विचारून जी उत्तरे मिळाली ती येथे उद्धृत केली आहेत.

प्रश्न - जेव्हा आपण तक्रार घेऊन डॉक्टरकडे जातो आणि ते म्हणतात, "हे सगळे तुमच्या मनात आहे" याचा अर्थ काय?

उत्तर - हे सगळे मनाचे खेळ आहेत. काहीतरी डोक्यात घुसलेले आहे. काल्पनिक आहे असे दर्शविण्यासाठी सगळे तुमच्या मनात आहे असे म्हणण्याची पद्धती होती. पण आता हळूहळू असे लक्षात आले आहे की सर्व दुखणी मनो-कायिक स्वरूपाची असतात. शरीर आणि मन दोन्ही ज्यात गुंतलेली असतात.

प्रश्न - मन कोणाला कसे आजारी पाडू शकेल?

उत्तर - कोणत्याही वेळी आपल्या आरोग्यावर परिणाम करणारे अनेक घटक असतात. यांमध्ये खाद्यपदार्थ, व्यायाम, ताण-तणाव, लैंगिक समस्या, मानसिक घटक यांचा समावेश असतो किंवा वैद्यकीय घटक, जसे की दुखापत किंवा संसर्गजन्य व्याधी यांमुळे प्रकृतीवर परिणाम होतो.

आपणांपैकी बहुतेकांना मानसिक तणावांना तोंड द्यावे लागते. बराच काळ मनावर असलेला मानसिक दबाव, त्यातच काही तणाव निर्माण करणारी घटना घडते व तुम्ही आजारी पडता. एकदम तुमचा रक्तदाब वाढतो व तुम्हाला दवाखान्यात जावे लागते. उच्च रक्तदाबाने चक्कर येऊ लागते. डोकेदुखी उद्भवते व इतरही

कठीण परिस्थिती निर्माण होते.

प्रश्न - आपण आपल्या अपयशाचे धनी होऊ शकतो का?

उत्तर - नक्कीच आणि यशाचेही. तुम्ही वास्तवाकडे कशा प्रकारे बघता, त्याचा स्वीकार कसा करता यावर तुमचे आरोग्य किंवा अनारोग्य हे अवलंबून असते.

प्रश्न - अन्न आणि व्यायाम यांचे काय संबंध असतात?

उत्तर - कर्बोदके व साखर यांचे प्रमाण खूप कमी ठेवावे. तंतुमय अन्नपदार्थ, ताजी फळे आणि कच्च्या भाज्या यांचा आहारात समावेश असावा. मांसाहार कमी करून अंडी, मासे, कडधान्ये, प्रोटिनयुक्त पदार्थ व कमी शिजविलेले पदार्थ खावेत. पेय पदार्थांचे प्रमाण वाढवावे.

प्रश्न - जगण्याची महेच्छा कशी वाढविता येईल?

उत्तर - मन शांत करून आपल्या आयुष्याकडे वळून बघण्यापासून सुरुवात करावी. ते तुम्हाला हवे तसे आहे का? नसल्यास ते कसे बदलायचे? डोळ्यांसमोर काहीतरी ध्येय जगण्याच्या इच्छेच्या दृष्टीने महत्त्वाचे असते. जगण्याची आकांक्षा म्हणजे सतत मग्न राहून उद्योग करणे. आपल्यापेक्षा श्रेष्ठ कोणीतरी आहे ही भावना सतत बाळगणे. धर्माचा पगडा पाहिजे असे नाही पण आपल्यापेक्षा उच्चतर शक्तीवर, परमेश्वरावर श्रद्धा असावी.

प्रश्न - अधूनमधून एखाद्या ठिकाणी, एखाद्या तलावाकाठी निवांत बसून राहणे कितपत योग्य ठरेल? त्याचा काही उपयोग आहे का?

उत्तर - नक्कीच आहे. अधूनमधून अशी विश्रांती घ्यावी. त्यातच खरी गंमत आहे. सकाळी लवकर उठून थोडे काम करावे व मग सूर्यस्नान घ्यावे. आपण रिकामा वेळ मिळूच नये असे मानतो पण शरीराला श्रम केल्यावर विश्रांतीची गरज असते.

प्रश्न - विश्रांती म्हणजे वेळेचा अपव्यय ही समजूत कशी काढून टाकावी?

उत्तर - स्वत:च्या संवेदनांची सतत जाणीव ठेवावी. खाण्यापिण्याच्या, विश्रांतीच्या, काम करण्याच्या किंवा व्यायामाच्या सवयी बदलल्या म्हणजे कसे वाटते? अशा वेळी आपण आपलेच परीक्षक व्हावे व काय योग्य व अनुकूल पडते ते ठरवावे.

भावनाशील बना. आपल्या आहारात किंवा व्यायामाच्या सवयीत फेरबदल केल्यावर कसे वाटते हे तुम्हीच स्वत:ला विचारा. त्याचा आरोग्यावर काय परिणाम होतो ते पाहा.

◆

५४. मनातील वेदनाशामक

एक ५२ वर्षांचा हृदयरोगतज्ज्ञ होता. त्याच्या पाठीत सतत दुखत असे. त्याने रेक्टल कॅन्सरची ट्रीटमेंट घेतली. तेव्हापासून हे दुखणे सुरू होते. असह्य अशा वेदना होत असत. त्याने तीनपैकी एक इलाज करायचे ठरवले. पहिला मनोरुग्णांवर उपचार करणाऱ्या संस्थेशी स्वेच्छेने संलग्न होणे. दुसरा योग्य औषधोपचार व तिसरा आत्महत्या!

दु:ख सहन होईना तेव्हा त्याने मानसशास्त्रज्ञांच्या दु:खनिवारण संस्थेशी संधान साधले. त्याचा सर्व पूर्ववृत्तांत ऐकून मानसशास्त्रज्ञांच्या लक्षात आले की त्याने आधीच्या एका बैठकीत असे म्हटले होते की आपल्या पाठीच्या कण्यावर कुत्रा चावतोय असा त्याला भास होई. तज्ज्ञांनी त्याला कुत्र्याच्या त्याच्या मनातल्या प्रतिमेशी संपर्क साधण्याचा सल्ला दिला. कुत्र्याशी बोलायला सांगितले. "तो कणा का चघळतो?" असे विचारायला सांगितले. त्याला ही कल्पना पसंत पडली नाही. पण खूप दुखत होते. म्हणून एक प्रयोग करून पाहूया म्हणून त्याने ठरविले. मानसिक व शारीरिकरीत्या शिथिल होऊन मनातल्या मनात त्याने कुत्र्याच्या पुढे आपले मन मोकळे करायला सुरुवात केली व कुत्राही बोलू लागला. कुत्रा म्हणाला, "तुला खरे पाहता डॉक्टर होणे आवडत नव्हते. तुला आर्किटेक्ट व्हायचे होते. पण आईच्या आग्रहास्तव तू मेडिकल पूर्ण केले. यातून कॅन्सरची सुरुवात झाली व पाठीचे दुखणे चालू झाले." कुत्र्याने त्याला हेही सांगितले की, "तू चांगला डॉक्टर आहेस. तू जे काही करतोस ते किती चांगले आहे हे ध्यानात घे. जेव्हा तू हे पटवून घेशील व स्वत:चा आहे तसा स्वीकार करशील तेव्हा मी तुझ्या पाठीला चावायचे सोडून देईन." मनातल्या या विचाराची जाणीव झाल्यावर आपोआप दुखणे कमी झाले. सततच्या दुखण्यावर हा एक आधुनिक अभिनव प्रयोग म्हणता येईल. तुमचे जे दुखणे आहे त्यावर मनातल्या प्राण्याचा संपर्क साधायला सांगणाऱ्या डॉक्टरविषयी तुम्हाला काय वाटेल? स्वत:शीच बोलणे ही जरा नवीन संकल्पना आहे. सर्व उपाय

करून थकल्यावर हा उपाय आशीर्वादरूप म्हणायचा.

काही डॉक्टर वेदनाशामक गोळ्यांच्या विरुद्ध आहेत. त्यांच्या मते दुखणे ही काहीतरी चूक असल्याची सूचना आहे. शत्रू समजून त्याला दाबून टाकणे चुकीचे आहे. दुखण्याचे मूळ शोधेपर्यंत दुःखावर ताबा मिळविण्याची कल्पनाचित्रण ही सुखाची गुरुकिल्ली आहे. शरीरात जे एन्डॉर्फिन नावाचे नैसर्गिक वेदनाशामक असते. हा स्रवणारा द्रव नार्कोटिकसारखा परिणाम करते. शरीराशी संवाद साधून आपण एन्डॉर्फिनचे स्रावण ताब्यात घेऊ शकतो. औषधांनी वेदन कमी करण्यापेक्षा आत्मसंवाद स्वयंचलित मज्जातंतूंशी संपर्क साधतो व त्यामुळे हृदयस्पंदने व पचनक्रिया यांवर नियंत्रण राहते.

आपली मज्जा-संस्था आपल्या सुप्त मनाशी संलग्न असते. या सुप्त मनाला कल्पनाशक्तीचीच भाषा फक्त कळते. जागृत मनाने संचालित शरीराच्या भागावर आपण सूचना देऊन ताबा मिळवू शकतो. ''हाता, आकाशापर्यंत पोच! जिभे, बाहेर निघ'' अशा सूचना देऊ शकतो. सुप्त मनाला ही भाषा परकी असते. त्याच्याशी बोलायला आपणाला नवीन भाषा वापरावी लागते. ही कल्पनेची, चिन्हाची भाषा अनोळखी असते. दूरच्या प्रदेशात बोलली जाणारी वाटते. उदा. तोंडाला सांगा, ''लाळ सोड.'' सुटेल का? अजून स्पष्ट सांगा व ताजे रसरशीत लिंबू समोर आहे अशी कल्पना करा. कापल्याबरोबर उडणारा रस पाहा. लहान तुकडा घेऊन चघळा. त्याचा आंबटपणा, ओलावा अनुभवा. सुटले का तोंडाला पाणी!

सतत सरावाने अशा प्रकारची कल्पनाशक्ती, असे कल्पनाचित्रण दुखणे कमी करण्यावर इलाज म्हणून वापरा. संधिवातापासून अँजायनापर्यंत सर्व दुखण्यांवर हे तंत्र प्रभावी ठरले आहे.

अभूतपूर्व कार्य Placebo effect

याचे वर्णन असे करतात. ''सर्व वैद्यकीय इलाजांमधील एक उल्लेखनीय इलाज.'' तुम्ही साखरेची गोळी किंवा मिठाच्या पाण्याचे इंजेक्शन द्या आणि सांगा, ''खूप गुणकारी औषध आहे.'' एक तृतीयांश रुग्ण बरे होतात. रुग्णाचा विश्वास हाच काम करतो. बरे होण्याची कल्पनाच काम करते.

शरीराला स्वतःहून बरे करण्याचे मनाचे सामर्थ्य मोठे असते. योग्य त्या सूचना देणे हे इतके उपयुक्त असते की भारी औषधाचाही परिणाम उलट होऊ शकतो. एका गरोदर बाईला नॉशियासाठी Ipecac हे उलटी करवणारे औषध दिले व बरे वाटेल असे सांगितले. काही मिनिटांत तिचा नॉशिया नाहीसा झाला. ज्यावर तुम्ही पूर्ण श्रद्धा ठेवाल ते औषध गुणकारी ठरेल.

आपणांस हवे तेव्हा ही Placebo effect ची गोळी घेऊ शकत नाही. नाही तर डॉक्टर, औषधे, दवाखाने या सगळ्यांची गरज संपेल. पण शक्ती आहे हे खरे.

जेव्हा पाहिजे तेव्हा ती योग्य तंत्राने निर्माण करून वापरावी लागते असे तज्ज्ञांचे मत आहे. Placebo परिणामात एन्डॉर्फिन्स खूप महत्त्वाची कामगिरी बजावतात.

मनसोक्त शिथिलता (Deep relaxation) ही दु:खनिवारण करण्याच्या संकल्पनेची मुख्य पायरी आहे. मन व शरीर हलके होते. त्या वेळी अनेक वैज्ञानिक घटना घडतात. एन्डॉर्फिन्स निर्माण करण्याची शक्तीही वाढते. आपण आपले शरीर पूर्णपणे बरे होण्याच्या कामास लावतो.

◆

५५. दुसऱ्यांना मदत करणारे स्वतःला बरे करतात

आपणांपैकी प्रत्येकाला रुग्णाची सेवा करावी लागते. आपण जास्तीत जास्त काय मदत करू शकतो? रुग्णाला हवे असते "बिनशर्त होकारात्मक आश्वासन." रुग्णाच्या जोडीदाराने आजार काहीही असो, त्याला उत्तेजन व धीर देऊन बरे करण्याचे धैर्य द्यायला हवे. जरूर असलेली जवळीक दाखवायला हवी.

पती ज्या वेळी आपल्या दुखण्याविषयी बोलायचे टाळतो त्या वेळी वार्तालाप कमी होतो. पुरुष मनाने कणखर असावा, त्याने आपले दुःख मनात ठेवावे असे सर्वसाधारणपणे समजले जाते. स्त्रिया मनाने हळव्या असतात. त्या आपले दुःख सांगतात.

ज्या वेळी जबाबदारीत बदल होतो त्या वेळी माणूस नेहमी असहाय होतो. नेहमी कुटुंबाची काळजी घेणारी पत्नी आजारी पडली व स्वयंपाक करून घालणे पुरुषावर पडले तर ते अस्वस्थ होतात. नेहमी आर्थिक जबाबदारी घेणारा पुरुष आजारी पडला तर स्त्री या जबाबदाऱ्या उचलते. पण नंतर नवरा बरा झाला तरी त्या सोडायला तयार नसते. साधारणतः हृदयविकाराचे रुग्ण लैंगिक संबंध टाळायचा प्रयत्न करतात. कारण हृदयावर त्यामुळे दबाव येईल अशी भीती त्यांना वाटते. लैंगिक सुखामुळे येणारा थकवा हृदयस्पंदने ११५ ते १२० प्रति मिनिट एवढी वाढल्याने येतो पण हृदय-विकारातून बरा झालेला माणूस तेवढी स्पंदने सहज सहन करू शकतो. पत्नीला आजारातून बरे करण्याची शुश्रूषा फार मदतरूप ठरते. पति-पत्नीचे संबंध दृढ करण्याचे कामी उपयोगी ठरते.

आजारातून माणूस शहाणा होतो. प्रत्येक वेळी तुम्हाला कठीण प्रसंग आला की तुम्ही वरच्या पातळीवर चढण्याची संधी मिळवता. काही लोक या संधीचा फायदा घेऊन आपले जीवन सुधारतात.

"आलेला प्रत्येक दिवस आपण मजेत घालवूया" असे प्रत्येक जोडपे ठरवेल तर सुखाला पारावार राहणार नाही.

जीवनामध्ये काहीही नकारात्मक असत नाही. निराश होण्याचे कारण नाही.

आपण त्याकडे कसे पाहतो यावर सर्व अवलंबून असते. प्रत्येक गोष्टीकडे संकट किंवा आव्हान म्हणून दोन्ही बाजूंनी पाहू शकता. आव्हान स्वीकारून तुम्ही यशस्वी झालात तर सुखी होता.

◆

विभाग अकरावा

मन व शरीर यांचे नाते

५६. स्वतः होऊन बरे होण्यासाठी व्यवहार्य सूचना

असे आढळून आले आहे की शारीरिक तक्रारींपैकी ९० टक्के तक्रारींचे मूळ मानसिक अवस्थेत असते. ही थोडी अतिशयोक्ती वाटेल पण वास्तविक सत्य आहे. प्रत्येक आजार आपल्या मनोभावनेवर अवलंबून असतो. प्रत्येक विकार मन:शक्तीच्या बळावर संपूर्ण बरा होईलच असे नाही. मनासारखे हळुवार औषध दुसरे नाही. मार्गदर्शक कल्पकता, स्वमोहिनी किंवा संमोहन (self hypnosis) बायोफीडबॅक व ॲक्युप्रेशर या तंत्रांद्वारे आपण अक्षरश: मेंदूला संदेश देऊ शकतो, त्या संदेशाचे तेथे बायोकेमिस्ट्री मध्ये रूपांतर होते. हीच आहे शरीराची परिभाषा.

मन व शरीराचा शोध घेणे यातून अनेक दुखण्यांचे उगमस्थान सापडते व त्यातून बरे होण्याचे व्यावहारिक उपाय माहीत पडतात.

अपघातांचे मुख्य कारण मानसिक तणाव (strees). ज्या वेळी मनावर बोझा असतो त्या वेळी अपघात होण्याचा संभव जास्त असतो. ज्या वेळी माणसाला काही अडचणी असतात, लग्न, मुले, आर्थिक समस्या किंवा इतर आजार, अशा वेळी माणूस १०० टक्के सावध राहू शकत नाही. अगोदरच तो संकटांनी वेढलेला असतो. अशा वेळी त्याला प्रसंगावधान ठेवून वागणे जमत नाही व त्यातून अपघात होतात. तणावपूर्ण किंवा त्रस्त मानसिक अवस्था अपघातास कारणीभूत असते.

ॲलर्जी किंवा दमा

दम्याचा विकार हाही भावनांशी संलग्न असतो. मानसिकतेच्या अभ्यासावरून असा अंदाज आहे की दम्याचे रोगी सुप्त परावलंबनाच्या इच्छा (unconscious dependency wishes) मनात ठेवतात व अतृप्त इच्छांमधून निराशा निर्माण होते व दम्याचा विकार जडतो. ॲलर्जी किंवा दमा असलेल्या रुग्णाचे IgE वाढलेले असते. तणावामुळे हे प्रमाण वाढू शकते. यातून ॲलर्जी जन्म घेते. ताण, भावना व ॲलर्जी यांचा परस्परसंबंध सर्वांना मान्य आहे. तणाव निर्माण झाला की प्रतिकारशक्ती क्षीण होते व त्यामुळे तुम्ही अन्न किंवा औषधे यांना सहजपणे

प्रतिक्रिया देता. गहू, धूळ, किंवा पुष्पपराग अशा पदार्थांनाही प्रतिक्रिया म्हणून IgE (Immunogloblulin) शरीरात लगेच निर्माण होऊ लागते. हे प्रतिकारक नाकामधील सेल्समध्ये चिकटून राहतात किंवा घसा, फुप्फुस, जठर किंवा लहान आतडे यांत सरकतात आणि ॲलर्जी निर्माण होते.

तणावग्रस्त कालात प्रतिकारशक्ती क्षीण होते. त्यामुळेच तुम्ही अन्न, औषधे यांना त्वरित प्रतिसाद देता. ताण कमी करण्याचा एक उपाय म्हणजे (Imagery) किंवा कल्पनाचित्रण. आपण पूर्ण सुरक्षित आहोत ही भावना जागृत केली म्हणजे मेंदूकडून शरीराला सूचना जाते व आपण बळकट अवस्थेत राहतो. शिथिलीकरणासाठी कोणता मार्ग स्वीकारता हे महत्त्वाचे नाही पण त्याचा उपयोग झाला पाहिजे. सगळ्यांचे ध्येय तणाव कमी करणे हेच असते.

इच्छाशक्तीच्या बळावर ॲलर्जी घालविणे

लहानपणापासून अनेक प्रकारच्या पदार्थांची ॲलर्जी असलेल्या एका तरुणाचे उदाहरण पाहण्यासारखे आहे. तो ही प्रतिक्रिया दाबून टाकण्यास शिकला. ॲलर्जी सुरू असे वाटताच तो स्वत:ला ''काही झाले तरी मी ही ॲलर्जी होऊ देणार नाही'' असे सतत बजावतो. त्याला त्याने ''Willing the allergy away'' असे नाव दिले. तो यशस्वी झाला. जसे मन शरीरावर परिणाम करते तसे शरीरही मनावर परिणाम करते. मानसिक बळावर तुम्ही ॲलर्जी निर्माण करणाऱ्या हिस्टॅमाइन व इतर रसायनांवर ताबा मिळवू शकता. स्वत:वर किती नियंत्रण आहे हे महत्त्वाचे आहे. ताण कमी केला तर हे शक्य होते. नियंत्रित व्यायाम हेही तणाव कमी करण्याचे एक साधन आहे. थोडे नियमितपणे चालणे हेही उपयोगी पडते.

दम्याच्या रुग्णांसाठी उपयुक्त माहिती

जेव्हा दम्याची उबळ येते तेव्हा पुरेसा श्वास घेऊ न शकल्यामुळे दमछाक होते. औषधामुळे यातून दिलासा मिळतो. Progressive Relaxation द्वारे ही दमछाक कमी करता येते. स्व-संमोहनाचाही उपयोग होतो असे दिसून आले आहे.

अँजायना (Angina)

काही तणावपूर्ण अवस्थेत Adrenal gland एपिनेफ्रिन नावाचा स्राव घडवून आणते. या द्रवामुळे "Fight or flight" असा response मिळतो. त्यामुळे हृदयस्पंदने व रक्तदाब यांत वाढ होते व हृदयावर बोजा पडतो. यालाच पेटका, झटका म्हणतात. अशा वेळी रक्तवाहिनी बंद होण्याची खूप शक्यता असते व त्यामुळे दुखू लागते.

आशावादी दृष्टिकोन

मला काहीही होत नाही ही भावना बाळगणारे रुग्ण आपल्या आजाराच्या बातमीने घाबरून जात नाहीत आणि दक्षता विभागात राहूनही हसत राहणारे व

सुचवले जाणारे सर्व उपाय करूनही ते भयंकर आजारी आहेत हे मान्य करीत नाहीत. ते लवकर बरे होऊ शकतात. आजारी आहेत हे मान्य करीत नाहीत. आजार नाकारणारे रुग्ण धोक्याशी खेळत असतात. जीवनाकडे बिनधास्तपणे पाहात आनंदाने जगत असतात. ते याचा अतिरेक करीत नाहीत ना यावर मात्र लक्ष ठेवावे लागते. दुखण्याने घाबरून जाणाऱ्यांचे दुखण्याचे स्वरूप सौम्य करून सांगितले जाते.

संधिवात

संधिवाताच्या रुग्णांना खूप आंतरिक त्रास होतो. खूप उदास वाटते. स्वत:विषयी दया येते. हे लोक दुसऱ्यांशी खूप चांगले वागतात. भावनात्मक दयादृष्टी दाखवलेली त्यांना आवडत नाही. दु:ख दडवून ठेवतात. ते रागावत नाहीत. दीर्घकालापर्यंत तणाव व वैताग या प्रवृत्तींना तोंड द्यावे लागते. पण त्यांना विचारले तर म्हणतील, ''सर्व काही छान आहे.'' पण आतल्या आत ते धुमसत असतात. त्यामुळे राग त्यांना खाऊन टाकतो. यामध्ये तणाव हे मुख्य कारण असते. ज्यांची घरे लहानपणी उद्ध्वस्त झाली अशांचे प्रमाण यात जास्त असते. आई किंवा वडील यांचा घटस्फोट किंवा मृत्यू यांमुळे मुले या रोगाला बळी पडतात. हेच प्रौढांच्या बाबतीतही घडते. भावनात्मक संघर्षामुळे हे दुखणे सुरू होते. व मानसिक ताण येऊन ते वाढते. आव्हानात्मक काम म्हणजे डोक्याला खुराक! मग ताण, हताशा यांमुळे (frustration) रोगाला आमंत्रण दिले जाते. दु:ख कमी करायला शरीरसुख मदत करू शकते. विषयसुखाने ताण कमी होतो.

पाठीचे दुखणे (Back Pain)

स्नायू खेचले जाण्याने (Pulled muscles) किंवा मणका सरकणे (slipped disc) किंवा इतर यांत्रिक बिघाड यांमुळे हे दुखणे सुरू होते. ९५ टक्के मानसिकतेमुळे उद्‌भवते. भावनात्मक ताण-तणाव आला की पाठीचे दुखणे सुरू होते. पाठीचे स्नायु ताणले जातात. जास्त वेळ स्नायू ताणले गेले तर पाठ दुखू लागते या काळात इजा होण्याची किंवा अकस्मात होण्याची शक्यता असते. आंतरिक संघर्षाला तोंड देत असता बेसावध मनामुळे पाठीचे दुखणे उद्‌भवू शकते. तुम्हाला असे वाटते ''माझी पाठ मोडणार''. मानेत दुखणे आहे असा भास होतो.

बायोफीडबॅक थिअरीमुळे स्नायू शिथिल होतात व दुखणे कमी होते. तणाव ध्यानी आला की relarx होण्याचे उपाय चालू करावेत.

दुसरी एक पद्धत आहे. ती म्हणजे Electrical ompulses पाठीच्या स्नायूमध्ये मॉनिटर करणे. यासाठी Electromyographic device नावाचे स्पेशल मशीन येते. जेव्हा रुग्णाला पाठीत ताण वाटू लागेल, आखडल्यासारखे होईल तेव्हा मशीनमधून विशिष्ट आवाज निघतो. रुग्ण तो ध्वनी कसा नाहीसा करायचा हे पाठीचे स्नायू सैल सोडून त्याचा सराव करतो. बायोफीडबॅकमुळे दुखणे काबूत राहते. फार

औषधे घ्यायला लागत नाहीत.

Stimulating endorphine

ॲक्युपंक्चरचाही उपयोग केला जातो. ही पूर्वेकडची पद्धती आहे. यात सुया पॉइन्टवर टोचून उत्तेजना निर्माण करतात. यामुळे शरीरातील एन्डॉर्फिन निर्मितीचे प्रमाण वाढते. नैसर्गिकरीत्या दुखणे कमी करणारे हे Pain killer मॉर्फिनपेक्षा २०० पटीने जास्त पॉवरफुल आहे. तसेच ॲक्युप्रेशरचे आहे. सुयांऐवजी बोटांचा उपयोग करायचा असतो. खूप जोरात दाबावे लागते. पॉइन्ट शोधून ते दाबण्याचा सराव करावा लागतो. पाठीच्या दुखण्यासाठी प्रेशर पॉइन्ट मांडीच्या टोकाशी वरच्या बाजूला असतो. पॉइन्ट नक्की करण्यासाठी खाली बसा, डाव्या पायाची घडी घाला. उजवा पाय जमिनीवर सपाट हवा. पुढे वाका व उजव्या हाताचा तळवा (पंजा) डाव्या गुडघ्यावर सपाट ठेवा. तळहात नीकॅपवर असू द्या. अंगठा काटकोनात (हाताशी) राहिला. अंगठा असा वाकवा की जॉइन्ट काटकोन तयार करील. तुमच्या अंगठ्याखाली पॉइन्ट असेल. पॉइन्ट बरोबर आहे याची खात्री करण्यासाठी मांडीच्या त्याच भागात आजूबाजूला अंगठ्याचा दाब द्या. दाबाची जाणीव झाली पाहिजे. पाठीचे दुखणे असणाऱ्यांना थोडा दुखावा जाणवेल व नाजूकपणा भासेल. हे चांगले लक्षण समजायचे. कारण नाजूकपणा म्हणजे पॉइन्ट तुमच्या प्रॉब्लेशमी संबंधित आहे व त्याला ट्रीटमेंट मिळाली की तुमचे दुखणे कमी होणार.

एकदा पॉइन्ट मिळाला की बोटाच्या मांसल भागाचा उपयोग करून पॉइन्टच्या आजूबाजूला आतून बाहेर व उलट गोलाकार १५ ते ३० सेकंदांपर्यंत फिरवत राहा. जेव्हा केव्हा दुखेल तेव्हा हे करू शकता.

कॅन्सर

पूर्वी कॅन्सरचा रुग्ण म्हणजे निष्क्रिय, भावनाशून्य, लहानपणी प्रेमाला मुकलेला व तरुणपणी चांगले जीवन जगून आपल्या कुटुंबाला सुखी करण्याचा प्रयत्न करणारा असे चित्र रेखाटले गेले होते. प्रेम संपादन करण्यासाठी त्याने कष्ट करायचे. सतत राग, एकाकीपणा व निराशा दडपून टाकायची. आयुष्यात काही बरे-वाईट झाले तर पुन्हा एकांतात दडून जायचे. नाराज राहायचे. मागोमाग कर्करोगाचे आगमन होते. ३० टक्के रुग्ण स्वत:ला अभागी व अस्वस्थ असल्याचे सांगतात. ते आपल्या आई-वडीलांना प्रेमाने आपले समजत नाहीत.

हताश माणसे सिगरेट जास्त पितात व कमी खातात. Depression व कॅन्सर यांचा निकट संबंध आहे. डिप्रेशनमुळे प्रतिकारशक्ती क्षीण होते.

आपले आयुष्य आपण जगा

मानसिक ताण घेऊन निराश व हताश होण्याने आणि सर्व गोष्टींना आपणच जबाबदार आहोत असे समजण्याने आपण नकळत कॅन्सरला आमंत्रण देत असतो.

कर्करोगग्रस्तांची सर्जनशील शक्ती क्षीण झालेली असते. त्याची शांती ढळलेली असते. भावना कोमेजलेल्या असतात. त्याला रोग का झाला हे विचारण्यापेक्षा त्याच्याजवळ चांगले कार्य आहे? क्रियाशील वृत्तीने जवळीकीने जीवनात आनंद निर्माण करण्यास सांगावे.

राग व्यक्त करा

राग दाबून ठेवणे, धुमसत राहणे हे कर्करोगाच्या दृष्टीने एक धोका समजला जातो. योग्य रीतीने मनातला राग व्यक्त करणे चांगले.

स्वीकार किंवा अस्वीकार

स्तनांच्या कर्करोगाबाबत अभ्यास केला असता संशोधकांना असे आढळून आले की स्त्रियांच्यामध्ये वेगवेगळे मतप्रवाह या रोगाच्या बाबतीत आहेत. कल्पनेच्या बळावर कर्करोगाला पळवून लावणे याला Imagery meditation म्हणतात. कल्पनेच्या उपचारांनी कर्करोगाच्या पेशी (cells) शरीराबाहेर फेकले जातात व शरीर निरोगी बनते असे चित्र रेखाटतात व त्या पेशींची जागा चांगल्या पेशी घेताहेत अशी कल्पना करून मन:चक्षूंपुढे आपण पूर्ण निरोगी आहोत हे चित्र उभे करतात.

Hypnosis

संमोहनाचा वापर करून डिप्रेशनमधून बाहेर पडण्यास मदत होते. त्यांचे दु:ख Radiation व Chemotheraphy यांमुळे होणाऱ्या साइडइफेक्टस्वर हा उपाय परिणाम करतो. संमोहनामुळे दुखणे कमी होते व औषधे घेण्याची गरज भासत नाही. यालाच creative suggestion म्हणतात. संमोहनामध्ये असणाऱ्या रुग्णाने असे समजायचे की पांढऱ्या रक्तपेशी कॅन्सरच्या पेशींना एकजुटीने हल्ला करून गिळून टाकतात. मनाचा शरीरावर एवढा परिणाम होतो की रक्ताची बायोकेमिस्ट्री बदलून जाते.

लहान मुलांची दुखणी

पोटशूळ असलेली मुले, अंथरुणात 'सू' करणारी मुले, पोटदुखीची तक्रार करणारी बालवाडीत जाणारी मुले, घशात दुखत असलेली मुले नेहमी तणाव अनुभवत असतात. शाळेत जाणाऱ्या मुलांपैकी दहा टक्के मुले आतडी व पोटदुखीची तक्रार करतात. स्पर्धात्मक शालेय जीवनातील तणाव त्यांना ही दुखणी येण्यात कारणीभूत असतात. तणाव निर्माण होण्याचे दुसरे कारण आई-वडिलांचे भांडण, व्यसने, मद्यपान, स्थलांतर व कुटुंबातील मृत्यू हेही असू शकते. मुलांसाठी संमोहनाचा उपयोग करून बेडवेटिंग थांबवता येते.

सर्दी आणि घशाचा व्रण

खूप त्रासदायक व सामान्य असे घशाचे सर्दी व तोंडातील व्रण हे रोग आहेत. सततच्या सौम्य ताणामुळे ते होऊ शकतात.

केस गळणे, पांढरे होणे किंवा टक्कल पडणे

प्रश्न - ताण-तणाव आल्याने केस पांढरे होतात किंवा गळतात या समजुतीला काही शास्त्रीय आधार आहे काय ?

उत्तर - केस करडे किंवा पांढरे होतात याचे कारण केसांच्या मुळांतून तयार होणारा मेलॅबिन नावाचा द्रव कमी होतो. त्याचा संबंध वय तसेच ताण व अन्नग्रहण याच्याशी असतो. बी व्हिटॅमिन कमी घेण्यात आले तरी केस पांढरे होऊ लागतात. व्हिटॅमिनचा योग्य पुरवठा झाला तर पुन्हा केस काळे दिसू लागतात.

वैयक्तिक ताण-तणावामुळे बी व्हिटॅमिन जास्त प्रमाणात वापरले जाते. म्हणून त्याला नर्व्ह व्हिटॅमिन म्हणतात. त्याच्या अभावी केसांचा रंग बदलणे स्वाभाविक आहे. केसांत कोंडा झालेला रुग्ण खूप अस्वस्थ असतो. Seburn किंवा Oil यांचा जास्त प्रमाणात पुरवठा झाल्याने कोंडा होतो. विश्रांती घेणे हाच यावर उत्तम उपाय.

डोकेदुखी

डोक्याला घट्ट पट्टा आवळावा किंवा चिमट्यामध्ये डोळे दाबले जावे अशी पिळून काढणारी डोकेदुखी अनेकांनी अनुभवली असेल. तणावामुळे होणारी डोकेदुखी काही तास त्रास देईल किंवा काही दिवस, महिने किंवा काही वर्षे हे दुखणे चिटकून राहील. जेव्हा आपण काळजीत असतो, अस्वस्थ असतो त्या वेळी मानेचे स्नायू किंवा टाळू ही आपोआप ताणाची गाठ बांधल्यासारखी दुखू लागते. स्नायू आखडणे, रक्तपेशी आवळल्या जाणे यांमुळे डोक्याच्या दोन्ही बाजूंस दुखू लागते. ज्या वेळी चिंता किंवा काळजी यांतून आपण बाहेर पडू शकत नाही, त्या वेळी डोके दुखते. काही अप्रिय प्रसंग येणार असेल तर डोकेदुखी उद्‌भवते.

डोकेदुखीवरची सर्व औषधे अॅस्पिरिनयुक्त असतात. तणावामुळे होणाऱ्या डोकेदुखीवरचा उत्तम उपाय म्हणजे गरम पाण्याची आंघोळ! खांदे व मान पाण्यात बुडवून बसून राहावे किंवा गरम शॉवरखाली उभे राहावे. गरमीमुळे रक्तप्रवाह सुरळीत होतो व आखडलेले स्नायू शिथिल होतात. चेहरा व मानेचा मसाज केली तरी बरे वाटेल.

डोकेदुखी न होऊ देण्याचा इलाज म्हणजे Progressive relaxation क्रमाक्रमाने सर्व स्नायू-गट शिथिल करावेत व साठलेला शारीरिक तणाव घालवावा. खुर्चीमध्ये आरामशीर बसा. दोन्ही हात मांडीवर ठेवा. पाय जमिनीवर सपाट ठेवून बसा किंवा पाठीवर झोपा व पाय भिंतीला टेकवा किंवा कपाटाला टेकवा. डोळे बंद करा. दोन्ही हात, मनगटे व सर्व स्नायूंचा संच काही सेकंदांकरता ताणून धरा व मग सैल सोडा.

दोन्ही हात खेचून धरताना मनगटापासून वरचे हात ताणून जोर द्या. तणाव घट्टपणा अनुभवा व सैल सोडा. ओझे झुगारून द्या. कमरेच्या वरचे सर्व अवयव शिथिल होतील. आराम वाटेल. वरचे सर्व शरीर शिथिल व ताजेतवाने वाटू लागेल.

आता मानेचे स्नायू ताठ करा. मान ही सगळ्यात जास्त ताण घेणारा भाग आहे. मानेच्या मागच्या बाजूवर लक्ष केंद्रित करा. टेन्शन खांद्यांवरून हातांवर, हातांतून बोटांवर व बोटांच्या टोकांद्वारे बाहेर पडू द्या. मान शिथिल होऊ द्या. शरीराचा वरचा भाग वारंवार शिथिल होऊ द्या. कपाळावर आठ्या येऊ द्या. स्नायू खेचून धरा व शिथिल सोडा. चेहऱ्याचे स्नायू शिथिल सोडा. खूप बरे वाटेल.

Migraine Personality

अर्धशिशी किंवा एका बाजूची डोकेदुखी हा वेगळाच प्रकार आहे. अर्धशिशी असलेले लोक खूप महत्त्वाकांक्षी, कठोर परिश्रम करणारे, दुसऱ्यांना संतुष्ट करण्यास उत्सुक व टीकेला संवेदनाक्षम असतात. दुखायचे थांबण्यासाठी दाब द्या. शेवटचा उपाय म्हणजे ॲक्युप्रेशरचा उपयोग करणे हा होय. तणावजन्य असो किंवा मायग्रेन असो वा सायनसमुळे होणारी डोकेदुखी असो, सेंटर भुवयांच्या मध्यभागी असते. पाश्चात्य पद्धतीप्रमाणे एन्डोर्फिन्सचे प्रमाण शरीरात वाढविणे हे वेदनाशामक आहे. ॲक्युप्रेशर किंवा ॲक्युपंक्चर पॉइन्ट्स जोडीने असतात. शरीराच्या दोन्ही बाजू आरशासारख्या असतात. भुवयांवर बोट फिरविले तर मध्येच खोलगा जाणवतो. त्वचेखाली दोन हाडे जोडलेली असतात. हाच पॉइन्ट होय. बुबुळाच्या अगदी वरच्या बाजूस असतो. बोटाच्या सांध्याच्या हाडाचा (knuckle) दाबण्यासाठी उपयोग करा. दोन्ही पॉइन्टवर एका वेळी दाब द्या. १५ ते ३० सेकंद दाबून ठेवा.

हृदयविकार

खूप कष्ट करणारे गतिमान जीवन जगणारे लोक हृदयरोगाला बळी पडतात. उतावळे, चढाईखोर, भरभर बडबडणारे व कामसू (workholics) असतात हे लोक. लहान मुलांशी मोकळेपणाने लपंडाव खेळणे त्यांना जमत नाही. ट्रॅफिक जॅममध्ये अडकले तर दात-ओठ खातात. खूप महत्त्वाकांशी असतात. स्वत:च्या बुद्धीने व कर्तृत्वाने पुढे येतात. कमीत कमी वेळात जास्तीत जास्त कार्यभाग पार पाडण्याचा प्रयत्न करतात. ही माणसे दोन कारणांनी अस्वस्थ होतात. सहज रागावतात व सहज उतावळे बावरे होतात. हार्मोनल डिस्टर्बन्सची ही मूळ दोन कारणे आहेत.

वैरभावना (Hostility)

अती श्रम करणारे खूप धावपळ करणारे परंतु मूलत: आनंदी असणारे लोक जबाबदारीचे काम अंगावर पडले किंवा ठराविक वेळेत काम करण्याचे टेन्शन आले की हृदयरोगाला बळी पडतात. वैरभाव मनात ठेवून काम करण्याने इतरही कारणांनी मृत्यू होण्याचा संभव असतो. एखाद्या व्यक्तीविषयीचा राग मनात साठवून ठेवणे, तो न विसरणे, मनात रागाने खदखदणे म्हणजे वैरभावना.

शत्रुत्वाचा खरा अर्थ काय? रागाने उफाळणारे लोक आपण पाहतो व शत्रुत्वाची

भावना वेगवेगळ्या प्रकारांनी प्रदर्शित करतो. साधारण असा समज आहे की माणसाच्या अंगी चांगुलपणाच्या ऐवजी दुष्टपणाच जास्त भरलेला आहे व त्यामुळे तो तुमच्याशी चांगला वागणार नाही.

लोकांची बंद रक्तवाहिन्यांसाठी तपासणी करण्यात आली. शत्रुत्वाची भावना कमी असणाऱ्यांची एकादी रक्तवाहिनी बंद आढळली. पण अती शत्रुत्व भावना असणाऱ्यांच्या बाबतीत जास्त वाहिन्या अवरोधित आढळल्या.

स्नायूंच्या तणावामुळे रक्ताभिसरण गोठते व उथळ श्वासाने हृदयाला होणारा ऑक्सिजनचा पुरवठा कमी होतो. त्यातच साठून राहिलेला तणाव शरीराची harmonal biochemistry बदलण्यास कारणीभूत होतो.

या मेहनती, गतिमान जीवन जगणाऱ्या लोकांना एक आनंदाची गोष्ट म्हणजे मूलत: हे लोक आनंदी वृत्तीचे असतात. खूप कार्यमग्न असणारी किंवा वेळेला महत्त्व देणारी सगळी माणसे हृदयरोगाची शिकार बनतातच असे नाही.

आपल्यापैकी कोणाला लहानसहान ताण येऊन हृदयाला चटका देऊन गेलेले नाहीत ते सांगा बरे? आपले शरीर एवढे सक्षम असते की वाईट घटना किंवा बातम्या जरी ऐकल्या तरी त्या हृदयाला लावून घेतल्या नाहीत तर नैसर्गिक शरीर-रचनेप्रमाणे आपण पुन्हा नॉर्मल होऊ शकतो.

स्नायूंवरचा तणाव रक्तप्रवाह गोठवतो व धापा टाकण्याने ऑक्सिजनचे प्रमाण कमी होते. जर तणाव काढून टाकला नाही, तर शरीराची रासायनिक घटना बदलते, व हृदयक्रियेवर परिणाम होतो.

तणावामुळे कोलेस्टोरॉलचे प्रमाण वाढते. मानसिक ताण-तणाव किंवा फ्रस्ट्रेशन यांमुळे ब्लड-कोलेस्टोरॉलचे प्रमाण वाढण्याची शक्यता असते. प्रेमाने हात फिरविणे, पाठ थोपटणे या क्रिया कर्तबगार माणसाला हव्या असतात. प्रेमापासून वंचित, हास्याला मुकलेले व मायेसाठी आसुसलेले हे लोक अल्पायुषी ठरतात. नर्सने केलेल्या मायेच्या स्पर्शानेही रोग्यांना बरे वाटते. डॉक्टरांचा प्रेमळ हात फिरला की रुग्णाचा आत्मविश्वास वाढतो.

उच्च रक्तदाब (High Blood Pressure)

काही विशिष्ट रोगांमुळे निर्माण होणारे हायपर-टेन्शन क्वचित पाहायला मिळते. तुमच्या वागण्यावर उच्च रक्तदाब अवलंबून असतो. खूप खाणे किंवा जास्त प्रमाणात मीठ खाणे यांमुळे किंवा पुरेशा व्यायामाअभावी, अथवा खूप तणावामुळे उच्च रक्तदाब निर्माण होतो.

भावनात्मक तणाव अँड्रेनलाइन स्त्रवण करण्यास कारणीभूत होतो. त्यामुळे हृदयस्पंदने वाढतात. रक्तवाहिन्या आकुंचन पावतात व रक्तदाब वाढतो. उच्च दाबाच्या रुग्णांच्या रक्तामध्ये अँड्रेनलाइन जास्त प्रमाणात स्त्रवते त्यासाठी Relaxation

तंत्राचा अवलंब करावा लागतो.

आरामदायक आसन ग्रहण करावे, डोळे मिटावेत व प्रत्येक स्नायू-गटाला शिथिल होण्याची वेगळी सूचना द्यावी. प्रत्येक उच्छ्वासाबरोबर आपल्या आवडीच्या शब्दावलीचा उच्चार करावा. अशा रीतीने सराव केल्याने खात्रीने उच्च रक्तदाब कमी होईल.

मध्यम रक्तदाबाच्या रुग्णांना बायोफीडबॅक व मेडिटेशन यांमुळे रक्तदाब विकारावर गोळ्या घेण्याचे प्रमाण कमी करता येते.

गोंधळ-गडबड टाळा

आवाज व गोंधळामुळे होणारा तणाव टाळा. गाड्यांचा आवाज, वर्कशॉपमधले आवाज, टी. व्ही. चा गोंगाट, रक्तदाब वाढवणारे आवाज कमी ऐका. माकडांच्यावर प्रयोग केला असता असे आढळले की, आवाजामुळे त्यांचा रक्तदाब २७ टक्क्यांनी वाढला. आवाज कमी झाल्यावर प्रयोग थांबल्यावर पाहिले असता बी. पी. परत नॉर्मल झाले. स्थिर व्हा, खूप घाईघाईने बोलू नका.

हळू बोलायला शिका. उच्च दाब असणारे रुग्ण खूप बडबड करणारे असतात. काही hypertensives ना स्वल्पविराम देण्याची सवय नसते. ते श्वासही नीट घेत नाहीत, बोलतच राहतात. त्वरित रक्तदाब वाढणे हाच याचा परिणाम असतो. साधारणत: रक्तदाब दंडावरून आणि स्टेथास्कोप यांच्या सहाय्याने मोजला जातो. यामध्ये डॉक्टर आणि रुग्ण दोघांनाही शांतता बाळगण्याची गरज असते. नवीन स्वनियंत्रित रक्तदाब मापकामुळे डॉक्टरांना संभाषणामध्ये होणारा चढ-उतार नोंदवता येतो. कारण स्टेथास्कोप जोडलेला नसतो.

चिडखोर बनू नका. आवडता प्राणी पाळा

कुत्रा, मांजर, माशांचे ॲक्वेरियम हे रक्तदाबावर उत्तम औषध ठरेल. प्राण्यांची सोबत आपलेपणा व आपुलकी वाढवते. आपण प्राण्यांशी खूप हळू बोलतो. खूप हसतो. आवाजाची तीव्रता मधुर होते. स्वरांचा चढ-उतार होत नाही. अतिशय मोकळेपणाचे संभाषण होते. बोलताना प्रेमाने हात फिरवितो. दिवसभर शांतपणाचा आविष्कार आपण करत असतो. रक्तदाब कमी होण्यास यामुळे खूप मदत होते. प्राण्यांच्या सहवासात बी. पी. १२ ते १५ टक्क्यांनी कमी होते.

निद्रानाश

झोपेच्या गोळ्या घेण्यापेक्षा Relaxation technique, deep breathing, imagery, autogenic traing & self hypnosis हे उपाय यापूर्वी दिलेले आहेत. कमी झोपणाऱ्यांच्या मोठ्या आतड्यात जास्त उष्णतामान असते. त्वचावरोध जास्त असतो. रक्तवाहिन्या आकुंचित असतात. शरीराच्या हालचाली जास्त असतात. Progressive relaxation हा Muscle relaxation चा एक प्रकार आहे.

त्यामुळे नर्व्हस सिस्टिम शांत होते. एका हाताचे स्नायू मूठ वळवून सात सेंकद ताणून धरावयाचे व सोडायचे. ताण व शिथिलता यांमुळे कसे वाटते हे ओळखायला शिकले पाहिजे. म्हणजे झोपताना टेन्शन नेमके कसले आहे हे तुम्ही ओळखू शकाल. बऱ्याच सरावानंतर पाच मिनिटांत तुम्ही गाढ झोपू शकाल.

तुमच्या बोटांच्या टोकांतून श्वास घेताय ते अनुभवा. हात खांद्यांतून वर करा. उच्छ्वास कमरेतून खाली सोडा. आतड्यातून पायाकडे जाऊ द्या व शेवटी पायांच्या बोटांच्या टोकांतून बाहेर पडू द्या. परत करा व हे हळूहळू खोलवर श्वास घेणे सर्व शरीरावर काय परिणाम करते ते अनुभवा. कल्पकतेबरोबर श्वासोच्छ्वासाची क्रिया चालू ठेवा व त्याबरोबर रेल्वेच्या कुंपणावरून शेळ्या उड्या मारताहेत अशा प्रकारचे दृश्य दृष्टीसमोर ठेवा.

जडपणा व ऊब

स्वंयस्फूर्त प्रशिक्षण ही नैसर्गिक व सुप्त अशी झोपेस मदतच होय. जडपणा व गरमी यांमुळे मन शरीरास Relax होण्याची सूचना देईल व हळूहळू झोपेचा अंमल सुरू होईल. मानसिक सूचनेने जड स्नायू Relax होतात आणि गरम मांस चांगले रक्ताभिसरण अनुभवते. यातून हलकी शारीरिक जागृती निर्माण होते. जडपणा वाटण्यासाठी स्वत:ला आरामशीर पोझिशन द्या व डोके बंद करा. एक हात थोडासा उचला व खाली सोडा. कल्पनेने बाहुली, मऊशार टेडी बिअर मनात ठेवा आणि त्याचा हात वर उचलून खाली सोडला आहे असे समजा. तुम्ही कोवळ्या उन्हात झोपले आहात. तुमचे सर्व अवयव गरम झाले आहेत व डोके सावलीत असल्याने थंड आहे अशी कल्पना करा. स्वत:च स्वत:ला सूचना द्या. संमोहनाला आधी सराव हवा. झोप यायला याचा खूप उपयोग होतो. तुम्ही स्वत:ला सूचना देऊ शकता की, "आपण गाढ झोपेत राहणार आहोत व फ्रेश होणार आहोत." सकाळी वेळेवर ताजेतवाने होऊन उठाल. शेवटचा पण कमी उपयोगी उपाय म्हणजे शरीरसुख! टेन्शन कमी होते, मजा येते व गाढ झोप यमेण्यास मदत होते.

नपुंसकत्व व लैंगिकतेत बिघाड

चिंता, निराशा, कंटाळा यांमुळे शरीरसुखाची गोडी कमी होते. ताण-तणावाचे ते निदर्शक आहेत. नित्यनैमित्तिक कंटाळा व हार्मोन्समध्ये होणारे विरोधक विसर्जन यांमुळे व ताण-तणावामुळे वाईट सवयी जडतात. कमी व निकस आहार, व्यायामाचा अभाव, मद्यपानाचा अतिरेक यांमुळे शरीरसुखाची मजा लुटता येत नाही. सर्वसाधारण शरीरसुखाची भूक असणारी माणसेही मानसिकरीत्या विचलित होतात. त्याचे कारण अचानक उद्‌भवणारे जटिल प्रश्न, डिप्रेशन, स्ट्रेस आणि फटिग यांमुळे संभोगक्षमता कमी होते.

हृदयरोगातून बरे झालेले रुग्ण ही भीती बाळगतात की ते शरीरसुखाचा उपयोग

योग्य प्रकारे घेऊ शकणार नाहीत. ते नेहमी संभोग टाळतात. कारण भीती असते की ह्दयरोग पुन्हा उद्‌भवेल. यामुळे भावना मारली जाते. अवैध शरीरसंबंध ताण निर्माण करू शकतो. संयोगवशात ह्दयरोगाचा हल्ला व संभोग एकाच वेळी घडून आले तर त्यामध्ये खाण्याचा व मद्यपानाचा अतिरेक हे सबळ कारण असू शकते.

आपली नैसर्गिक लैंगिक इच्छा मानसिक संघर्षाची तीव्रता वाढल्याने का कमी होते हे अजून तज्ज्ञांना समजलेले नाही. काही असे म्हणतात की त्याचा केंद्रबिंदू डोक्यात आहे. शारीरिक व हार्मोन्समधील बदलाने तणाव व डिप्रेशन येते व त्यांमुळे शरीरसुखाची लालसा कमी होते. मध्यवर्ती नर्व्हस सिस्टिमवर परिणाम होतो व टेस्टोस्टेरॉन चा पुरवठा कमी होतो. Testoseron हा हार्मोन हा सेक्शुअल डिझायरसाठी स्त्री आणि पुरुष दोघांच्या शरीरात निर्माण होणे जरूर असते.

मानसिक संघर्ष, तणाव कमी करणे व व्यायाम करणे हे यांवरचे उपाय आहेत.

◆

विभाग बारावा

मनौषधींचा साठा

५७. रंग व नैसर्गिक प्रकाश

ज्यात सूर्यप्रकाश समाविष्ट होतो असे औषधोपचार. एका लहान मुलींची दृष्टी कमी कमी होत गेलेली असते. डोळ्यांच्या मागे वाढणारे ट्यूमर सारखे डोळ्यांना पुढे ढकलीत असत. तीन वेळा ऑपरेशन केले पण यशस्वी झाले नाही. सर्व प्रमाणभूत प्रक्रिया अयशस्वी ठरल्या. डॉक्टरांनी एक वेगळाच उपचार सांगितला. चांगले व्हिटॅमिनयुक्त अन्न द्यायचे व आपण बरे होत आहोत अशी सतत कल्पना करण्यास सांगितले. एक विचित्र सूचना अशी होती की तिने खूप वेळ घराबाहेर सूर्यप्रकाशात घालवायचा. तिच्या बेडरूमला निळसर किंवा हिरव्या रंगाची फिकट झाक असावी, तिच्या खिडक्यांवरही तसेच पडदे असावेत व तिने कपडेही त्याच रंगाचे वापरावेत असे सुचविले. काही महिन्यांत तिचे ट्यूमर नाहीसे झाले व तिला दिसू लागले.

रंग व प्रकाश यांच्या छटांनी आपल्या शारीरिक व मानसिक स्थितीवर खोल परिणाम होतो. हल्ली पुष्कळ मानसशास्त्रज्ञांचे म्हणणे आहे की सूर्यप्रकाश आपल्या शरीरावर खूप परिणाम करतो. पाहण्यापेक्षाही खूप मोठी कामगिरी करतो.

प्रकाश डोळ्यांतून मेंदूकडे प्रवास करतो आणि पिनल ग्लँडला उत्तेजन करतो. प्रकाश आत येतो किंवा नाही यावर पिनल ग्लँडमधील मेलॅटोटिन हार्मोन्स उत्पादन अवलंबून असते. त्यामुळे झोप येते. नर्व्हस सिस्टिममधून बातमी पोचविण्याचे सामर्थ्य वाढते. प्रकाशामुळे शरीराची प्रतिकारशक्ती वाढते. थोडक्यात सूर्यप्रकाशाचा आपल्या शरीरावर खूप परिणाम होतो. डोळे फक्त पाहण्यासाठीच नाहीत. प्रकाश मेंदूपर्यंत पोहोचून हॉर्मोन्सला जन्म देतो. नैसर्गिक सूर्यप्रकाश सर्वांत उत्तम! जो कृत्रिम प्रकाश आपण घरामध्ये व ऑफिसातून वापरतो, त्यामुळे फक्त एकदशांश एवढाच सूर्यप्रकाश आपल्या वाट्याला येतो. नवजात अर्भकाची कावीळ बरी करण्यात, वयोवृद्धांना कॅल्शियम शोषून घेण्यात व गर्भधारणेत सूर्यप्रकाश उपयोगी पडतो.

काही संशोधकांचे म्हणणे आहे की काही डिप्रेशन्स हिवाळ्यात येतात व वसंत ऋतूत नाहीशी होतात.

अनावर राग, उदासीनता यांवर सूर्यप्रकाश चांगले काम करतो. त्याचप्रमाणे वेगवेगळ्या रंगांचे वेगवेगळे परिणाम शरीरावर होत असतात.

◆

५८. सर्जनशीलता

सर्जनशीलता म्हणजे काय? ती आपण जास्तीत जास्त कशी वाढवू शकतो? व त्यापासून आपण काय फायदे उठवू शकतो? चित्रकलेचे किंवा इतर कलाकुसरीचे क्लास लावून मुले जास्त उत्साही व क्रियाशील बनतात असे आढळून आले आहे. एन्डॉक्रीन सिस्टिमवर सर्जनशील राहण्यामुळे फार चांगला परिणाम होतो. कोणत्याही प्रश्नाचा खोलवर अभ्यास करायची सवय लागते. यामुळे ज्ञानामधील त्रुटी, दोष, उकल शोधण्याची सवय, अंदाज करण्याची क्षमता हे गुण क्रिएटिव्हिटीमुळे वाढीस लागतात.

आपणाला हवे ते करण्यात मग्न राहणे म्हणजे सर्जनशीलता. बऱ्याच वेळेला आपणाला काय करायचेय हेच माहीत नसते किंवा आपण जे करावेसे वाटते ते मनाला करू देत नाही. कोणी टीका केली की आपण लगेच थांबतो. त्याविरुद्ध "काय झाले?" असे विचारायचे धाडस माणसात नसते. अंत:स्फूर्ती आणि कष्ट करण्याची तयारी यांतून सर्जनशीलता जन्म घेते. मनाप्रमाणे होऊ द्या. ही वृत्ती दडपून टाकू नका.

आपल्या विचारांची गती वाढवावी. आपल्या निर्णयात ठाम राहा. तुम्हाला खऱ्या अर्थाने याची मजा लुटायची असेल तर खात्रीपूर्वक व आत्मविश्वासाने कामात सुधारणा करा.

भावनिक आरोग्य व सर्जनशीलता यांचा फार निकटचा संबंध आहे.

◆

५९. कौटुंबिक गाठीभेटी, स्नेहसंमेलने

कुटुंबामध्ये कोणत्याही दुःखावर फुंकर घालण्याची ताकद असते. टोळ्यांनी राहणाऱ्या लोकांच्यामध्ये दुःख हलके करण्याच्या प्रवृत्तीचे बीज खोलवर रुजलेले असायचे. हल्लीच्या विभक्त कुटुंबपद्धतीत राहणाऱ्या लोकांना ही संकल्पना रुचत नाही. एकत्र कुटुंबपद्धतीत संकटसमयी धीर देण्याची किती शक्ती असते ते हल्लीच्या आधुनिक लोकांना पटत नाही. लाखो वर्षे आपण एकत्र कुटुंबात राहिलो. गेल्या शे-दोनशे वर्षांतच आपण विभक्त झालो आहोत. कोणताही कठीण प्रसंग आला तरी अख्खी जमात एकत्र यायची व प्रश्नाचा निकाल लागेपर्यंत एकत्र राहायचे. सर्वांनी एकत्र येऊन ज्या कोणाला त्या व्यक्तीविषयी काही तक्रार असेल तर स्पष्ट बोलून एकमेकांची क्षमा मागून गुण्यागोविंदाने राहण्याची शपथ घ्यायची अशी प्रथा होती. आफ्रिकेतील लकाहारी वाळवंटात राहणाऱ्या टोळ्यांतील लोक दर आठवड्याला एकत्र भेटत. कोणी आजारी असेल तर रात्रभर नाच करीत तेथे थांबत. आपल्या वडीलधाऱ्या माणसांशी चर्चा करून आठवड्यात झालेल्या बऱ्या-वाईट घटनांचा आढाव घेत. कॅन्सर पेशन्टस्च्या कुटुंबीयांची दर शुक्रवारी मीटिंग घेण्याची प्रथा एका अमेरिकन शहरात डॉक्टरांनी सुरू केली होती. शुक्रवारी विविध अडचणींवर चर्चा व्हायची व शनिवारी संबंध दिवस एकत्र राहून त्यातून मार्ग काढण्याचे उपाय चर्चिले जात. वेगवेगळ्या क्षेत्रांतले तज्ज्ञ डॉक्टर्स त्यात असायचे व विविध विषयांवर चर्चा व्हायची. नेहमीच्या रूटिनपेक्षा वेगळे असे कौटुंबिक मेळावे भरले तर विचारांचे आदानप्रदान होते. प्रत्येक जण आपले दुःख, प्रश्न दुसऱ्यास सांगतो व "We belong to eachother" ही एकोप्याची भावना निर्माण होते.

◆

६०. विनोद

विनोदाला शरीररचनेत खूप महत्त्व आहे. आजारातून बरे होण्यासाठी हसणे किंवा विनोदी वृत्ती ठेवणे हे खूप उपयोगी ठरते. विनोद आणि दु:ख यांचे परस्पर विरोधी नाते आहे. हसण्यामुळे स्नायूंचा टोन बदलतो. जो भाग दुखत असेल तो घट्ट धरा व ३ ते ४ वेळा भरपूर हसा. दुखणे गायब होते हे अनुभवा. स्नायूंमध्ये अजाणता निर्माण केलेले टेन्शन दु:ख वाढवते. हसण्यामुळे मेंदूमध्ये Catecolamine Harmones स्त्रवतात व त्यामुळे Endorphines निर्माण होऊन दु:ख कमी होते. तुम्ही जर दु:ख गिळले तर वाढते. पण आनंद व हास्याच्या मदतीने तुमची चिंता व डिप्रेशन्स कमी होतात व परिणामी दुखणे थांबते.

तणाव हसून झटकून टाका. हसण्याने नाराजी पळून जाते. नकारात्मक वृत्ती गळून पडतात आणि आपल्या प्रश्नाचे उत्तर सापडणे सोपे जाते. प्रत्येक आजारामध्ये हसण्याने होकारात्मक वृत्ती वाढते व बरे होण्याची शक्ती वाढते. हसण्याने श्वासोच्छ्वास सुधारतो व कार्बन डाय ऑक्साइडचे प्रमाण रक्तातून कमी होते.

हसण्यासारखा व्यायाम नाही. Internal jogging म्हणतात हसण्याला! स्नायू प्रज्वलित होतात. हृदयस्पंदने वाढतात. ऑक्सिजनची देवाण-घेवाण सुधारते. तुम्ही का हसता हे कसे हसता यापेक्षा जास्त महत्त्वाचे असते.

विनोद व हास्य या उपयुक्त गोष्टी आहेत. दररोजच्या जीवनात यांचा उपयोग करून घेतला पाहिजे. दुसऱ्याला दु:ख पोहोचवून हसणे हे योग्य नव्हे. नकारात्मक वृत्तीच्या लोकांना टाळा व आशावादी वृत्तीची माणसे जवळ करा. जी माणसे दु:खी व निराश असतील त्यांची संगत सोडा व जे तुम्हाला आनंद देऊन हसवतात अशांची संगत धरा. जो हसतो तो टिकतो.

आंतरिक अवयवांना हसण्याने होणारा मसाज

हसण्याने आपण आतील अवयवांना उपयुक्त असा मसाज घडवितो. स्नायू उत्तेजित होतात व श्वासोच्छ्वास वाढतो. पर्यायी शरीराला जास्त ऑक्सिजनचा

पुरवठा होतो. हसून हसून पोट दुखले असे आपण म्हणतो. चेहऱ्याचे, हातांचे, पायांचे आणि पोटाचे स्नायू यांना व्यायाम घडतो.

Humour चा अर्थ " You feel more" म्हणजेच तुम्ही स्वत:ला जास्त आत्मविश्वासू व दुसऱ्यांविषयी जास्त आपुलकी दाखवणारे, मनमोकळे, व एक महत्त्वाचा घटक असल्याची अनुभूती करता. दिवसभरात कमीत कमी १५ वेळा हसले पाहिजे- हाऽऽ हाऽऽ करत. अहा! काय आनंद आहे, ही भावना झाली पाहिजे. जो हसतो तो टिकतो.

◆

६१. प्रेम

प्रेम आणि आरोग्य हे हातात हात घालून असतात. दुसऱ्याची काळजी घेणे हे शरीरशास्त्रास धरून आहे. मदर टेरेसावरची फिल्म नोबेल पारितोषिक मिळवून गेली. मदरने समाजसेवेचे फार मोठे कार्य केले. लहान मुलांना माया लावली. रक्तपितीच्या रुग्णांना प्रेम दिले. आणि दीन-दुबळ्यांना आश्रय दिला. माणसाची प्रतिकारशक्ती वाढविण्यात मदर टेरेसा फिल्मचा खूप मोठा वाटा आहे. IG - Aलेवल ही फिल्म पाहिल्याने त्यात प्रतीत होणारे प्रेम जाणवल्याने प्रेम वाढल्याचे दिसून आले. जेव्हा आपण प्रेम करतो तेव्हा खोलवर कोठेतरी आपल्या सेल्समध्ये (पेशींमध्ये) प्रतिक्रिया होते. चांगल्या अन्नामुळे जशी आरोग्यदायक प्रक्रिया होते तसेच प्रेम करण्याने होते. ज्या वेळी खूप जवळचे नाते असते त्या वेळी माणूस निर्भय होतो. एकटेपणा वाटत नाही. आत्मविश्वास वाढतो व स्वनियंत्रण सुधारते.

◆

६२. संगीत व गाणी

वेदनाशामक किंवा गुंगी आणणाऱ्या औषधांपेक्षा सुमधुर संगीत तुमच्या वेदना कमी करण्याचे काम उत्तम प्रकारे करू शकते. ज्यामध्ये ताण निर्माण होतो असे पाठीचे दुखणे, उच्च रक्तदाब, डोकेदुखी आणि अल्सरसारख्या दुखण्यांवर या संगीताचा चांगला परिणाम होतो. Relaxation साठी जगभर संगीताचा आश्रय घेतला जातो.

औषधांशी संगीताचा फार जुना संबंध आहे. पायथागोरस शास्त्रज्ञ सकाळी उठण्यासाठी ठराविक संगीत ऐकत असत. काम करतानाचे संगीत वेगळे, आराम व झोप या वेळचे संगीत वेगळे. जुन्या वैद्यांनी हृदयाची नाडी लयीत ठेवण्यासाठी संगीताचा उपयोग केला व उदासीनतेवर १९ व्या शतकात संगीत इलाज म्हणून वापरले जात होते. मध्यंतरी १९ व्या व विसाव्या शतकात वैद्यकीय प्रगतीमुळे भूल देणारी व वेदनाशामके (Pain killers) वापरली जाऊ लागली. १९५० मध्ये "dentist's office music" नावाचे म्युझिक वापरात आले. Bland mind tunes, ज्यामुळे ज्ञानतंतू बधीर होतात व दंतवैद्याला त्याचे काम करणे सोपे जाते. १९८० पासून संगीताचा वैद्यकात होणारा उपयोग वाढत आहे. बायोफीडबॅक व हिप्नॉसिसप्रमाणेच संगीत उत्तम काम करते. प्रत्येक मिनिटाला ६० बीट्स ही गती शांत हृदयावस्थेत आदर्श मानली जाते.

मुल जन्माला येताना वापरले जाणारे संगीत म्हणजे संगीताचा मजेदार उपयोग होय. ८ ते १२ तासांची टेप असते. त्यात आराम देणारी गाणी व आवडीची गाणी असतात. डिलिव्हरीच्या Pushing stage मध्ये उपयुक्त असलेले chariots of fire ही टेप परदेशात लोकप्रिय आहे. संगीत हे मनोवृत्ती आनंदित करण्याचे एकमेव साधन आहे. शॉवरखाली स्नान करताना, काम करताना, पूजा करताना, पावसात, कुटुंबीयांबरोबर सतत गात राहा. गुणगुणत राहा.

आवाजाची स्पंदने म्हणजेच आंतरिक मसाज. अवाजाची ही शक्ती पायांपासून

सुरू होते. तुमच्या शरीरातून खालपासून वरपर्यंत सर्व शरीर कंप पावत असलेले तुम्हाला जाणवेल. तुम्ही नादब्रह्मात बुडून जाल. मग कशासाठी थांबलात? तुम्हाला साद ऐकू आली नाही का? तुम्ही गाणे गातच होता. ज्या वेळी शब्दांचा अर्थ कळत नव्हता तेव्हापासून तुम्ही गात आहात. बालपणाचे ते निरागस मन पुन्हा मिळाले तर जसे आपण आनंदाने गाऊ तसेच गात राहा. मोकळेपणाने गात राहा. संगीतात जादू आहे. तानसेनसारख्या गवयाने रात्रीच्या अंधारात संगीताच्या जोरावर ज्योती पेटवून दाखविल्या. जीवनात संगीताला खूप महत्त्व आहे. नादमय, तालमय व सुरळीत जीवन कंठायचे असेल तर संगीताची साथ असू द्या. प्रेमाने भजन म्हणता त्या वेळी तुम्ही स्वत:ला विसरून परमेश्वराशी एकरूप होता. तुमची ब्रह्मानंदी टाळी लागते. खूप शक्ती आहे या नादब्रह्मात. त्यात बुडून जा!

◆

६३. आवडते पाळीव प्राणी

कुत्र्याची साथ असणे हे वरदानच म्हणावे लागेल. कुत्री पाळणारे हृदयरुग्ण व न पाळणारे रुग्ण यांपैकी पाळणाऱ्यांच्या मृत्यूंचे प्रमाण ३३ टक्के कमी आढळून आले आहे. त्याच्यामागे तर्कशुद्ध स्पष्टीकरण आहे. जगण्याची संधी कुत्री पाळणाऱ्यांना जास्त काळ मिळाली. तीव्र हृदयविकाराच्या रुग्णांच्या मृत्यूचे प्रमाण कुत्री पाळणाऱ्यांच्या बाबतीत ३ टक्क्यांनी घटल्याचे नमूद केले आहे. ३ टक्के म्हणजे कमी वाटतात. पण जिथे दरवर्षी लाखो लोक हृदयविकाराने मृत्युमुखी पडतात. तिथे ३ टक्के म्हणजे ३०,००० लोकांचे प्राण केवळ कुत्री पाळल्याने वाचत असतील तर हेही नसे थोडके!

पाळणे म्हणजे नक्की काय करायचे असे तुम्ही म्हणाल. नुसते पाठीवर थापटले तरी प्राण्याला बरे वाटते. जे प्राण्यांना प्रेमाने वागवतात त्यांचे रक्तदाब कमी असतात. कोणत्याही प्राण्याच्या सान्निध्यात आपणाला आराम मिळाला तर हृदयावर चांगला परिणाम होतो. पाळीव प्राणी आपले लक्ष नकारात्मक कृत्यापासून चुंबकासारखे खेचून घेतात व तणाव काढून टाकायला मदत करतात. प्रसन्न मनाने हसायला शिकवितात.

प्राण्यांच्या लीला पाहून आपण हसतो. त्यामुळे आपली मनोवृत्ती आनंदित होते. गंभीर आजारातून बरे होण्याची प्रतिकारशक्ती निर्माण होण्यास मदत होते. मांजरीला प्लॅस्टिकच्या पिशवीतून सुटका करून घेताना पाहण्यात आनंद लपला आहे तो इतरत्र नाही. नैराश्य व इतर भावनिक आजारांवर पाळीव प्राणी खूपच महत्त्वाचा भाग बजावितात.

PFT म्हणजे Pet facinated therapy अनेक हॉस्पिटमधून दिली जाते. खेळकर कुत्र्यांच्या साहाय्याने रुग्ण विद्युत शॉक, औषधे व इतर मानसोपचार आनंदाने घेऊ शकतात. मानवी प्रयत्न थकल्यावर हे प्राणी रुग्णांशी जवळीक साधतात व जगण्याची आशा वाढवितात. रुग्ण आपली दुःखे दुसऱ्यांना सांगायला

कंटाळतात. कोण नेहमीचे रडगाणे ऐकून घेईल? पण प्राणी तुम्ही दुःखी असा की आनंदी, सुंदर असा की कुरूप, तरुण असा किंवा वृद्ध, सर्वांवर सारखे प्रेम करतात. त्यांना थोपटा, गोंजारा व प्रेम करत हात फिरवा. त्यांना हे आवडते. तुमचीही निराशा पळून जाईल. निवृत्त झालेल्या वयोवृद्धांना स्वत:ची अस्मिता लुटली गेल्यासारखे वाटते. तेच प्राण्यावर प्रेम केले तर ते परतफेड करतात. त्यांचा एकटेपणा कमी होतो. अस्मिता जागृत होते.

अर्थपूर्ण नाते

म्हातारपणी आयुष्याला अर्थ प्राप्त होण्यासाठी पाळीव प्राणी असणे आवश्यक आहे. मुले आपापल्या कामात असतात. स्वत:ला कोठे जायचे नसते. मित्रमंडळी कमी झालेली असते. कधी पत्नीही साथ सोडून गेलेली असते. या सगळ्या बदलांशी तडजोड करावी लागते. जगण्याची जिद्द कमी होते. शास्त्रज्ञ या अवस्थेस असहाय, निराश वृत्ती म्हणतात. आपल्या आरोग्याकडे दुर्लक्ष न करता दररोज पाळीव प्राण्याशी जवळीक साधून दिनक्रम मजेत घालविणे हे वृद्धावस्थेस मदतरूप तंत्र आहे.

◆

६४. खेळ

वाढत्या वयाबरोबर आपला खेळकरपणा कमी होत जातो. आयुष्याच्या पहिल्या पाच वर्षांत आपण भरपूर खेळून घेतो. उजव्या मेंदूचा उपयोग करतो. पुढे आपण शाळेत जातो व डाव्या मेंदूचा उपयोग करतो. उजव्या मेंदूला विसरून जातो व आपले कष्टमय जीवन सुरू होते. निसर्गत: माणूस निराश किंवा कंटाळलेला नसतो. पण प्रत्येकजण या चक्रातून जातो. खूप कामसूपणा व ताण माणसाला आजारी पाडतो. ताण कमी करायचा असेल तर खेळ आवश्यक आहे. खेळ म्हणजे कोणतेही उद्दिष्ट न ठेवता मजेसाठी आवडणाऱ्या गोष्टी करणे.

मुलांचे खेळ स्पर्धात्मक असतात. त्यामुळे मोठी माणसे त्यात भाग घेत नाहीत. पण खेळकर वृत्ती ही नैसर्गिक असते. प्रौढपण म्हणजे तणावपूर्ण जीवन. तेव्हा खेळ आवश्यक आहे.

खेळण्यामुळे आनंदाची निर्मिती होते व गंमत अनुभवायला मिळते. तुमची शक्ती वाढल्याचा अनुभव येतो. जगण्याची जिद्द जागृत होते. जीवनाला अर्थ येतो. क्रियाशीलता वाढते. चांगल्या भावना व शक्ती निर्माण होते. जगण्याची जिज्ञासा

आयुर्मर्यादा वाढवते. खेळण्याची क्षमता, गंमती स्वभाव व खेळकरपणा या बालप्रवृत्ती आहेत. त्या प्रौढवयात जोपासल्या तर आपण जास्त कार्यक्षम व आनंदी बनतो. बालिशपणा (childishness) ही नकारात्मक प्रवृत्ती आहे, पण (childlikeness) बाल-सुलभ वृत्ती ही होकारात्मक प्रवृत्ती आहे. केव्हा कसे वागायचे हे प्रौढत्व आल्यावरच समजते.

◆

६५. काव्य

काव्यामुळे ताण कमी होतो व आजारी माणूस बरा होऊ शकतो. माणूस मनाने सुदृढ बनतो. काव्यातील शब्दांमुळे ऋग्णांना आपले प्रश्न जागतिक आहेत याची जाणीव होते. काव्यातून अंतरंगातील भाव व्यक्त होतात. हताश झालेल्या रुग्णांना काव्यसंग्रह वाचायला दिला तर त्यांची मने मोकळी होतात व ते मनोभाव व्यक्त करतात.

एक ॲस्पिरिनऐवजी दोन कविता घ्या. जेव्हा झोप येत नाही, तुम्ही जागे व निराश होता, अशा वेळी खाली दिलेल्या कवितेसारखी कविता वाचा. एक वेगळीच अनुभूति होईल.

सांगा कसं जगायचं?
- मंगेश पाडगावकर
सांगा कसं जगायचं,
कण्हत कण्हत
की गाणं म्हणत,
तुम्हीच ठरवा!

डोळे भरून तुमची आठवण
कोणीतरी काढतंच ना?
ऊन ऊन दोन घास
तुमच्यासाठी वाढतंच ना?
शाप देत बसायचं की
दुवा देत हसायचं,

तुम्हीच ठरवा!
काळ्याकुट्ट काळोखात
जेव्हा काही दिसत नसतं
तुमच्यासाठी कोणीतरी
दिवा घेऊन उभं असतं
काळोखात कुढायचं की
प्रकाशात उडायचं,
तुम्हीच ठरवा!

पायात काटे रुतून बसतात
हे अगदी खरं असतं
आणि फुलं फुलून येतात
हे काय खरं नसतं?
काट्यांसारखं सलायचं की
फुलांसारखं फुलायचं,
तुम्हीच ठरवा!

पेला अर्धा सरला आहे
असंसुद्धा म्हणता येतं,
पेला अर्धा भरला आहे
असंसुद्धा म्हणता येतं!
सरला आहे म्हणायचं की,
भरला आहे म्हणायचं,
तुम्हीच ठरवा!

◆

६६. सांत्वन करणाऱ्या वस्तू

धांदल-धमालीच्या या जगात सांत्वन करणाऱ्या वस्तू आपणांस शांती प्रदान करतात. लहान असताना आपल्या आईशी भावनांचे समाधान करणारे नाते असते. आपल्या गरजा पुरविल्या जातात. खास व्यक्ती आपणास जेवू-खाऊ घालते व ती फक्त आपलीच आहे ही भावना असते. याच वृत्तीतून आजूबाजूच्या जगाविषयी आपल्या प्रवृत्ती आपण तयार करत असतो.

प्रत्येकाचे सुरक्षा कवच

दोन ते सहा वर्षे वयापर्यंत आपले मातृप्रेमाचे छत्र आपलेच आहे हे आपण विसरू लागतो व रंगीत गुबगुबीत प्राणी, मऊ ब्लँकेट, किंवा तत्सम वस्तू निवडतो व हळूहळू आईचे प्रेम विसरू लागतो. कधी कधी भीतिदायक पेंढा भरलेला प्राणी, सिंह किंवा वाघ आपण काल्पनिक मित्र म्हणून निवडतो.

त्यापेक्षा मोठी मुले सुंदर बाहुल्या मित्र म्हणून निवडतात. ७ ते १३ वयोगटापर्यंत विमानांची मॉडेल्स, बिअरचे डब्बे, शिपाई व बाहुले ही सांत्वन करणारी खेळणी असतात. १५ ते २५ हे कुमारवय म्हणजे भावनात्मक वादळांचे वय असते. या वयात आवडणारी खेळणी किंवा वस्तू ठरविणे फार अवघड असते. मुले उत्सुक व काहीशी दबलेल्या वृत्तीची असतात. ती वाढत असतात व पालकांपासून दूर जाऊ पाहतात. प्रौढपणाचे नाते निर्माण करण्याएवढे समंजस ती झालेली नसतात. सांत्वनासाठी ड्रग्ज, मद्य अशा विनाशक व्यसनांकडे वळण्याची शक्यता असते. 'सोळावे वरीस धोक्याचे' हे म्हणतात ते काही खोटे नाही. मुलांमुलींना सारखेच लागू पडते.

सर्व वयाच्या व्यक्तींसाठी या सगळ्याचा अर्थ काय ? तर सांत्वन करणाऱ्या वस्तूंची सर्व वयोगटांतील लोकांना जरूर असते. वयाप्रमाणे वस्तू बदलतात एवढेच. एका बाईला तिच्या लहानपणी गोड आठवण विचारली असता तिने वडिलांना भेटण्यासाठी लहानपणी गाडीतून केलेल्या प्रवासाची आठवण सांगितली.

वाफेच्या इंजिनाचा दमट कुजका वास, गाडीतले वेल्वेटचे पडदे, गुबगुबीत आसने, स्वच्छ पांढरे पडदे, अंड्याचे ऑम्लेट, आइस्क्रीम सर्व आठवते म्हणून सांगितले. सर्व वस्तू चांदीच्या ट्रेमधून वाढलेल्या. गाडीचे मंद हलणे, झोके खाणे, क्लिकरी क्लॅक क्लिकरी क्लॅक, मधूनच चँग चँग आवाज, शिट्टी व हुऽऽऽश असा इंजिनाचा वाफ सोडताना आवाज या सर्वांची आठवण या रुग्णाला अजून मनात घोळते आहे असे वाटते. त्यामुळे रुग्ण आपले दुःख विसरू शकतो. सांत्वन करण्यासाठी वाहनांचा आवाज खूप उपयोगी पडतो. शारीरिक, भावनिक आणि आध्यात्मिक दृष्टीने हे आवाज दुःख दूर करतात. दुःख किंवा निराशा दूर करण्यासाठी औषध देण्यापेक्षा कोणत्या आठवणीने पेशंटला बरे वाटते याचा अभ्यास करणे जास्त उपयुक्त ठरते.

Good Bears of the World (GBW)या संस्थेने अस्वलांच्या गुहा तयार करून टेडी बिअर अमेरिका, कॅनडा, आस्ट्रेलिया, न्यूझीलंड, इंग्लंड अशी वेगवेगळी नावे देऊन गुहा तयार केल्या आहेत. टेडी बिअर हे नाव कसे पडले याची कहाणी फार मनोरंजक आहे. प्रेसिडेंट थिओडोर रुझवेल्ट १९०३ मध्ये शिकारीला गेले असता त्यांनी लहान अस्वलाला मारण्याचे नाकारले. व प्रसिद्ध राजकीय व्यंगचित्रकार बेरीमॅनने लहान अस्वलाचे व थिओडोर यांचे (टेडीचे) व्यंगचित्र काढले. टेडीचे अस्वल म्हणून छापले. ब्रुकलिनमधील खेळणी बनवणाऱ्या कारखानदाराने रुझवेल्टची परवानगी मागून एक अस्वलाचे पिल्लू भुस्सा भरून तयार केले व त्याचे नाव Teddy Bear ठेवले व तेव्हापासून टेडी बिअर हे जगभर आवडते झाले.

आपला उद्देश शांती, प्रेम व समजूतदारपणा या गुणांचा जगभर प्रसार करण्याचा आहे. प्रेमाचा हात सर्वांपर्यंत पोहोचावा ही इच्छा आहे.

तुम्ही लोकांना विचारा, ‘‘टेडी बिअर हवाय का?’’ दहांपैकी सहा लोक म्हणतील, ‘‘हो हवाय ना!’’

◆

६७. स्पर्श

Healing hands किंवा प्रेमळ स्पर्श ही संज्ञा खूप उपयोगी आहे. सुखद स्पर्शाचे हे तंत्र रुग्णांना झटपट आराम देणारे असते. या उपचाराने खूप सरळ, साधी अशी प्रक्रिया करून रुग्ण बरे करू शकतो आपण. Power of suggestion याचा उपयोग केला जातो.

तापमानात होणारा बदल

यामध्ये उर्जा स्थलांतराचा भाग असतो. प्रथम सर्व शरीराचे स्कॅनिंग करून जेथे बदल आढळून येईल तो भाग ओळखला जातो. त्यावर healing hand ट्रीटमेंट केली जाते. रुग्णाला तापमानात फरक जाणवू लागतो. प्रत्यक्ष त्या भागावर हात फिरवावा लागत नाही. त्या भागावरून हात फिरला तर रुग्णाला तापमानात फरक जाणवू लागतो. प्रत्येक माणूस शक्ती प्रसारित करीत असतो. निरोगी माणूस भरपूर उष्णता पसरवितो. निरोगी हात रुग्णाच्या दुखऱ्या भागावर फिरला म्हणजे शक्तीचे स्थलांतर घडते. शक्ती योग्य मार्गी लावणे हेच healing hand therapy चे सूत्र आहे. यामुळे हिमोग्लोबिनचे प्रमाण वाढते. ऑक्सिजन घेण्याचे कार्य सुधारते. प्रेम हेच बरे करणारे औषध. माता हे काम मुलांच्या जन्मापासून करत असतात.

न्यूयॉर्कमध्ये ३२ परिचारिका व ६४ रुग्ण यांच्यावर एक प्रयोग करण्यात आला. नर्सेसचे दोन ग्रुप करण्यात आले. पहिल्या ग्रुपला थिऑरेप्टिक टच विषयी प्रशिक्षण देण्यात आले. दुसरा ग्रुप तसेच काम करत होता. प्रत्येकाच्या हिमोग्लोबिनची ट्रीटमेंटचे अगोदरची व नंतरची लेव्हल नोंदण्यात आली. पहिल्या ग्रुपचे हिमग्लोबिन सुधारलेले आढळून आले. हिमोग्लोबिनमुळे बरे होण्याची प्रक्रिया कशी होते याचे शास्त्रीय कारण अजून शोधावयाचे आहे.

◆

एडवर्ड डी बोनो यांचे How to have
A Beautiful Mind
हे जगप्रसिद्ध पुस्तक मराठीत

सुंदर मन

अनुवाद : सुभाष जोशी

आपण स्वत:ला आकर्षक करण्यासाठी कपड्यांवर, सौंदर्यप्रसाधनांवर, आहारावर, व्यायामावर अमाप पैसा खर्च करतो. पण सर्वांचं लक्ष वेधून घेणाऱ्या, बिनखर्चाच्या एका गोष्टीकडे मात्र आपण साफ दुर्लक्ष करतो. ते घडवायला फारसा वेळही लागत नाही.

ते आहे सुंदर मन. मन घडवायला ढीगभर ज्ञानाची गरज नाही किंवा उत्तम व्यक्तिमत्त्वाचीही गरज नाही. फक्त तुमच्यापाशी सर्जनशीलता, कल्पकता व स्पष्टपणा असला म्हणजे झालं.

लोकांची विचारप्रक्रिया बदलू शकणारे जगप्रसिद्ध, एडवर्ड डी बोनो यांनी आपल्या संभाषणकौशल्यांनी लोकांना कसं प्रभावित करायचं ते सरळसोप्या भाषेत पुस्तकात मांडलं आहे.

हे पुस्तक वाचून संपेपर्यंत तुमचं आयुष्य कसं बदलून गेलं आहे, हे तुमच्या लक्षातही येणार नाही.

आपल्या सर्जनशील विचारसामर्थ्यांनी आपलं व्यक्तिमत्त्व अधिक आकर्षक घडवा मनाला तजेला द्या!

मनावर विजय

मूळ लेखक : **एकनाथ ईश्वरन्**

अनुवाद : **वैशाली जोशी**

स्वत:च्या जीवनावर प्रभुत्व गाजवायला मिळालं तर?....
पण खरोखरच आपल्या प्रारब्धाची अशी काही गुरुकिल्ली उपलब्ध आहे का?....
गौतम बुद्ध म्हणतात – "आपण आज जे काही असतो, ते आपल्या विचारांचा परिणाम असतो"
आपल्या विचारांतूनच आपलं भविष्य घडत असतं, हे तर सूर्यप्रकाशाइतकं स्वच्छ आहे. त्यामुळेच आपल्या विचारांचा मार्ग निवडता येणं; आपल्या भावना, इच्छा, वासना यांचं स्वरूप काय असावं हे ठरवता येणं; स्वत:कडे आणि जगाकडे पाहण्याचा दृष्टिकोन निश्चित करता येणं हे जीवनात अत्यंत महत्त्वाचं आहे.
ही गोष्ट कशी साध्य करायची?
त्यासाठी मनावर ताबा कसा मिळवायचा?
एकनाथ ईश्वरन् यांनी या विषयाचा साध्या, सहज शैलीत केलेला ऊहापोह वाचकांना निश्चित दिशा दाखवेल.

www.ingramcontent.com/pod-product-compliance
Ingram Content Group UK Ltd.
Pitfield, Milton Keynes, MK11 3LW, UK
UKHW021703190726
13853UKWH00001B/408